AF756824

લેખક-પરિચય

પ્રફુલ શાહ : મૂળ રાજવી કવિ કલાપીના ગામ લાઠીના વતની. ચાર દાયકાથી મુંબઈની ગુજરાતી પત્રકારત્વ આલમમાં સક્રિય પ્રફુલ શાહ હજારો લેખ અને કેટલીય લોકપ્રિય કૉલમ લખી ચૂક્યા છે. 'જન્મભૂમિ', 'ગુજરાત સમાચાર', 'મિડ-ડે' અને 'સમાંતર પ્રવાહ' જેવાં નામાંકિત અખબારોમાં મહત્ત્વપૂર્ણ જવાબદારી સફળતાથી નિભાવી છે. એશિયાના બે દાયકા જૂના ઐતિહાસિક અખબાર 'મુંબઈ સમાચાર'માંથી નિવૃત્ત થયા. હવે ફુલટાઇમ પુસ્તક ઉપરાંત ફિલ્મ-વેબ શો લેખનમાં પ્રવૃત્ત. અત્યારે 'મુંબઈ સમાચાર'માં 'વિશ્વના વીર યોદ્ધા' તથા 'સાયબર સાવધાની' અને 'દિવ્ય ભાસ્કર'માં 'ક્રાઇમ ઝોન' નામક કૉલમ લખે છે. સાથોસાથ સિનેમાના ઊંડા અભ્યાસી. આસપાસના સાચુકલા માનવીની જીવતી-જાગતી પ્રેરણાદાયક વાતોને ઊંડા સંશોધન અને રસપ્રદ શૈલીમાં રજૂઆત એ એમની વિશેષતા છે.

2019ના ઑગસ્ટમાં તેમના નામે અનોખો વિક્રમ નોંધાયો : માત્ર 15 દિવસમાં તેમની સંકલ્પના અને સંશોધનવાળી બબ્બે વેબ મૂવી 'બારોટ હાઉસ' અને 'પોષમ પા' Zee-5 પર રિલીઝ થઈ. કોઈ ગુજરાતી તો ઠીક, ભારતીય લેખક કે પત્રકાર આવું સિદ્ધ કરી શક્યા નથી. પાંચ આંતરરાષ્ટ્રીય ફિલ્મ ફેસ્ટિવલ અટેન્ડ કરી ચૂકેલા પ્રફુલભાઈએ 'અજબ ગજબ કસબ' અને 'એક પટરાણી, એક ખટપટરાણી' નામના નાટક લખ્યાં છે.

ટીવી સિરિયલ-લેખનમાં 'સ્વપ્નકિનારે' (ગુજરાતી-100 જેટલા એપિસોડ), જીવન-જ્યોતિ (13 એપિસોડ) અને 'રજની' સહિતની કૃતિ એમના નામે બોલે છે. છોગામાં 'ધ વ્હાઇટ લૅન્ડ' (ગુજરાતના નાના રણના અગરિયાઓની

વેદના-સંઘર્ષ પર આધારિત કથાનક), 'ફાધર્સ ડે' (નવલકથા પર આધારિત) અને ગુરખા સૈનિક વિષ્ણુ પ્રસાદ શ્રેષ્ઠ પર બાયોપિક ફિલ્મમાં એમની કલમની કમાલ દેખાશે.

હેં! આવુંય થાય?

આશ્ચર્ય, આઘાત ને અરેરાટી

પ્રફુલ શાહ

મુખ્ય વિક્રેતાઃ

નવભારત સાહિત્ય મંદિર

જૈન દેરાસર પાસે, ગાંધી રોડ, અમદાવાદ - ૩૮૦ ૦૦૧

૨૦૨, પેલિકન હાઉસ, ગુજરાત ચેમ્બર ઓફ કોમર્સના કંપાઉન્ડમાં,
આશ્રમ રોડ, અમદાવાદ - ૩૮૦ ૦૦૯

☎ (079) 22139253, 22132921
98250 32340
e-mail : info@navbharatonline.com
www.navbharatonline.com
fb.com/NavbharatSahityaMandir

HEN! AAVUNY THAY?
by Praful Shah
NAVBHARAT SAHITYA MANDIR
AHMEDABAD
2023

ISBN No. : 978-93-93237-24-8

પ્રથમ આવૃત્તિ : નવેમ્બર, 2023

લાસ્ટ કવરપેજ લેખકનો ફોટો : દીપક મહેતા

પ્રકાશક
મહેન્દ્ર પી. શાહ
નવભારત સાહિત્ય મંદિર
જૈન દેરાસર પાસે, ગાંધી રોડ, અમદાવાદ-૩૮૦૦૦૧
ફોન: (૦૭૯) ૨૨૧૩૯૨૫૩, ૨૨૧૩૨૯૨૧
E-mail : info@navbharatonline.com
Web : www.navbharatonline.com
fb.com/NavbharatSahityaMandir

Printed and bound at Repro India Ltd.

અર્પણ

પુત્રસમાન જમાઈ
અને
સહૃદય માનવી ડૉ. તિલક દેઢિયાને

પ્રસ્તાવના

હા, આવુંય થાય હોં...

આ પુસ્તકનું શીર્ષક ઘણું સૂચવી જાય છે, એકદમ સ્પષ્ટપણે.

આપણી આસપાસ, સમાજમાં, દેશમાં અને દુનિયામાં ઘણું એવું બને છે કે જે તર્ક, બુદ્ધિ, સમજ, વિજ્ઞાન અને ગણતરીથી પર હોય છે. અમુક વ્યક્તિ એટલી અસાધારણ હોય કે માનવું-સ્વીકારવું મુશ્કેલ બને.

આવી ઘટના, વ્યક્તિ અને કેટલીક દુર્ઘટના પરના લેખનો સંગ્રહ એટલે આ પુસ્તક 'હેં! આવુંય થાય?'

આ પુસ્તકમાંના મોટા ભાગના લેખ 'મુંબઈ સમાચાર'માં પ્રગટ થયા. હકીકતમાં તો એશિયાનું આ સૌથી જૂનું - 202 વર્ષનું અખબાર, જે એક માની ન શકાય એવી ઘટના છે. આવા અખબારમાં આ બધા લેખ લખવા મળ્યા એ બદલ તંત્રી-મિત્ર નીલેશ દવેનો આભાર. આમાંના ઘણાં લેખ માટે અથાગ જહેમત ઉઠાવી છે. એક જ વ્યક્તિને ચાર-પાંચ વાર મળવાનું કે અલગ અલગ વ્યક્તિઓની પાછળ દોડવાનું થયું. ગ્રંથોમાં ખાંખાખોળા અને લાઇબ્રેરીઓની મુલાકાત પણ કરવી પડી, પરંતુ આ સામગ્રી વધુમાં વધુ લોકો સુધી પહોંચી અને હવે પુસ્તક થકી વધારે વાચક સુધી પહોંચશે એટલે બધી મહેનત લેખે લાગી ગણી. આ પુસ્તક મારા દીકરા સમાન ડૉ. તિલકભાઈ દેઢિયાને અર્પણ કરતા અનહદ આનંદ અને ગર્વ અનુભવું છું.

મારા એક પછી એક પુસ્તક નિયમિતપણે પ્રગટ કરનારા અને હવે પરિવાર બની ચૂકેલા નવભારત સાહિત્ય મંદિર, અમદાવાદ અને એના

મોભી શ્રી મહેન્દ્રભાઈ શાહ તથા તેમના સુપુત્રો શ્રી રોનકભાઈ શાહ અને શ્રી કુણાલભાઈ શાહનો સાથ એક મોટો સધિયારો છે. આભાર ત્રણેયનો.

સૌથી મોટો આભાર વાચન-મિત્રોનો. અસ્તુ.

પ્રફુલ શાહ

E-mail : prafulshah1@gmail.com

મો. 98696 00200

પ્રફુલ શાહનાં પુસ્તકો

* 'દશ્યમ્-અદશ્યમ્' (નવલકથા – દૈનિક અખબારમાં ધારાવાહિક - ગુજરાતી, મરાઠીમાં)
* 'ફાધર્સ ડે' (અંગ્રેજી-હિન્દી)
* 'યુદ્ધ કેસરી' (મહારાષ્ટ્ર રાજ્ય ગુજરાતી સાહિત્ય અકાદમી પુરસ્કાર)
* 'સરનામાં ઝિંદાદિલીનાં' (પ્રેરક વ્યક્તિત્વ)
* 'અગ્નિજા' (ડૉક્યુ-નોવેલ, ગુજરાતી-હિન્દી)
* 'ઇતિહાસ પાછળનો ઇતિહાસ'
* 'દાદલો' (નવલકથા – દૈનિક અખબારમાં ધારાવાહિક, ગુજરાતી અને અંગ્રેજીમાં)
* 'બ્રેકિંગ ન્યૂઝ' (નવલકથા – ગુજરાતી-અંગ્રેજી-હિન્દીમાં)
* 'ગૉલ્ડફિશ' (નવલકથા – ગુજરાતી-હિન્દી-અંગ્રેજીમાં)
* 'લાઇફ IM પૉસિબલ' (ડૉક્યુ-નોવલ – ગુજરાતી, અંગ્રેજી, હિન્દી અને મરાઠી)
* 'ડિયર કુકુ' (સસ્પેન્સ નવલકથા – ગુજરાતી અને અંગ્રેજીમાં)
* 'ફાઈલ-K' (સસ્પેન્સ નવલકથા – ગુજરાતી, મરાઠી અને અંગ્રેજીમાં)
* 'વીજળી અને ટાઇટેનિક' (બે ભયંકર દરિયાઈ કરુણાંતિકાની અભ્યાસપૂર્ણ છણાવટ)
* 'ગ્રેટ રોબરી' (સત્ય લૂંટકથાઓ)
* 'સ...સ... સિરિયલ કિલર્સ'
* 'અપરાધિની'
* 'રોડ ડૉક્ટર'
* 'હેં! આવુંય થાય?'

અનુક્રમ

1

જજને જ સજા-એ-મૌત

માત્ર ભારતીય જ નહીં, પણ વૈશ્વિક ન્યાયતંત્રમાં ઉપેન્દ્રનાથ રાજખોવા જેવો કોઈ કેસ આજ સુધી નોંધાયો નથી. જે ન્યાયાધીશે ન્યાય તોળવાનો હોય અને અબુધોને અપરાધના માર્ગે જતા રોકવા માટે દંડવાના હોય એ જ જજને સજા-એ-મૌત ફરમાવાયાનો એકમાત્ર કેસ એટલે આસામના જજ ઉપેન્દ્રનાથ રાજખોવાનો કિસ્સો.

નામ ઉપેન્દ્રનાથ. સરનેમ રાજખોવા અને એનો અર્થ પણ ખૂબ સુંદર, અપૂર્વ, અનુપમ, અનોખું, સ્વપ્નદૃષ્ટા, ભિન્ન અને અવહેવારું. બાળપણમાં તેજસ્વી વિદ્યાર્થી.

જજ તરીકે આસામના વિવિધ સ્થળે તેમણે ફરજ બજાવી. કારકિર્દીના આખરી તબક્કામાં એટલે 1969માં ગોઆલપારા જિલ્લાના ધૂબરી ખાતે ડિસ્ટ્રિક્ટ ઍન્ડ સેશન્સ જજ તરીકે પોસ્ટિંગ મળ્યું. શરૂઆતમાં સત્તાવાર નિવાસસ્થાનની વ્યવસ્થા ન થઈ શકવાથી તેઓ સર્કિટ હાઉસમાં રહ્યા હતા.

ત્રણ દાયકાથી લાંબું લગ્નજીવન ધરાવતા રાજખોવાના પરિવારમાં પત્ની પુતુલી અને ત્રણ દીકરી નિર્માલી, જોનાલી અને રૂપાલી. તેમની છેલ્લી પોસ્ટિંગ વખતે પરિવાર ગુવાહાટીમાં રહેતો હતો. મોટી દીકરીનું ભણતર પૂરું થઈ ગયું હતું, જ્યારે નાની બે હજી કૉલેજમાં હતી. અનુકૂળતાએ પરિવારજનો રાજખોવા સાથે ધૂબરી રહેવા આવે. શહેરના પૉશ વિસ્તારમાં આવેલા સત્તાવાર બંગલોમાં પરિવારજનો મસ્તીથી રહેતાં હતાં.

1970ના ફેબ્રુઆરીમાં જજસા'બ નિવૃત્ત થવાના હતા. એટલે સરસ્વતી

પૂજાની ઉજવણી માટે પરિવારને ધૂબરી બોલાવ્યો. કુટુંબીજનોના આવ્યાના થોડા દિવસ બાદ ઉપેન્દ્રનાથે બે દીકરીઓને પાછી ગુવાહાટી મોકલી દીધી પરીક્ષાઓની તૈયારી કરવા માટે.

અચાનક એક દિવસ ઉપેન્દ્રનાથે નોકરોને આદેશ આપ્યો કે બંગલોના બાથરૂમની બહારના ઝાડ કાપી નાખો, કારણ કે એ બાથરૂમની બારી સામે છે. આનાથી અંધારું વધી જાય છે. નોકરોએ થોડી ડાળખી કાપી તોપણ એમને સંતોષ ન થયો. આખેઆખું ઝાડ કપાવી નાખ્યું. જજ અને એમાંય માલિક હોય એટલે કોણ દલીલ કરે અને કારણ તો પુછાય નહીં, પરંતુ રાજખોવાએ કારણ આપ્યું કે આ ઝાડ કાઢી નાખવાથી પડેલા ખાડામાં મારે ફૂલનો છોડ ઉગાડવો છે, મને યાદ કરાવવાનું ભૂલતો નહીં.

જજ ઉપેન્દ્રનાથ રાજખોવાએ સરસ કારણ સુધ્ધાં આપ્યું : મારા પછી અહીં રહેવા આવનારા જજ મહેંકતા ફૂલોને લીધે મને યાદ કરે એવી મારી ઇચ્છા છે. કેવું નાજુક હૃદય!

પરંતુ ન જાણે કેમ પત્ની પુતુલીએ નોકરોને કહીને ઝાડ કાઢવાથી થયેલો ખાડો પુરાવી દીધો. આ જોઈને ધૂંઆપૂંઆ થઈ ગયેલા જજે માટી બહાર કઢાવીને ફરી ત્યાં ખાડો બનાવવાનો ઑર્ડર આપ્યો.

નોકરોનો બરાબરનો મરો. ન સાહેબને જરાય સહેવાય કે ન માલિકણને કંઈ કહેવાય. માટી ઉલેચીને ફરી ખાડો તૈયાર કરાયો. હવે જજસાહેબે રસોડાની પાછળના ઝાડનો વારો કાઢ્યો. એની ડાળ રસોડાને સ્પર્શવામાં હતી. જજસાહેબે એ ઝાડ વઢાવી નાખ્યું. ત્યાં બીજો ખાડો તૈયાર. પોતાને અહીં પણ ફૂલનો છોડ વાવવા માગે છે એવું જજે જાહેર કર્યું.

નોકરોને આશ્ચર્ય થયું અને આનંદ પણ. સાહેબ કેવા ગજબનાક પુષ્પ-પ્રેમી છે. આપણને તો આ વાતની અત્યાર સુધી ખબર જ નહોતી.

આટલી મહેનત કરનારા નોકરોને ઉપેન્દ્રનાથે ખુશ કરી દીધા કે જાઓ તમારા ગામ જઈને પરિવાર સાથે સરસ્વતી પૂજાની ઉજવણી કરો. બધા નોકરો આનંદ સાથે સાહેબને મનોમન આશીર્વાદ આપતા રવાના થયા.

ચોમેર સરસ્વતી પૂજાની જોરદાર ઉજવણી થતી હતી. જજસાહેબનો બંગલોય લાઇટથી ઝળહળતો હતો. ઉપેન્દ્રનાથ બધા સાથે ફરવા અને

શોપિંગ કરવા માટે બજારમાં ગયા. ત્યાંથી આવીને રાતે આઠેક વાગ્યે ઠંડીમાં તાપણાની મજા માણી. વતન જવા રવાના થયા બાદ વધેલાં નોકરો પણ ઘરકામ પતાવીને દશેક વાગે પોતાના ક્વોર્ટરમાં પહોંચી ગયા. એમનાં ક્વોર્ટર બંગલોના કેમ્પસમાં જ હતાં.

બીજા દિવસે રાબેતા મુજબની સવાર પડી. રોજિંદા કામકાજે લાગતી વખતે ઘરનોકરોએ જોયું કે બંગલોમાં માલિકણ અને એક દીકરી નહોતાં. વાતચીતમાં જજસાહેબે એમની ગેરહાજરી સમજાવી. રાતે કોઈ સંબંધી માંદા હોવાનો ફોન આવવાથી બંને વહેલી સવારે ખબરઅંતર પૂછવા નીકળી ગયાં.

નોકરો તો વાત સાંભળીને પોતાના કામે લાગી ગયા ને સાહેબ એકદમ સહજપણે પોતાના રૂટિનમાં ખોવાઈ ગયા. એક નોકરના ધ્યાનમાં આવ્યું કે બેમાંથી એક ખાડો પુરાઈ ગયો હતો, પણ એના પર કોઈ રોપો કે છોડ દેખાયો નહીં. પણ નાહકની પંચાતમાં કોણ પડે એમ માનીને એ પોતાના કામે લાગી ગયો.

સમય વહેતો ગયો. પંદરેક દિવસ બાદ ઉપેન્દ્રનાથે બંને દીકરીને ધૂબરી આવવાનું કહેણ મોકલાવ્યું. ચાલો, દાર્જિલિંગ ફરવા જવાનું છે. એક તરફ દાર્જિલિંગ જોવાની પ્રબળ ઇચ્છા હતી, તો બીજી બાજુ એક મહિના છેટી પરીક્ષાની કોરી ખાતી ફિકર, પણ પપ્પાના આગ્રહ સામે નમી જવાનું બંને દીકરીઓને ગમ્યું.

બંને દીકરી પહેલી બસ પકડીને ગુવાહાટીથી ધૂબરી આવી ગઈ. જજસાહેબ ખુદ દીકરીઓને આવકારવા બસ-સ્ટૉપ પહોંચી ગયા. નજરે જોનારાઓને થયું કે કેવા પ્રેમાળ બાપ! હોદ્દાના લેશમાત્ર ભાર વગરના પપ્પા છે સાહેબ. દીકરીઓએ પહેલો સવાલ માતા અને બહેનની ગેરહાજરી વિશે કર્યો. જજસાહેબે એ જ જવાબ આપ્યો, સંબંધીની માંદગીનો. બંને બહેનોનું આવવું નોકરોનેય ગમ્યું : ચાલો, થોડી ચહલપહલ થશે. ઘરમાં જીવ આવશે. પપ્પા સાથે ગપ્પા-ગોષ્ઠિને સથવારે ડિનર બાદ બંને બહેનો પોતાના રૂમમાં સૂઈ ગઈ.

બીજા દિવસે નોકરોને રાતે આવેલી બંને બહેનો નજરે ન ચડી.

જજસાહેબે હસતાં-હસતાં કહી દીધું કે, બંને પોતાની મમ્મી અને બહેનને મળવા નીકળી ગઈ. એક નોકરે જોયું કે હવે રસોડા પાછળનો ખાડોય માટીથી પુરાઈ ગયો હતો, પણ એના ઉપર કોઈ છોડ ઉગાવેલો ન દેખાયો.

સમય એની ગતિએ વીતતો રહ્યો. જજસાહેબ પોતાની અદાલત અને ઘરના રૂટિનમાં વ્યસ્ત રહ્યા. આ દરમિયાન પાડોશીઓ પત્ની અને પુત્રી વિશે પૃચ્છા કરવા માંડ્યા તો જજસાહેબે ફોડ પાડ્યો. રિટાયરમેન્ટ બાદ હું દિલ્હીમાં સેટલ થવાનો છું એટલે બધા દિલ્હી વ્યવસ્થા કરવા પહોંચી ગયાં છે.

પોતાની બહેન અને ભાણીઓ સાથે લાંબા સમયથી વાત ન થવાથી આસામના ટોચના પોલીસ ઑફિસર શર્માજી થોડા અસ્વસ્થ હતા. છેવટે જીજાજી ઉપેન્દ્રનાથને પૂછ્યું, તો એ જ વાત : હું દિલ્હીમાં સ્થાયી થવાનો છું એટલે બધા દિલ્હી પહોંચી ગયા છે. શર્માજીને નવાઈ લાગી કે કોઈ જાતની વાતચીત કે ચર્ચા વગર દિલ્હી જતી રહી બહેન?! એટલું જ નહીં, જજે હસીને કીધું કે બે દિવસમાં હું પણ દિલ્હી જવાનો છું, ત્યાં મળવા આવો જલદી.

ખબર નહીં કેમ, પણ શર્માજીને ગળે વાત ન ઊતરી. તેઓ મારતી જીપે ધૂબરી પહોંચ્યા. જીજાજી ત્યાં નહોતા. એમની જગ્યાએ આવેલા જજ સાથે તેમણે બધી વાત કરી. શક્ય બધાં સ્થળે શોધખોળ કરી, સગાં-સંબંધીને ફોન કર્યા, પણ કંઈ હાથ ન લાગ્યું. ફરીફરીને નોકરોની પૂછપરછ કરી. એક નોકરે ઉપયોગી માહિતી આપી કે થોડા સમય અગાઉ મેં રાજખોવા સરને સિલિગુડીમાં જોયા હતા, પણ તેમણે આ વાત કોઈને ન જણાવવાની મને તાકીદ કરી હતી.

અત્યાર સુધી ઇમોશન અને દિલથી વિચારતા શર્માજીનું પોલીસવાળું દિમાગ એકદમ કામે લાગી ગયું. જો સિલિગુડીમાં હોત તો દિલ્હી જવાની વાત કેમ કરી? નોકર ખરેખર સાચું બોલતો હશે ને? પણ એક જ સુરાગ મળ્યો હતો આખા પ્રકરણમાં. શર્માજી તરત સિલિગુડી પહોંચી ગયા અને સ્થાનિક પોલીસની મદદ માગી. અંતે નોકરે કહેલી સેવોય હોટેલમાં રાજખોવા મળ્યા. ખબર પડી કે તેઓ લાંબા સમયથી, લગભગ

બે મહિનાથી અહીં રહેતા હતા. સાવ એકલા. તો પછી એમના ચાર પરિવારજન ક્યાં?

આરંભિક પૂછપરછમાં ઉપેન્દ્રનાથે મોઢું ન ખોલ્યું. અંતે કબૂલ કર્યું કે બધા દિલ્હીમાં છે, પરંતુ દિલ્હીમાં ક્યાં એ જણાવવામાં ગલ્લાંતલ્લાં શરૂ કરી દીધાં. પછી વાત ફેરવી તોળી કે બધા સગાંને ઘરે છે, પણ કયા સંબંધી પાસે અને કયાં સ્થળે એની વિગતો ન આપે.

આનાથી પોલીસવાળાની શંકા બળવાન બની કે જરૂર દાળમાં કંઈક કાળું છે જ. ખૂબ દબાણ વધી જતાં નિવૃત્ત જજે મોઢું ખોલ્યું કે ફેબ્રુઆરીની કડકડતી ઠંડીમાં મારી પત્ની પુતુલી રાતે વૉશરૂમમાં લપસી ગઈ હતી. માથું ભીંત સાથે અથડાતાં તે ઘટનાસ્થળે જ મરણ પામી હતી. આ આઘાત સહન ન થવાથી દીકરીએ સ્લિપિંગ ટેબ્લેટ્સનાં ઓવરડોઝ લઈને આત્મહત્યા કરી લીધી.

શર્માજી અને બીજા પોલીસવાળા એકદમ સ્તબ્ધ, પણ આમાં છુપાવવા કે ભાગવા જેવું શું હતું? થોડી કળ વળતાં સવાલ પુછાયો બાકીની બે દીકરી વિશે. એકદમ ગળગળા થઈને ઉપેન્દ્રનાથે વાત માંડી : ‘બંને દીકરીઓને હકીકત કહેવાની મારી હિંમત જ થતી નહોતી. તે પણ ક્યાં સુધી વાત છુપાવવી? એ બંને ધૂબરી આવી એ સાંજે જ બ્રહ્મપુત્રા નદી પાસેના એક શાંત સ્થળે લઈ જઈને મેં દુર્ઘટના વિશે જણાવ્યું. બંને એકદમ ભાંગી પડી અને નદીમાં કૂદીને જીવન ટૂંકાવી નાખ્યું.’

એક પછી એક ટર્ન અને ટ્વિસ્ટથી પોલીસવાળા મૂંઝાયા હતા. સામે કોઈ રીઢો ગુનેગાર નહોતો, પણ સન્માનનીય જજ હતા. છતાં મામલો સંગીન હતો. ચાર-ચાર શંકાસ્પદ મોતનો હતો. પોલીસવાળાએ સૂચન કર્યું કે આપ મેજિસ્ટ્રેટ સમક્ષ નિવેદન નોંધાવો. રાજખોવા એકદમ સહજપણે અને તરત તૈયાર થઈ ગયા.

ઉપેન્દ્રનાથ રાજખોવાએ પોલીસને વિનંતી કરી કે હું જરા હાથમોઢું ધોઈને સ્વસ્થ થઈ જાઉં પછી નિવેદન નોંધાવવા આવું તો ચાલે? ઇનકાર કરવાનો સવાલ જ નહોતો.

ઉપેન્દ્રનાથ હોટેલના રૂમમાં ગયા અને પોલીસ બહાર રાહ જોતી બેઠી,

રાહ જોતી જ રહી. રાજખોવા ન દેખાયા. રૂમના દરવાજા તોડીને જોયું તો ઉપેન્દ્રનાથ લોહીલુહાણ અવસ્થામાં પડ્યા હતા. તેમણે પોતાના શરીર પર છરીના ઘા ઝીંક્યા હતા. આપઘાતના પ્રયાસમાં ખૂબ લોહી વહી રહ્યું હતું. હૉસ્પિટલમાં બે મહિના જેટલી લાંબી સારવાર બાદ તેઓ સ્વસ્થ થયા.

પોલીસે ફરી પૂછપરછ શરૂ કરી. પત્ની અને ત્રણ દીકરીઓ વિશેની સચ્ચાઈના કોઈ પુરાવા હાથ લાગ્યા નહોતા. આકરી સવાલબાજી બાદ તેમણે જીભ કચરી કે મારી પત્ની બાથરૂમમાં લપસી જ નહોતી. માજી જજસાહેબે કબૂલાત કરી લીધી કે મેં જ પત્ની અને ત્રણેય દીકરીઓની હત્યા કરી નાખી છે.

બધા પોલીસવાળાની આંખ ફાટી ગઈ. એક જજ નિવૃત્ત થયા બાદ, પ્રેમાળ પતિ અને ત્રણ-ત્રણ દીકરીના વ્હાલસોયા પિતા તરીકે આવું કરી જ કેવી રીતે શકે? શા માટે?

સવાલોનાં ગૂંચળાં વધુ સવાલ સુધી લઈ ગયા. ચારેય શબ ક્યાં? ચહેરા પર કોઈ જાતના હાવભાવ વગર ઉપેન્દ્રનાથે કહ્યું કે, 'મારા સત્તાવાર બંગલોમાં બે ઝાડ ઉખાડીને બનાવાયેલા ખાડામાં તેમને દફનાવી દીધા.' પોલીસવાળાને પોતાના કાન પર વિશ્વાસ બેસતો નહોતો, પણ ડ્યૂટી એટલે ડ્યૂટી.

અંતે એ બંગલોમાં રહેવા આવેલા નવા જજની પરવાનગી લઈને પોલીસે રસોડા અને બાથરૂમની સામેના બે ખાડામાંથી બે-બે હાડપિંજર ખોદી કઢાવ્યાં.

એક જજ પર ચાર-ચાર હત્યાનો આરોપ. કલ્પનાતીત સનસનાટીભર્યો મામલો. ઉપેન્દ્રનાથને ધૂબરીની જ જેલમાં જ્યુડિશિયલ કસ્ટડી ભેગા કરાયા. પોલીસની ચાર્જશીટ સ્પેશિયલ એડિશનલ જજની અદાલતમાં પેશ થવાની હતી. સુનાવણીના આગલા દિવસેય ઉપેન્દ્રનાથે આપઘાતનો પ્રયાસ કર્યો, પરંતુ નજીવી ઈજા સાથે જીવ બચી ગયો.

જજ રાજખોવા ઉપરાંત ખાડા પૂરવામાં મદદ કરનારા એક નોકરની પણ ધરપકડ થઈ હતી, પરંતુ કોઈ સાક્ષી ન હોવાથી માત્ર સાંયોગિક પુરાવા મહત્ત્વના હતા. હત્યાના કારણ સામે આવતાં નહોતાં, કારણ કે

રાજખોવાએ મોઢું સીવી લીધું હતું. અંતે ઉપેન્દ્રનાથની કબૂલાત અને મદદકર્તા નોકરની જુબાની મહત્ત્વપૂર્ણ બની રહી.

માત્ર પોલીસ જ નહીં, ન્યાયાધીશ-વકીલો બધા અમુક કોયડા ઉકેલી શકતા નહોતા. નિકટજનોની હત્યા કરી શા માટે? વાંધો-ગુસ્સો હતો તો નિવૃત્તિ સુધી રાહ કેમ જોઈ?

બે વરસની કાર્યવાહી બાદ ટ્રાયલ કોર્ટનો ચુકાદો આવ્યો : સજા-એ-મૌત. ગુવાહાટી હાઈકોર્ટમાં રાજખોવાની અપીલથી સજામાં ફરક ન પડ્યો. આરોપીને સુપ્રીમ કોર્ટમાં રાહત ન મળી. દશ મહિનાની સુનાવણી બાદ મૃત્યદંડ અફર રહ્યો. સુપ્રીમ કોર્ટે આને 'રેરેસ્ટ ઑફ રેર કેસ' ગણાવતા ચુકાદામાં એક હકીકત નીચે ઘાટ્ટી લીટી દોરી કે કોઈ જજ આવો અપરાધ કરી જ કેવી રીતે શકે?

ઉપેન્દ્રનાથ રાજખોવાએ રાષ્ટ્રપતિ સમક્ષ દયા અરજી કરી, પણ કંઈ ન વળ્યું. 1976ની 14 ફેબ્રુઆરીએ એટલે કે વેલેન્ટાઇન્સ ડેના રોજ જોરહટ જેલમાં ભૂતપૂર્વ ન્યાયાધીશ ઉપેન્દ્રનાથ રાજખોવાને ચાર જણની હત્યા બદલ ફાંસીને માંચડે લટકાવી દેવાયા.

સમગ્ર કાનૂની કાર્યવાહીની એક વિશિષ્ટતા સૌથી ચર્ચાસ્પદ રહી કે રાજખોવાએ ક્યારેય મોઢું ન ખોલ્યું કે હત્યા કરી શા માટે? એ વખતના ગોસિપ બજાર મુજબ રાજખોવાની પત્નીને ડ્રાઇવર સાથે આડા સંબંધ હતા અને ત્રણેય દીકરીઓ આ સંબંધની ફળશ્રુતિ હતી, પણ પોલીસ ચાર્જશીટ કે ચુકાદો આ વિશે સંપૂર્ણ મૌન રહ્યા.

આ મર્ડર કેસ વિશે પુસ્તકો લખાયા, ફિલ્મો બની અને હત્યાના સ્થળ તરીકે બદનામ થયેલો બંગલો વરસો સુધી અવાવરું સ્થિતિમાં રહ્યો. એ ભૂતબંગલો ગણાવા માંડ્યો. લાંબા સમય બાદ એ બંગલો નેસ્તનાબૂદ કર્યા બાદ એ સ્થળે નવું અદાલત પરિસર બાંધવાની મંજૂરી અપાઈ હતી.

●

2

ક્રિકેટરની ઇનિંગ્સ પતી ફાંસીને માંચડે

'ક્રિકેટ ફૉર ધ મની, બાય ધ મની ઍન્ડ ઑફ ધ મની'ના રોકડિયા જમાનામાં આ જેન્ટલમૅનની રમત (?) હવે સતત ક્યાંક ને ક્યાંક ચાલતી, રમાતી જ હોય. આંતરરાષ્ટ્રીય સ્તરે ટેસ્ટ મૅચ, વન-ડે, ટી-20 કે આઈ.પી.એલ. જેવી મૅચ રમાતી જ રહે છે. દરેક દેશની પોતાની લીગ સ્પર્ધા અલગ. ક્રિકેટના ઑવરડોઝ વચ્ચે એક ક્રિકેટરની સ્ટોરી જાણવા અને સમજવા જેવી છે. આક્રમકતા ક્રિકેટરનો ગુણ ગણાય, પણ એનાથી જીવનમાં કેવું ભયંકર પરિણામ આવી શકે એનું ભુલાઈ ગયેલું ઉદાહરણ છે લેસ્લી જ્યૉર્જ હિલ્ટન.

વેસ્ટ ઇન્ડિઝનો આ ક્રિકેટર લેસ્લી હિલ્ટન તરીકે ઓળખાતો. એના જીવનમાં ભયંકર ચડાવ-ઉતાર. 1905ની 29મી માર્ચે ખૂબ વિપરીત સામાજિક સંજોગોમાં જમૈકાના કિંગસ્ટનમાં જન્મ. પિતાનું નામ સુધ્ધાં ખબર નહીં, પણ ત્રર્ષનો થયો ત્યારે માતાની મમતાય ગુમાવી બેઠો. બહેન ઉછેર કરવા માંડી ભઈલાનો, પણ લેસ્લી કિશોરાવસ્થામાં પહોંચ્યો એ સાથે બહેનેય જીવનની પીચ પરથી કાયમ માટે અલવિદા લઈ લીધી. આ બધામાં ટુકડે ટુકડે ભણતર થાય, પણ એના આધારસમા કાકીના અવસાન બાદ સ્કૂલ પણ છૂટી ગઈ. એક દરજીની દુકાનમાં નવશીખિયા તરીકે જોડાયો. ત્યાં બહુ મેળ ન ખાતાં ગોદીમાં મજૂરી કરવાની મજબૂરી સ્વીકારી.

આટઆટલી આફતોની સતત વણઝાર વચ્ચે ભલભલા ચમરબંધ ભાંગી પડે, પણ લેસ્લીએ આકરા બાળપણ બાદ વધુ અકલ્પ્ય ઇનિંગ્સ રમવાની

હતી. એટલે જ ગરીબ-કંગાળ બાળપણ છતાં લેસ્લી એકદમ ખડતલ અને ખેલાડીને શોભે એવા શરીર-સૌષ્ઠવનો સ્વામી. એ સમયે 'ગુલામના સંતાનો' તરીકે ઓળખાતા શ્યામ વર્ણ સમાજનો એક-એક ફરજંદ ક્રિકેટ શીખે, માણે અને રમે. નાનકો લેસ્લી પણ નાળિયેરના સૂકા-મજબૂત પાંદડાને બેટ બનાવીને ટેનિસ બૉલથી ક્રિકેટ રમે.

એક તરફ શ્યામવર્ણા ક્રિકેટ શોખીનો અને બીજી બાજુ ક્રિકેટ ક્લબમાં શ્વેત ચામડીની બોલબાલા, પરંતુ સ્પર્ધા તીવ્ર બનતાં ઘણી ક્લબ સમાજના નિમ્નસ્તરના ગણાતા તેજસ્વી શ્યામ યુવાનોને તક આપવા માંડી. એમાં લેસ્લીએ પણ અવસર આંચકી લીધો, એક આશાસ્પદ ઑલ રાઉન્ડર તરીકે.

જો કે એ સમયે જમૈકામાં ફર્સ્ટ ક્લાસ ક્રિકેટ એકદમ નહીંવત્ પ્રમાણમાં રમાય, કારણ એ કે અન્ય ક્રિકેટ રમતી વસાહતોથી જમૈકા ઘણું દૂર હતું. સ્પીડ બૉલિંગની ગતિમાં વૈવિધ્ય લાવતા અને લેસ્લી રાહ જોતો હતો.

છ-સાત વર્ષની પ્રતીક્ષા બાદ 1927માં ઇંગ્લૅન્ડની ટીમ વેસ્ટ ઇન્ડિઝના પ્રવાસે આવી ત્યારે 21 વર્ષના લેસ્લી હિલ્ટનને ફર્સ્ટ ક્લાસ મૅચમાં ચાન્સ મળ્યો. 1920ની 19મી ફેબ્રુઆરીએ કિંગસ્ટનના સબીના પાર્કમાં જમૈકાની ટીમ વતી લેસ્લીએ પદાર્પણ કર્યું. આ મૅચમાં તેણે બે ઇનિંગ્સમાં 32 અને 7 રન કર્યા, પણ એકેય વિકેટ ન મળી. મેલબૉર્ન પાર્કની બીજી ફર્સ્ટ ક્લાસ મૅચમાં તેણે ઇંગ્લૅન્ડના બેટ્સમૅનને પોતાની બૉલિંગનો પરચો બતાવ્યો. 34 રનમાં પાંચ વિકેટ બાદ બીજા દાવમાં 53 રનમાં ત્રણ વિકેટ. જમૈકાની ટીમમાં એનું સ્થાન મજબૂત બન્યું.

વિન્ડિઝના ઇંગ્લૅન્ડના પહેલા પ્રવાસ માટેની ટીમની પસંદગી માટે રમાયેલી મૅચમાં લેસ્લીનો દેખાવ સાવ સાધારણ રહ્યો. જોકે, ફાઇનલ ટીમમાં અવગણના માટે એના પર્ફોર્મન્સ કરતાં શ્યામ રંગે વધુ ભૂંડી ભૂમિકા ભજવ્યાનું પ્રેસમાં આવ્યું.

1928માં લિયોનેલ ટેનિસનની આગેવાનીમાં ઇંગ્લૅન્ડની ટીમ વેસ્ટ ઇન્ડિઝ આવી, ત્યારે હિલ્ટન ત્રણે ત્રણ ફર્સ્ટ મૅચ રમ્યો. જમૈકા બે મૅચ જીત્યું અને ત્રીજી ડ્રો નીવડેલી મૅચના બંને દાવમાં લેસ્લીએ અડધી સદી ફટકારી.

લેસ્લી હિલ્ટન ફર્સ્ટ ક્લાસ ક્રિકેટમાં સાતત્યસભર દેખાવ કરતો રહ્યો, પણ

ટેસ્ટ રમવા માટેની પ્રતીક્ષાનો અંત દેખાતો નહોતો. 1934-35માં ઇંગ્લૅન્ડની ટીમ પોતાની સૌથી મજબૂત બેટિંગ લાઇનઅપ સાથે વેસ્ટ ઇન્ડિઝ આવી. પોતાની 30મી બર્થ-ડેના આરે પહોંચેલા લેસ્લીની બાર્બાડોઝના બ્રિજટાઉન સ્થિત કેનિંગસ્ટન ઓવલ મેદાનમાં પહેલી ટેસ્ટ માટે પસંદગી થઈ. 1935ની આઠમી જાન્યુઆરીએ શરૂ થયેલી આ મૅચમાં સતત વરસાદનાં વિઘ્નો આવતાં રહ્યાં. બેટિંગ મુશ્કેલ બનતી ગઈ. એમાંય વ્યૂહાત્મક ડિકલેરેશન વચ્ચે ઇંગ્લૅન્ડ ટેસ્ટ જીતી ગયું. પણ આમાં હિલ્ટન બરાબરનો ઝળક્યો. બેટ અને બૉલ સાથે પણ. પહેલા દાવમાં આઠ રનમાં ત્રણ વિકેટ લીધી, તો બીજી ઇનિંગ્સમાં 19 રન સાથે ટીમનો ટૉપ સ્કૉરર બન્યો. આ પછીની ત્રણેય ટેસ્ટમાં લેસ્લી રમ્યો. આ સિરીઝ વેસ્ટ ઇન્ડિઝ જીત્યું. ઇંગ્લૅન્ડ સામેની આ પહેલી શ્રેણી વિજયના શિલ્પી બૉલરમાં એક હતો, લેસ્લી હિલ્ટન, કુલ તેર વિકેટ સાથે.

પરંતુ પછી ચાર વર્ષ વેસ્ટ ઇન્ડિઝ ટેસ્ટ સિરીઝ ન રમ્યું, પરંતુ એક અનોખો વિવાદ કે ડ્રામા લેસ્લીની રાહ જોતો હતો. 1939માં ઇંગ્લૅન્ડ જનારી ટીમમાં લેસ્લીની અવગણના થવાથી હોબાળો મચી ગયો. અંતે બોર્ડે ખુલાસો કર્યો કે આર્થિક કારણસર એક વધુ ખેલાડી લઈ જવાનું મુશ્કેલ હોવાથી હિલ્ટનને પડતો મુકાયો છે. આ સાથે જમૈકામાં ફાળો ઉઘરાવવાની ઝુંબેશ શરૂ થઈ. અંતે બોર્ડે નમતું જોખીને લેસ્લીનો ટીમમાં સમાવેશ કરવો પડ્યો.

આ ટૂરની શરૂઆત સારી થઈ. એકદમ રૂઢિચુસ્ત એવા ઇંગ્લિશ પ્રેસે લેસ્લીને 'અચૂકપણે સારો બૉલર' ગણાવ્યો. આ ટૂરમાં ૧૫ ફર્સ્ટ ક્લાસ મૅચમાં એનો દેખાવ સારો રહ્યો, પણ બે ટેસ્ટમાં બહુ ઉકાળી ન શક્યો અને ત્રીજી ટેસ્ટમાં ટીમમાંથી આઉટ થઈ ગયો.

સ્વદેશ પાછા ફર્યા બાદ હિલ્ટને ક્રિકેટમાંથી નિવૃત્તિ જાહેર કરી. છ ટેસ્ટમાં 70 રન કર્યા અને 16 વિકેટ ઝડપી. જ્યારે 40 ફર્સ્ટ ક્લાસ મૅચમાં 843 રન પ્લસ 120 વિકેટ. આ બધાથી સમાજમાં માનમોભો વધી ગયો. સારી નોકરી પણ મળી ગઈ.

1940માં લૌરીન રોઝ સાથે આંખ મળી અને દિલ પણ. સામાજિક અંતરને લીધે લૌરીનના પરિવારે વિરોધ કર્યો, પણ બંને 1942માં પરણી

ગયા. સુખમાં દિવસો વીતતા હતા અને 1947માં દીકરો આવ્યો.

આ સુખી દામ્પત્યજીવન વચ્ચેય લૌરીનનું ફેશન ડિઝાઇનર બનવાનું સપનું ધબકતું હતું. આને લીધે એ લાંબો સમય ઘરથી દૂર રહે. આ શાંત સુખી જીવનના જળમાં ધબાક કરતો પથરો પડ્યો 1954ના એપ્રિલમાં.

હિલ્ટનને ન્યૂ યૉર્કથી એક નામઠામ વગરનો લેટરબૉમ્બ મળ્યો: 'તારી પત્નીને રૉય ફ્રાન્સિસ નામના લેસ્લી-લફડેબાજ સાથે આડા સંબંધ છે.'

એકદમ અસ્વસ્થ થઈ ગયેલા હિલ્ટને પ્રતિભાવ આપતાં અગાઉ કુટુંબીઓ સાથે ચર્ચા કરી. પછી પત્નીને ટૂંકો તાર મોકલ્યો કે, જલદી ઘરે પાછી ફર. સામેથી જવાબ મળ્યો : 'ફિકર ન કર. બધું રૂડું થશે. પત્ની તરફથી અઢળક સ્નેહ.'

ઘરે આવીને લૌરીને આખી વાતને અફવામાં ખપાવી દીધી. આરંભિક તંગદિલી ઓગળી ગઈ. સૌને થયું કે હવે ખાધુંપીધું ને રાજ કરવા જેવો અંત આવશે આ લવ-સ્ટોરીનો.

પણ કોઈ જાણતું નહોતું કે લૌરીન ઘરે પાછી ફરી એ જ દિવસે લેસ્લીએ પોતાની રિવૉલ્વર માટે ઘણાં કારતૂસની ખરીદી કરી હતી. આસપાસ ગુનાખોરી, ખાસ તો લૂંટફાટ વધતાં સલામતી માટે આ જરૂરી હોવાનું લેસ્લીએ જાહેર કર્યું.

બંનેના સંબંધમાં સપાટી પર શાંતિ હોવા છતાં લેસ્લી અસ્વસ્થ હતો. હજી શંકાએ કેડો મૂક્યો નહોતો. એમાં પાંચમી મેએ લેસ્લીને માહિતી મળી કે લૌરીને એક ટપાલ લખીને પોસ્ટ ઑફિસ મોકલાવી છે. એ ટપાલ ઘર પહોંચી ગયો, પણ પત્ર મેળવી ન શક્યો. મોડી રાતે લેસ્લીએ લૌરીન સાથે વાદવિવાદ શરૂ કર્યો કે તેં ફ્રાન્સિસને જ પ્રેમ-પત્ર મોકલ્યો છે. બંને પક્ષે ગરમાગરમી વધવા માંડી. આવેશમાં લૌરીન બોલી ગઈ : 'મારે મમ્મી-પપ્પાની સલાહ માનવાની જરૂર હતી, કારણ કે આપણા બંનેનો ક્લાસ એકદમ અલગ છે. હવે હું પ્રેમ કરું છું એવો પુરુષ મને મળી ગયો છે અને તું અમારા માર્ગમાં વચ્ચે આવી ન શકે. હા, મેં એની સાથે સહશયન કર્યું છે. મારું શરીર હવે એનું છે...'

આ લેસ્લી હિલ્ટને કહેલું વર્ઝન છે, જે મુજબ પછી લૌરીને બેડરૂમમાંથી

રિવૉલ્વર આંચકી લીધી, એના પર ગોળી છોડી જે નિશાન ચૂકી ગઈ. પછીની ઝપાઝપીમાં શું થયું એ પોતાને ન દેખાયું, પણ અચાનક મને ચોમેર લોહી જ લોહી દેખાયું. મને ભાન થયું કે મેં લૌરીનને ગોળી મારી છે.

તાત્કાલિક મેડિકલ હેલ્પ મળવાથી જીવ બચી ગયો હોત કે નહીં એ સવાલ છે. ખુદ લેસ્લીએ પોલીસને બોલાવી અને રાતે બનેલી ઘટનાનું વર્ણન કર્યું. ક્રિકેટર તરીકે લેસ્લીનું જમૈકામાં ઘણું નામ અને માન. જબરદસ્ત હોબાળો મચવાનું સ્વાભાવિક હતું.

લેસ્લીની તરફેણમાં એક મુદ્દો હતો કે પત્નીની ઉશ્કેરણીને પગલે આવેશ, આવેગ કે ક્રોધમાં તેણે ગોળીબાર કર્યો હોઈ શકે. આયોજનબદ્ધ કાવતરું કે ખૂન ન લાગે તો સજામાં રાહત મળે. અદાલતમાં લેસ્લીએ કરેલા ઘટનાના વર્ણનને ઉપજાવી કાઢેલું ગણાવાયું. સાથોસાથ એક અબોલ પુરાવાએ લેસ્લીની બોલતી બંધ કરી દીધી.

લૌરીનના મૃતદેહમાંથી સાત ગોળી મળી. એટલે કે એક વખત છ કારતૂસવાળી રિવૉલ્વર ખાલી થઈ ગયા બાદ તેણે બુલેટ ફરીથી ભરી હતી. આ તો ઇરાદાપૂર્વકની હત્યા થઈ કહેવાય ને? લેસ્લીએ બચાવ કર્યો કે મેં તો આપઘાત કરવા માટે ફરી રિવૉલ્વર રિલોડ કરી હતી, પણ તો પછી સાતમી ગોળી પત્નીના શરીરમાં કેવી રીતે પહોંચી એ લેસ્લી ગળે ઊતરે એવી રીતે સમજાવી ન શક્યો.

1954ની 20મી ઑક્ટોબરે જ્યુરીએ લેસ્લીને દોષિત જાહેર કર્યો ને જજે ફાંસીની સજા ફરમાવી. જમૈકાની સુપ્રીમ કોર્ટે ૧૯૫૫ની જાન્યુઆરીમાં સજા સામેની અપીલ ફગાવી દીધી. લંડનની પ્રાઇવી કાઉન્સિલમાં એ જ થયું. જમૈકાના ગવર્નરે પણ માફીની અરજી નકારી કાઢી.

લેસ્લી હિલ્ટનની ફાંસીની સજાના એક દિવસ અગાઉ બાર્બાડોઝમાં વેસ્ટ ઇન્ડિઝ ટેસ્ટ મૅચ રમી રહ્યું હતું. જમૈકાનો ખેલાડી જે. કે. હોલ્ટ એક પછી કેચ છોડતો હતો. અચાનક સ્ટેડિયમમાં પ્રેક્ષકો બેનર ફરકાવવા માંડ્યા, જેના પર લખ્યું હતું : હૅંગ હોલ્ટ, સેવ હિલ્ટન. હા, હોલ્ટને ફાંસીએ લટકાવો, હિલ્ટનને બચાવી લો.

પણ એવું શક્ય નહોતું. 17 મેની સવારે સેન્ટ કેથરીન ડિસ્ટ્રિક્ટ જેલ

બહાર ભારે મેદની એકઠી થઈ હતી. જીવનનો છેલ્લો બ્રેકફાસ્ટ લેવાનો ઇનકાર કર્યા બાદ લેસ્લીને ફાંસી પર લટકાવ્યા બાદ જેલની અંદર જ દફનાવી દેવાયો.

ક્રિકેટના મેદાનમાં કોઈ વિક્રમ ન રચી શકેલા લેસ્લી જ્યૉર્જ હિલ્ટન (29 માર્ચ, 1905 - 17 મે, 1955) આજ સુધી વિશ્વનો એકમાત્ર ક્રિકેટર છે કે જેની ફાંસીની સજા થઈ હોય. વેસ્લીનો આ અણગમતો વર્લ્ડ રેકોર્ડ ક્યારેય ન તૂટે એ જ ક્રિકેટના હિતમાં છે.

●

3

જીવે છે પણ શરીરમાં હૃદય નથી!

દિલ, હૃદય, હાર્ટ. કેટલાય કવિ અને શાયર આ શબ્દ, આ અવયવ પર આફરીન પોકારતા રહ્યા. નામ-દામ કમાતા રહ્યા. અબજો માનવી અને પ્રાણી એને સહારે જીવી ગયાં, જીવી રહ્યાં છે, પણ દિલ વગર જીવી શકાય? આવો સવાલ કરનારના મગજની સ્થિરતા પર શંકા જાય.

શરીરમાં હૃદય વગર જીવવાનું અશક્ય છે, પરંતુ આ અશક્યને શક્યમાં ફેરવતું જીવતુંજાગતું ઉદાહરણ બ્રિટનમાં છે. શરીરની અંદર હૃદય નથી, પણ 2017થી જીવતી વ્યક્તિનું નામ છે સેલ્વા હુસૈન.

પૂર્વ લંડનના એલફૉર્ડમાં રહેતી સેલ્વા પતિ અને બંને નાના સંતાન દીકરો-દીકરીની સાથે સામાન્ય જીવન વ્યતીત કરતી હતી. એ ૩૯ વર્ષની થઈ ત્યારે અચાનક આફત ત્રાટકી અને બધું છિન્નભિન્ન કરી નાખ્યું.

સેલ્વાના જીવનના આ આશ્ચર્યજનક તબક્કાની શરૂઆત થઈ 2017માં. એક દિવસ તેને શ્વાસ લેવામાં ભયંકર તકલીફ પડવા માંડી. એ સમજી જ ન શકી કે થઈ શું રહ્યું છે. આમ છતાં તે કાર ચલાવીને 200 વાર દૂર આવેલા ફેમિલી ડૉક્ટરના દવાખાના સુધી પહોંચી ગઈ. એસેક્સના ક્લેહોલમાં આવેલા દવાખાનાથી એને સ્થાનિક હૉસ્પિટલમાં મોકલાઈ. અહીં એને આંચકાદાયક માહિતી મળી કે એનું હૃદય પોતાની કામગીરી બજાવવામાં ભયંકર રીતે નિષ્ફળ જઈ રહ્યું છે.

હવે શું? ડૉક્ટરોએ બનતા પ્રયાસ કર્યા, પણ દિલ હૈ કિ માનતા નહીં. છેવટે ચાર દિવસ બાદ સેલ્વાને મારતી ઍમ્બ્યુલન્સે વિશ્વવિખ્યાત હેરફિલ્ડ

હૉસ્પિટલમાં ખસેડાઈ. અહીં સૌપ્રથમ તો કાર્ડિયોલૉજિસ્ટ એને જીવતી રાખવાની કવાયતમાં જોતરાઈ ગયા. હૃદયની હાલત એટલી ખરાબ હતી કે ટ્રાન્સપ્લાન્ટ પણ શક્ય નહોતું. આથી સપોર્ટ પમ્પની મદદથી જીવન ટકાવી રાખવાની મથામણ શરૂ થઈ ગઈ.

પરંતુ કોઈ ઇલાજ કામ કરતો નહોતો. એક-એક પળ અમૂલ્ય હતી. સેલ્વા હુસૈનનું જીવન બચાવવા માટે જરાય કામ ન આપતું હૃદય શરીરમાંથી કાઢી નાખવા સિવાય છૂટકો ન રહ્યો.

જો આ હાર્ટ-પેશન્ટ બોલીવૂડનાં ફિલ્મી ગીતોની દીવાની હોત તો કદાચ તેણે ફિલ્મ 'ખિલૌના'નું આ ગીત વેદના સાથે ગણગણ્યું હોત : 'ખિલૌના જાન કર તુમ તો મેરા દિલ તોડ જાતે હો, મુઝે ઇસ હાલ મેં કિસ કે સહારે છોડ જાતે હો?'

હવે સહારો હતો એકમાત્ર કૃત્રિમ હૃદયનો. પત્નીને જીવતી રાખવા માટે પતિ અલ પાસે આ વિકલ્પ સ્વીકારવા સિવાય છૂટકો જ નહોતો. છ કલાકનું જોખમી ઑપરેશન કરીને સેલ્વાના શરીરના બીમાર અને નકામા થઈ ગયેલા અસલી હૃદયને કાઢી નખાયું. એના સ્થાને એ સમયના ૮૬ હજાર ડૉલર (લગભગ 44 લાખ રૂપિયા)ની કિંમતનું અમેરિકી બનાવટનું કૃત્રિમ હૃદય ફિટ કરાયું, પણ એને શરીરની બહાર રાખવાનું હતું.

આ આર્ટિફિશિયલ હાર્ટને બેકપેકમાં રાખવાનું હતું. એમાં બેટરી, ઇલેક્ટ્રિક મોટર અને પમ્પ હતા, જે છાતીમાં ફિટ કરાયેલી પ્લાસ્ટિકની પાઇપમાં હવાને ધક્કા મારે અને લોહી શરીરમાં ફરતું રહે. આ એ વ્યવસ્થા કે કૃત્રિમ હૃદયની સાદી ભાષામાં સમજણ છે. સંપૂર્ણપણે આર્ટિફિશિયલ હાર્ટ સાથે હૉસ્પિટલમાંથી બહાર આવનારી પહેલી બ્રિટિશ વ્યક્તિ બની સેલ્વા હુસૈન.

લગભગ છ કિલો 400 ગ્રામના આ મશીન સાથે જોડાયેલી પાઇપ સેલ્વાના પેટમાં થઈને છાતી સુધી પહોંચે છે. એક બેકપેકમાં આ કૃત્રિમ હૃદય રખાય છે, પણ અચાનક એ ખોટકાઈ જાય કે કોઈ ત્રુટિ ઊભી થાય તો? એના માટે બીજા બેકપેકમાં સ્ટેન્ડ બાય તરીકે બીજું યુનિટ પણ રખાય છે, પરંતુ એની સાથે સતત એના પતિ કે કોઈ એક વ્યક્તિએ

રહેવું જ પડે. જો પહેલું યુનિટ બગડ્યું, તો બીજા યુનિટને સક્રિય કરવા માટે માત્ર 90 સેકન્ડ મળે. જો એ સમય ચૂકી જવાય તો સેલ્વા હુસૈન જિંદગીનો ખેલ હારી જાય, કારણ કે અત્યારે દર મિનિટે 138 બીપની રિધમથી લોહીને ફરતું રાખનારી સિસ્ટમ સાવ જ અટકી જાય.

અત્યારે પીઠ પાછળની મોટર અને પમ્પ ચાલવાથી સતત અવાજ આવે છે, પણ એની સામે સેલ્વાને વાંધો નથી. એ એના જીવનના ગીતનો રણકાર બની ગયો છે. અને સેલ્વા હુસૈનને થયેલી બીમારીનું મેડિકલ નામ છે કાર્ડિયોમાયોપથી. આ તકલીફ સુવાવડની ગૂંચવણને લીધે થાય છે, પણ આ તકલીફ આઠ વર્ષના દીકરા કે સાડા ચાર વર્ષની દીકરીના જન્મ વખતે થઈ એ 41 વર્ષની સેલ્વા હુસૈનને ખબર નથી. પહેલીવાર એને શ્વાસની થોડી તકલીફ થઈ, ત્યારે જનરલ પ્રેક્ટિશનરે અભિપ્રાય આપ્યો હતો કે પાચન કે ગૅસની સમસ્યાથી આવું થઈ શકે.

અત્યારે તો એકદમ હિંમતપૂર્વક જીવતી સેલ્વા હુસૈન અનેક લોકો માટે પ્રેરણા સમાન છે. નાની-મોટી આર્થિક, સામાજિક કે તબીબી તકલીફથી ડરીને આપઘાતનું વિચારનારાઓએ સેલ્વા હુસૈન અને કૃત્રિમ હૃદયને યાદ કરવા જોઈએ.

●

4

ટીનએજ કન્યાનો મા-બાપ સામે કોર્ટમાં કેસ

રાજા દશરથ અને રામ, યશોદા-દેવકી અને કૃષ્ણ, રાજા યયાતિ અને પુરુ, જમદગ્નિ અને પરશુરામ, શાંતવન-જ્ઞાનવતી અને શ્રવણકુમાર... આવા મહાન, વંદનીય અને ઉદાહરણીય માતાપિતા અને પુત્રોની વાર્તાઓ સાંભળી-વાંચીને આપણા સૌનો ઉછેર થયો છે. આ આપણી સંસ્કૃતિ છે (કે હતી?). આ બધું આપણી ગળથૂથીમાં છે. જોકે માતાપિતા માટે જાન ન્યોચ્છાવર કરી દેવાની આપણી સંસ્કૃતિને એટલી હદે લૂણો લાગી ગયો છે કે હવે તો વૃદ્ધાવસ્થામાં માતાપિતાની જાળવણી, ભરણપોષણનો કાયદો બનાવવો પડ્યો છે. છતાં ભારતમાં હજી મા-બાપ માટે લાગણી સાવ ખતમ થઈ નથી એટલાં આપણા અહોભાગ્ય.

પશ્ચિમની આંધળી નકલ કરવા માટે આપણે નામચીન છીએ. આથી અમેરિકાની એક ચોંકાવનારી ઘટના ખૂબ જ ડરાવી દે છે. અમેરિકા સહિત વિશ્વભરનાં પ્રસાર માધ્યમોમાં ચમકેલા-ગાજેલા અલ્પકાલીન ખટલા કેનિંગ વર્સિસ કેનિંગની વાત જાણવા-સમજવા અને ખાસ તો વિચારવા જેવી છે.

રાચેલ સીન (ટોડ) કેનિંગ. 18 વર્ષની ન્યૂજર્સીની ટીનએજર. પપ્પા ટોડ કેનિંગ ન્યૂજર્સીના ભૂતપૂર્વ પોલીસ વડા હતા અને પછી માઉન્ટ ટાઉનશિપના બિઝનેસ એડમિનિસ્ટ્રેટર તરીકે કાર્યરત. મમ્મી એલિઝાબેથ કેનિંગ મેનહટનની જાણીતી કાનૂની પેઢીમાં સેક્રેટરીની નોકરી કરે.

આ રાચેલ કેનિંગનું નામ ખૂબ ગાજ્યું. બહુ છાપે ચડ્યું અને ટીવી પર ખાસ્સું ચર્ચાયું. રાચેલ કેનિંગનું બહુ નામ થયું કારણ કે તે પોતાના સગાં

મા-બાપને અદાલતમાં ઢસડી ગઈ. પોતાના ભરણપોષણ અને શિક્ષણનો ખર્ચ ઉપાડવાની મમ્મી-પપ્પાને ફરજ પાડવા માટે રાચેલ કોર્ટમાં ગઈ હતી. ઘરના એટલે કે મમ્મી-પપ્પાના નિયમ મુજબ જીવવાને બદલે રાચેલ ગૃહત્યાગ કરીને જતી રહી. પુત્રી તરીકેની ફરજ કેટલી નિભાવી એ સવાલ તો ન જ પુછાય, પણ આ દીકરી જાણે મા-બાપને પાઠ ભણાવવા અદાલતને દરવાજે પહોંચી ગઈ. કોઈકે સાચું જ કહ્યું છે, પેરેન્ટિંગ ઇઝ થૅન્ક્સલેસ જૉબ.

રાચેલ ઉપરાંત બે પુત્રી ધરાવતા કેનિંગ કુટુંબને માથે વીજળી પડી ગઈ. રાચેલે 18 વર્ષ પૂરાં કર્યાના થોડા દિવસની અંદર જ પોતાના ઘર, મમ્મી-પપ્પા અને બહેનોને રામરામ કરી દીધા. હકીકતમાં ઘરમાં રહેવા માટે મમ્મી-પપ્પાએ લાગુ કરેલા નિયમો રાચેલને સ્વીકાર્ય નહોતા. વધુ એક વાંધો પણ હતો કે મમ્મી-પપ્પા બોયફ્રેન્ડ સાથે સંબંધ તોડી નાખવા કહેતા એ એને જરાય મંજૂર નહોતું. આથી પોતાનું ઘર છોડીને જાણીતા અને ધનવાન વકીલ જોન ઇંગલેસીનોને ત્યાં રહેવા જતી રહી.

આ વકીલ મહાશય રાચેલની ખાસ સખીના પપ્પા ઉપરાંત તેના કેસ માટે ભંડોળ ફાળવવા ઉપરાંત કેસ લડનારા ધારાશાસ્ત્રી પણ ખરા. અદાલત સમક્ષ સીન કેનિંગે સ્પષ્ટ શબ્દોમાં રજૂઆત કરી કે 'ઇંગલેસીનો કુટુંબ અમારા પરિવાર કરતાં વધુ ઉદાર છે. રાચેલ કાયમ દાવો કરતી કે ઇંગલેસીનો પરિવાર તો ઘરમાં આલ્કોહૉલ પાર્ટી યોજવાની રજા આપે છે અને અમે આવી દારૂની મહેફિલ યોજવા દેતા ન હોવાથી રાચેલ ખૂબ ગુસ્સામાં રહેતી હતી. 2011ના માર્ચમાં રાચેલે આ ઇંગલેસીનો કુટુંબમાં પહેલી વાર દારૂ ચાખ્યો હતો. બીજી વખત રાચેલે દારૂ ઇંગલેસીનોની પુત્રી 15 વર્ષની થયાની પાર્ટીમાં પીધો હતો.'

સીન કેનિંગે એક અખબાર સમક્ષ હૈયું ઠાલવ્યું કે અમે રાચેલને પ્રેમ કરીએ છીએ અને એની ખોટ અનુભવીએ છીએ. અમે જક્કી કે જડ નથી, પણ અમારા નિયમો મુજબ એ ઘરમાં રહેવા જ માગતી નથી.

આ ખટલો જાણે જનમત બની ગયો હતો. રાચેલ વંઠેલ ટીનએજર છે કે પછી ઘરમાં હડધૂત થયેલી પુત્રી? એમાંય પશ્ચિમી દેશોમાં ઉગ્ર

સ્વભાવવાળા ટીનએજર અને વાતવાતમાં કેસ કરી નાખવાના કલ્ચરવાળા દેશમાં રાચેલ કેનિંગની તરફેણમાં અને વિરુદ્ધમાં બે વર્ગ ઊભા થઈ ગયા. એક વર્ગ માને છે કે અમુક આધુનિક લાલચી માતાપિતા સગીર વયના સંતાનોના શિક્ષણ પાછળ ખર્ચ કરવાને બદલે ફેન્ટેસી વર્લ્ડમાં પોતાની નિવૃત્તિના દિવસો માટે બચાવી રાખે છે.

આ ચર્ચાસ્પદ ખટલામાં લોકોની અને ખાસ તો જજની સહાનુભૂતિ મેળવવા માટે રાચેલ કોર્ટમાં સ્કૂલ યુનિફૉર્મમાં હાજર થઈ. જોકે ફૅમિલી કોર્ટના અનુભવી જજ પીટર બોગાર્ડે તો રાચેલને રીતસર ખખડાવી નાખી કે તેં કરેલું માતાપિતાનું અપમાન અગાઉ ક્યારેય જોયું છે ખરું?

જજ પીટર બોગાર્ડે ચિંતા સુધ્ધાં વ્યક્ત કરી કે શું કોઈ 12 વર્ષનો બાળક આઇપોડ માટે કે 13 વર્ષની બાળકી આઇફોન માટે માતાપિતા પર ખટલો ચલાવે એવો જમાનો ઇચ્છીએ છીએ? અને 15 વર્ષનો બાળક 60 ઇંચનું ટીવી માગે તો?

અદાલતમાં કેસની વિગતો વાંચી સંભળાવાઈ ત્યારે એલિઝાબેથ અને સીન રડી પડ્યા. આ સમયે કોઈ જાતના પસ્તાવાના ભાવ વગર રાચેલ ચૂપચાપ બેસી રહી. જજે તો રાચેલની માગણી ફગાવી દીધી કે માતાપિતાએ રાચેલને 5300 ડૉલરની ફી ચૂકવવાની જરૂર છે.

આ ઉપરાંત 300 ડૉલરનું સાપ્તાહિક ભથ્થું અને વકીલના ફીના 13 હજાર ડૉલર ચૂકવવાની રાચેલની વિનંતી પણ અદાલતે નકારી કાઢી.

કૉલેજના શિક્ષણ માટે સીન-એલિઝાબેથે બચાવી રાખેલા ભંડોળમાંથી રાચેલની ફી આપવી કે નહીં એના પરનો ચુકાદો અનામત રાખતાં જજે ફરિયાદીના વકીલને પૂછ્યું કે, 'માતાપિતા પોતાના સંતાનો માટે પોતાના ઘરમાં નિયમો ઘડતા ફફડાટ અનુભવે એવી પરંપરા તમે શરૂ કરવા માગો છો?'

ભણવામાં તેજસ્વી રાચેલનું સપનું ક્યારેક બાયો-મેડિકલ એન્જિનિયર બનવાનું હતું. આવી ટીનએજરે અદાલતને ફરિયાદ કરી કે મમ્મી મને 'જાડીપાડી' કહે છે એ મને ગમતું નથી. મમ્મી-પપ્પા મને જરાય મદદ કરતા નથી. જોકે મમ્મી-પપ્પા તદ્દન વિરોધાભાસી દાવો કરે છે, 'રાચેલને

ઘરના નિયમો મંજૂર નથી. કોઈને માન આપવું નથી. ઘરે આવવાની સમયમર્યાદા પાળવી નથી. બે બહેનોની ઉછીની લીધેલી ચીજો પાછી આપવી નથી. સમખાવા પૂરતા કામ કરવાં નથી અને એના પર ખરાબ પ્રતિભાવ પાડતા બોયફ્રેન્ડ સાથેના સંબંધ પૂરા કરવા નથી.'

માતાપિતા બંને ખૂબ વ્યથિત, ખિન્ન અને દુઃખી થઈ ગયાં, 'અમારું હૃદય ભારે થઈ ગયું છે, પણ સંતાનને નિયમ પાળ્યા વગર જ બધું જોઈતું હોય તો કરવું શું?'

સોશિયલ મીડિયામાં પણ આ કેસને લીધે રાચેલની ખૂબ ચર્ચા થઈ. કોઈકે એને 'સ્ટુપિડ ઇડિયટ' કહી તો કોઈકે 'ટીનએજરને બદનામ કરનારી કહી.'

ઘીના ઠામમાં ઘી પડી રહ્યું એમ તો ન કહેવાય, પણ રાચેલે અંતે કેસ પાછો ખેંચી લીધો, પરંતુ રાચેલે કરેલા ગંદા આક્ષેપોની ચર્ચા બંધ ન થઈ. દા.ત. 'પપ્પા રાતે બે વાગ્યે મારા રૂમમાં આવતા હતા અને મને જગાડીને બીઅર પોંગ રમવા કે એમની સાથે ડ્રીંક લેવા કહેતા હતા.' પપ્પાએ આ આક્ષેપ તરત જ નકારી કાઢ્યો હતો. રાચેલે તો ત્યાં સુધી કહ્યું કે, 'હું તને દીકરી તરીકે જોતો નથી. એનાથી વધુ માનું છું...' એવું પપ્પાએ કહેલું. આ ગંદવાડ અને સ્વાર્થભર્યો અમેરિકન કાનૂની ડ્રામા પૂરો કરતા પહેલાં આવેલી લેટેસ્ટ વાત – રાચેલ કેનિંગને માંચેસ્ટરના સ્પ્રિંગ ફિલ્ડ સ્થિત વેસ્ટર્ન ન્યૂ ઇંગ્લૅન્ડ યુનિવર્સિટીમાં ભણવા માટે 56 હજાર ડૉલરની સ્કોલરશિપ મળી છે.

●

5

સુનામી બીઅરની

થોડા સમય પહેલાં વૉટ્સએપ પર એક મૅસેજ મળ્યો હતો : 'પેટ્રોલ અને ડીઝલના ભાવ છેલ્લા આઠ મહિનામાં તેર રૂપિયા ઘટાડ્યા... મોદીભાઈ હવે બીઅર સામે જુઓ... 120થી ઘટાડીને 80 સુધી લાવી આપો, પ્લીઝ.'

આવા સંજોગોમાં અમર્યાદિત પ્રમાણમાં, સાવ મફત બીઅર મળે એ કલ્પના માત્રથી ઘણાને નશો ચડી જાય છે. 'ચિયર્સ ચિયર્સ'ની બૂમાબૂમ શરૂ થાય એ પહેલાં જાણી લો કે બીઅર બે-પાંચ-પચાસ કે સો બૉટલમાં નહીં, 15 ફૂટ ઊંચા મોજામાં વહેતું હતું. હા, અહીં વાત કરવી છે સુનામીની, બીઅરની સુનામીની.

1814ની 17મી ઑક્ટોબર. લંડનના પરગણા સેંટ ગાઇલ્સમાં એ સોમવારના ભાથામાં કંઈક ભળતું જ હતું. એકદમ ખખડધજ ન્યૂ સ્ટ્રીટ ટેનામેન્ટમાં બપોરના સમયે એની સેવિલેનાં આંસુ રોકાવાનું નામ લેતાં નહોતાં. 53 વર્ષની માતા એના આગલા દિવસે સ્વર્ગવાસી થયેલા બે વર્ષના દીકરા જોનને ભૂલી શકતી નહોતી. પડોશમાં રહેતી આઇરિશ મહિલાઓ પોતાનાં નાનાં ભૂલકાંઓને ચા-દૂધ-નાસ્તા માટે જગાડવા સાથે જ દિવસભર મજૂરી કરવા ગયેલા પતિની પ્રતીક્ષા કરતાં કરતાં એનીને સાંત્વન આપવાના પ્રયાસ કરી રહી હતી. ઉપરના માળે મેરી બાનફિલ્ડ પોતાની ચાર વર્ષની દીકરી હાન્ના સાથે ચાની ચૂસકી લેતી હતી. નજીકની ગ્રેટ રસેલ સ્ટ્રીટ સ્થિત ટેવિસ્ટાંક આર્મ્સ પબ્લિક હાઉસમાં 14 વર્ષનો નોકર ઇલિયાનોર કૂપર 25 ફૂટ ઊંચી ઈંટની દીવાલના પાછળના ભાગમાં પડેલાં

ફૂલઝાડનાં કૂંડાને પાણી પાતો હતો.

આ વિસ્તારને જાણે અલગ પાડતી બીજી બાજુ બ્રેઅન બ્રિજ સ્ટ્રીટમાં મેસર્સ હેનરી મ્યુક્સ ઍન્ડ કંપનીની બ્રુઅરી ધમધમતી હતી. કિંગ જ્યોર્જ બીજાના સમયમાં બનેલી આ દારૂ ગાળવાની ભઠ્ઠી 'પોર્ટર' નામના પોતાના ડાર્ક કલરના બીઅર માટે ખૂબ જાણીતી હતી. દર વર્ષે એક લાખ ગેલનથી વધુ ઘેરા રંગના પીણાનું ઉત્પાદન કરતી હતી. આ ક્ષેત્રમાં તેનું સ્થાન શહેરની પાંચ ટોચની કંપનીમાં હતું.

સાંજે 4.30 કલાકની આસપાસ સ્ટોર હાઉસના કારકુન જ્યોર્જ ક્રિકે ત્રણ માળ જેટલા ઊંચા લાકડાના મોટા પીપનું નિરીક્ષણ કર્યું. આ તોતિંગ પીપડાને ધાતુની પટ્ટીથી બાંધી રખાયું હતું અને તેમાં જવાથી કાળો બીઅર બનાવવાની ફર્મેન્ટેશનની પ્રક્રિયા ચાલતી હતી. અચાનક જ્યોર્જનું ધ્યાન ગયું કે લાકડાના તોતિંગ પીપની આસપાસ બંધાયેલી ધાતુની પટ્ટી સરકી ગઈ છે. આ પીપમાં 'પોર્ટર'ના 10 મહિના જૂની બેચનો બીઅર હતો.

છેલ્લાં 17 વર્ષથી કંપનીમાં કામ કરતો ક્રિક જાણતો હતો કે વરસમાં બે-ત્રણ વખત આવું બનતું હતું. એટલે તેણે ઝાઝું મહત્ત્વ આપ્યું નહીં. 22 ફૂટનું પીપ લગભગ ભરાઈ ગયું હતું, પરંતુ છેલ્લે ચાર ઇંચ માટે ફર્મેન્ટેશનની પ્રક્રિયા ચાલી રહી હતી. બૉસે ક્રિકને ખાતરી આપી કે આ સરકી પડેલી કે તૂટી ગયેલી લોખંડની પટ્ટીથી કંઈ નુકસાન થવાનું નથી. છતાં તું આ જવાબદારી સંભાળતા અન્ય કર્મચારીને લેખિત આપીને થોડા દિવસોમાં સમારકામ કરાવી લેજે.

લગભગ 5.30 કલાકે ક્રિકે આ સમારકામ માટેની નોંધ લખી ત્યાં જ સ્ટોરરૂમમાંથી ભયંકર ધડાકો સંભળાયો. આ વિસ્ફોટનો અવાજ દૂર દૂર પાંચ માઈલ સુધી સંભળાયો. સરકી પડેલી લોખંડની પટ્ટી સાથે બંધાયેલું તોતિંગ પીપડું ભયંકર મોટા અવાજ સાથે રીતસર બે ભાગમાં તૂટી પડ્યું. ત્યારે એમાં 10 લાખ પાઇન્ટ જેટલો બીઅર હતો. આ ધડાકાના જોરે બાજુના પીપડા સાથે બાંધી રાખેલી લોખંડની પટ્ટીને પણ હચમચાવી મૂકી અને વાલ્વ તૂટી પડતાં હજારો બેરલ બીઅર ધરાવતો બીઅર પણ વહેવા માંડ્યો. આની અસર ત્રીજા પીપડાને થઈ અને એનું પુનરાવર્તન થતું ગયું અને 570

ટન વજનના પ્રવાહીએ એક મજૂરના માથાનો કચ્ચરઘાણ વાળી નાખ્યો.

બ્રુઅરી નજીકનાં જર્જરિત ઝૂંપડાં તો તણાવા જ માંડ્યા. ધડાકાના પ્રચંડ અવાજથી લાગેલા આંચકાને લોકો સમજે કે પચાવે એ પહેલાં તો બીઅરના ઘોડાપૂરને લીધે દીવાલની ઈંટો હવામાં ઊડી. ગ્રેટ રસેલ સ્ટ્રીટ પર ઈંટોના મિસાઇલ્સ ત્રાટકવા માંડ્યા અને ઇલેનોર કૂપર પર ઝળૂંબાતી દીવાલ કડડભૂસ થઈ થઈ ગઈ. આ સાથે જાણે બીઅરના પૂર સાથે સ્પર્ધામાં ઊતર્યા હોય એમ મજૂરોનાં ધાડાં આસપાસની શેરીઓમાં ધસમસતાં દોડવા માંડ્યાં. રસ્તામાં જે કંઈ આવ્યું એ બધાને અડફેટે લઈને સૌ જીવ બચાવવા ઝનૂનપૂર્વક દોડી રહ્યા હતા.

કમનસીબે એ સમયે લંડનમાં આવી કટોકટીરૂપ સમસ્યામાં કામ લાગે એવી ગટરવ્યવસ્થા નહોતી. આથી કાળા કાળા બીઅર માટે રસ્તા પર ધસમસતા જવા સિવાયનો વિકલ્પ નહોતો. આથી જ્યાં રસ્તો મળે ત્યાં બીઅરનો પ્રવાહ ફંટાઈ જતો હતો. ઘરમાં, ભોંયતળિયામાં, મકાનમાં, દુકાનમાં. આ અણધાર્યા નશીલા પૂરથી બચવા માટે લોકો જે મળ્યું એના પર ચડી ગયા. કોઈ ફર્નિચર પર તો કોઈ ટેબલ પર, ને કોઈક પલંગ પર ઊભા રહી ગયા.

આ અકલ્પ્ય ઘટનાની અફડાતફડી શાંત પડ્યા બાદ બીઅરના પૂરથી સૌથી વધુ જાનહાનિ અને નુકસાન ન્યૂ સ્ટ્રીટમાં થયાનું બહાર આવ્યું હતું. બીઅરનો જળધોધ ચાની ચૂસકી માણતી મા-દીકરી હાન્ના અને મેરી બેનફિલ્ડને તાણી ગયો. નાનકડી બાળકીએ તો બીઅરમાં ડૂબી જઈને જીવ ગુમાવ્યો.

આ ધસમસતા પૂરના જોરને લીધે એક મકાન તૂટી પડતાં અંદરના કોઈકના મરણનો શોક મનાવનારાઓ પર આફત ત્રાટકી અને એમાં એની સેવિલ ઉપરાંત ચાર જણનાં જીવ ગયાં. સેંટ ગાઇલ્સની આસપાસના ગરીબ પૂરગ્રસ્તોની કલ્પના કરી જુઓ. રસ્તા પર કમર કમર જેટલો બીઅરનો ધસમસતો પ્રવાહ, લોકો ગરમાગરમ અને ઊકળતા બીઅરથી ભીનાં થયેલાં કપડાં પહેરીને દોડાદોડ કરતા હતા. કોઈક વળી પ્રવાહ નીચે ઈંટ અને લાકડામાં સપડાયેલા માણસોને બહાર કાઢવા હાથ ફંફોસતા હતા. આ લોકો ફસાયેલાઓના અવાજ અને વેદનાના અવાજ સંભળાય

એ માટે લોકોને બૂમાબૂમ અને ચીસાચીસ બંધ કરીને શાંતિ જાળવવા માટે વિનવણી કરતા હતા.

લંડનના 'મોર્નિંગ પાસ્ટ'માં આ બીઅરના પૂરની ભયાનક આગ કે વિનાશક ધરતીકંપ સાથે સરખામણી થઈ હતી.

અનેકને ઝુમાવનારા બીઅરના પૂરમાં નવ માર્યા ગયા. જેમાંથી કેટલાક નામ આ પ્રમાણે છે : એની સેવિલ (ઉં. વ. 53), ઇલેનોર કૂપર (ઉં. વ. 15), હાન્ના બામફિલ્ડ (ઉં. વ. 4), મેરી બામફિલ્ડ, કેથેરીન બુટલર (ઉં. વ. 63), એલિઝાબેથ સ્મિથ (ઉં. વ. 27), મેરી મૂલવે (ઉં. વ. 30), થોમસ મૂલવે (ઉં. વ. 3), સીન ડગિન્સ (ઉં. વ. 29) ઉપરાંત અસંખ્ય ઘાયલ.

આ ઘટના બદલ બ્રુઅરીને કોર્ટમાં ઘસડી જવાઈ અને વળતરની માગણી થઈ, પરંતુ અદાલતે આ ઘટનાને કુદરતી આપદા (ઍક્ટ ઑફ ગૉડ – બોલીવુડની ફિલ્મ 'ઓહ માય ગૉડ' યાદ આવીને?) ગણાવી. કંપની માટે તો ધંધો બંધ કરવાની નોબત આવી ગઈ, કારણ કે બીઅરના વેડફાઈ ગયેલા મોટા જથ્થા પર આગોતરો વેરો ચૂકવી દીધો હતો. આ વેરો પાછો મેળવવા સંસદને ખાસ અપીલ કરાઈ, જેનો સ્વીકાર સુધ્ધાં થયો અને વેરાની રકમ પાછી અપાઈ.

બીઅર પૂર બાદ ઘણી અફવાબાજી ચગી હતી. અમુક લોકો વાસણ ભરીભરીને બીઅર ઘરભેગો કરતા હતા. ઘણા પૂરમાંથી ગ્લાસ ભરીભરીને બીઅર ઢીંચતા હતા, ક્યાંક બીઅર ઝૂંટવી લેવા રમખાણ જેવો માહોલ સર્જાયો હતો, બીઅરના પૂરનું નિમિત્ત બનેલી બ્રુઅરી જોવા આવનારાઓ ધાડાના ધાડા પાસેથી વૉચમૅન ફી વસૂલતા હતા. આ બધી માત્ર અફવા હતી. અંતે 1922માં બ્રુઅરી તોડી પડાઈ અને આજે એ સ્થળે ડોમિનિયન થિયેટર ઊભું છે.

હવે તો આ ઘટનાની સ્મૃતિમાં 'હોલબૉર્ન વ્હીપર્સ' નામનું દારૂનું પીઠું મોટા પ્રમાણમાં બીઅર બનાવડાવીને સ્વિમિંગ પુલ જેવી જગ્યામાં કુત્રિમ પૂર ઊભું કરીને લોકોને આમંત્રે છે. અકલ્પ્ય બીઅર પૂરને વિશ્વના સૌથી વિચિત્ર માની ન શકાય એવા અકસ્માતમાં સ્થાન મળવા વિશે કોઈ શક ખરો?

●

6

હાં, યહી પ્યાર હૈ

તુમ સે બિછડકર રાત કા
એક-એક લમ્હા સદિયોં મેં કટતા હૈ
દિન કે હોતે હોતે અબ તો
એક જમાના હો જાતા હૈ.

અઝહર નક્વીની આ પંક્તિમાં રહેલી પ્રેમ, વિરહ અને એકમેકને પામવા-ઝંખવાની લાગણીમાં પૂરેપૂરા ગળાડૂબ થઈએ, ત્યાં જ ટીવી ચીસાચીસ કરી મૂકે છે : બળાત્કાર કે જુર્મ મેં બાબા રામરહીમ કસૂરવાર. પછી હાથમાં અખબાર લઈએ તો આવા સમાચાર દેખાય! દહેજ માટે પત્ની પર અત્યાચાર, પત્નીએ પ્રેમી સાથે મળીને પતિનું કાસળ કાઢી નાખ્યું, એકતરફી પ્રેમમાં યુવતી પર તેજાબ ફેંક્યો, વધતા છૂટાછેડા, લીવ ઇન રિલેશનશિપની બોલબાલા વગેરે. આવા ક્ષુબ્ધ કરી નાખતા આઘાત વચ્ચે મન-મગજને શાતા ઊપજે એવી બે ઘટના ધ્યાનમાં આવી. સાચો પ્રેમ, પરસ્પર આદર અને સમભાવ હજી ક્યાંક અખંડ, અણનમ હોવાનો વિશ્વાસ આપતી બે જીવતીજાગતી સાચુકલી સ્નેહકથામાં તરબોળ થઈ જઈએ.

પુરુષ 90 વર્ષનો. સ્ત્રી 89 વર્ષની. લગ્નને થયાં 67 વર્ષ. ફટાફટ ધારણા બંધાઈ જાય કે મામલો અપણા હિન્દુસ્તાનનો જ હોય. ના, આપણે જેની પાછળ સૌથી વધુ દોટ મૂકીએ છીએ અને જેને સૌથી વધુ ભૌતિકવાદી કહીએ છીએ એ દેશ અમેરિકાનાં આ બંને પાત્ર છે. ફ્લોઇડ હાર્ટવીગ અને વાયલેટ હાર્ટવીગ.

બોલીવુડ-હોલીવુડની બેસ્ટ લવસ્ટોરીના પેંગડામાં પગ ઘાલી શકે એવી

આ પ્રેમકથામાં બંને પ્રાથમિક સ્કૂલમાં પહેલીવહેલી વાર મળ્યાં. એક નેવી ઑફિસર બનીને ફ્લોઇડ રજા પર આવ્યો ત્યારે બંને ક્લબમાં મળ્યાં ઔર પ્યાર હો ગયા.

પ્રેમપંથ સરળ નહોતો. એક મોટું વિઘ્ન આવ્યું. બીજા વિશ્વયુદ્ધમાં 1 સપ્ટેમ્બર, 1939થી 2 સપ્ટેમ્બર, 1945થી ફ્લોઇડને અમેરિકન નૌકાદળમાં ફરજ બજાવવા દોડી જવું પડ્યું. બેઉ શરીર અલગ અલગ સ્થળે. જુદા જુદા માહોલમાં હતાં, પણ મન-હૃદય સાથે અને એકમેકમાં તલ્લીન. એમાં ઊપજતા વિચારો, સ્પંદનો અને લાગણીને ઝીલતાં સેંકડો પ્રેમપત્રનું બંને વચ્ચે આદાનપ્રદાન થયું. યુદ્ધની વિભીષિકા અને પ્રેમના છપ્પનિયા દુકાળથી ત્રાહિમામ્ પોકારી ગયેલા ફ્લોઇડે એક વાર તો પત્રમાં હૃદય નિચોવી નાખ્યું.

'હની, આમાંથી બહાર નીકળવામાં મને અનહદ આનંદ થશે. ખરેખર યુદ્ધ મારું કામ નથી. જોકે એક સમયે હું નૌકાદળને સર્વોચ્ચ માનતો હતો, પણ એ તો વિશ્વની સૌથી મીઠડી યુવતીના પ્રેમમાં પડ્યા પહેલાંની વાત છે.'

બીજું વિશ્વયુદ્ધ પૂરું થયા બાદ ૧૯૪૭ની ૧૬મી ઑગસ્ટે (એટલે આપણા ભારતના સ્વાતંત્ર્ય દિન પછીના દિવસે) બંને પરણી ગયાં. હવે ફ્લોઇડ અને વાયોલેટ કેલિફોર્નિયામાં એક નાનકડા ફાર્મમાં રહેવા માંડ્યાં. બંને કપાસ ઉગાડવામાં અને વિલાયતી મરઘાંનાં ઉછેરમાં લાગી પડ્યાં. વાયોલેટ સવારના વહેલા ઊઠીને પતિ માટે બ્રેકફાસ્ટ બનાવે. પશુઉછેરમાં મદદ કરે. ક્યારેક બજારમાં જઈને ઈંડાં વેચી આવે. આ બધાં સાથે એ વધુ મહત્ત્વનું કે બંને પ્રેમમાં એટલા બધા ગળાડૂબ કે જાણે કાલે જ ન પરણ્યાં હોય.

બંનેને ત્રણ બાળકો થયાં. આ ત્રણને ચાર સંતાન થયાં અને ચાર બન્યાં 10 સંતાનોનાં માતાપિતા. આમ, પુત્ર, પૌત્ર અને પ્રપૌત્રના હર્યાભર્યા પરિવાર વચ્ચે ફ્લોઇડ-વાયોલેટનો પ્રેમ નિર્મળ રહ્યો, અખંડ અને અણનમ.

વયસ્ક સંતાનોથી લઈને ટેણિયાવ પણ જોઈને આશ્ચર્ય પામે કે આ ડોસા-ડોસી એકમેકને હજી આટલો અગાધ પ્રેમ કરે છે કઈ રીતે. ઉંમર વધવા સાથે પ્રેમ લેશમાત્ર ન ઘટ્યો. એકમેક માટે આદર અને દરકાર વધ્યાં, થોડા સમય અગાઉ વાયોલેટને ડેમ્નેશિયા (ચિત્તભ્રમ)ની બીમારી

થઈ ત્યારે ફ્લોઇડે વહાલી પત્નીની પ્રેમપૂર્વક સારવાર કરી. સાજીસમી કરી અને એકદમ સાજી કરીને જ જંપ્યો. ત્યાર બાદ ફ્લોઇડને કિડનીનો પ્રૉબ્લેમ થયો. વધતી ઉંમર અને આવી ગંભીર બીમારી. ડૉક્ટરે કહી દીધું કે, 'હવે બે અઠવાડિયાં કાઢે તો ઘણું.'

આ સંજોગોમાં ફ્લોઇડ અને વાયોલેટ સાથે રહે એ માટે પરિવારે પોતાના ફાર્મના લિવિંગ રૂમમાં બંનેના બેડ બાજુબાજુમાં મુકાવી દીધા અને 2017ની 11મી ફેબ્રુઆરીએ 90 વર્ષના ફ્લોઇડે દેહ છોડ્યો. એ સમયે એનો હાથ નિર્જીવ થઈને બરાબર વાયોલેટની હથેળીમાં પડ્યો. પૌત્રી સિન્થિયા લેટસએ દાદીને માહિતી આપી કે દાદા ગયા. તમે પણ ઇચ્છો તો જઈ શકો છો. દાદા આપની રાહ જોતા હશે અને આના પાંચ કલાક પછી વાયોલેટે પણ માયા સંકેલી લીધી.

સિન્થિયા કહે છે કે, લગ્નજીવન બટકણાં અને તકલાદી થઈ રહ્યાં છે ત્યારે આવા રચનાત્મક દૃષ્ટાંત ઉપયોગી થઈ શકે. સૌ મૂળભૂત હકીકત ભૂલી ગયા છે કે લગ્ન આજીવનનો સંબંધ છે.

ઘણા દલીલ કરી શકે કે આ તો જૂની પેઢી હતી એટલે જુનવાણી વિચારોની બેડીમાં લગ્નજીવનનાં 67 વર્ષ ખેંચી કાઢ્યાં. તો લ્યો બીજો દાખલો છે યંગ જનરેશનનો, એકદમ ફ્રેશ. હીરોનું નામ સ્ટિવ પ્લે, હીરોઇન હોપ ડિઝેમ્બર. કેવા અર્થપૂર્ણ શબ્દો છે પ્લે અને હોપ.

ઍન્ડ રિયલી ધે કીપ પ્લેઇંગ વીથ હોપ. એવું શું થયું તે હવે જાણીએ.

2011ના શિયાળામાં પહેલી જ ડેટમાં સ્ટિવ અને હોપને લાગ્યું કે હમ બને તુમ બને એક દૂજે કે લિયે. સ્ટિવે સરસ કેન્ડલ લાઇટ ડિનર માટે હોપને બોલાવી, હાથે ડિનર રાંધ્યું અને રોમૅન્ટિક મ્યુઝિકની કંપનીમાં બંને એકમેકને જોતાં જ રહી ગયાં. લવ એટ ફર્સ્ટ સાઇટ. આ પ્રેમ સાથે હોપને એક વાત યાદ રહી ગઈ કે શેમ્પેઇનની બૉટલ ખોલતી વખતે સ્ટિવના હાથ ધ્રૂજતા હતા એટલી બધી ધ્રુજારી કે બૉટલ હાથમાંથી સરકીને નીચે પડી ગઈ. પરંતુ પ્યાર બેસુમારમાં ન આની ફિકર થઈ કે ન ચર્ચા, પરંતુ સ્ટિવ જાણતો હતો કે આ પહેલવહેલું નહોતું થયું. સાત-સાત ડૉક્ટરને મળ્યા, પણ કોઈ નિદાન ન કરી શક્યું અને આખરે નિદાન મળ્યું ફર્સ્ટ ડેટના

ચાર મહિના બાદ. 28 વર્ષના સ્ટિવ પ્લેને ગંભીર બીમારી થઈ હતી કે જેના થવાનાં કારણ કે ઇલાજ નહોતાં. આ બીમારીનું નામ એ.એલ.એસ. (Amyotrophic Lateral Sclerosis). શરીરના સ્નાયુઓને નિયંત્રણમાં રાખતા જ્ઞાનતંતુ પર હુમલા થાય અને દર્દી ધીમે ધીમે હાલવા-ચાલવા અને બોલવાની તાકાત ગુમાવતો જાય અને શ્વાસોચ્છ્વાસની તકલીફ કે હાર્ટ ફેઇલથી પૂર્ણવિરામ. સ્ટિવે જાણી લીધું કે એ.એલ.એસ. થયા બાદ અડધોઅડધ દર્દીનું જીવન ત્રણ વર્ષમાં અને 25 ટકા કેસમાં પાંચ વર્ષમાં તો પૂરું થઈ જ જાય. બચવાની શક્યતા પાંખી, આશા ઓછી નહીં પણ સાવ ઓછી.

હવે સ્ટિવ સામે એકદમ અંધકારમય અને નિશ્ચિત ભાવિ હતું, પરંતુ આવા સંજોગોમાં સ્વાર્થી બનવાને બદલે તે હોપને વૉક પર લઈ ગયો. પોતાની જીવલેણ બીમારીની સાફ વાતો કહીને સ્ટિવે દિલ પર ભાર મૂકીને કહી દીધું, 'તું મારી સાથે રહેવા બંધાયેલી નથી. આજથી તું છુટ્ટી, જ્યાં જવું હોય ત્યાં જવા માટે.' હોપે એક પળ પણ ગુમાવ્યા વગર સ્ટિવને જવાબ આપ્યો, 'હું ક્યાંય જવાની નથી.' તેણે તરત જ સ્ટિવનો હાથ પકડી લીધો ને એની થોડી વધુ નજીક ગઈ.

બંને જાણતાં હતાં કે આપણી પાસે સમય ખૂબ ઓછો છે. બે મહિનામાં જીવનપથ પર સાથે ચાલવા માંડ્યા. 2012માં પરફેક્ટ હનિમૂન માટે અમેરિકાભરના પ્રવાસે નીકળી પડ્યાં.

સ્ટિવ-હોપની ધારણા મુજબ એ બંનેના લગ્નની સાથોસાથ મુસીબત પણ આવી હતી. હા, 2013માં સ્ટિવનું બોલવાનું બંધ થઈ ગયું. સાથોસાથ વજન ત્રીસેક કિલો ઘટી ગયું.

હોપ એકદમ લાચારી છતાં પૂરેપૂરા પ્રેમ સાથે પતિને નિહાળતી રહેતી હતી. હવે પગને લકવો મારી ગયો. વ્હીલચેર આવી ગઈ. આ સાથે બંનેએ લંબાવેલી હનિમૂન ટૂર પૂરી થઈ. સ્ટિવનો દેખાવ એકદમ બદલાઈ ગયો. હાડપિંજર જેવું શરીર. સાવ હાડકાનું માળખું. એમાં તેણે દાઢી-મૂછ વ્યવસ્થિત કરવાનું છોડી દીધું છતાં હોપ કહેતી, 'મારો સ્ટિવ તો અગાઉ જેવો હેન્ડસમ છે હોં.'

સદ્ભાગ્યે સ્ટિવના મગજ કે હિંમત અને હોપના પ્રેમ કે આશા પર લકવાની લેશમાત્ર અસર નહોતી થઈ. પતિની પૂરેપૂરી દેખભાળ માટે હોપે સારી નોકરી છોડી દીધી. આધુનિક ટેક્નિકની મદદથી સ્ટિવ કમ્પ્યૂટર થકી વાતચીત અને નેટસર્ફિંગ કરી લે છે. એ પોતાની વ્હીલચેરનો બ્રશ તરીકે ઉપયોગ કરીને પેઇન્ટિંગ બનાવે છે. આ પેઇન્ટિંગનું પ્રદર્શન યોજીને બંને સારવારના ખર્ચા કાઢવાની નેમ ધરાવે છે. બંનેએ એક ફેસબૂક પેજ બનાવ્યું છે ત્યાંથી સ્ટિવની રોજેરોજની જાણકારી મળી શકે છે.

હોપને કદાચ ક્યારેક સ્ટિવને આખરી અલવિદા કહેવાની લાચારી સાથે નમવું પડે, પણ સ્ટિવને આ બીમારીનો ઇલાજ શોધવાની પ્રતીક્ષા છે.

અને હોપનો પ્લે ચાલી રહ્યો છે...

અમેરિકાના વયોવૃદ્ધ અને યુવાન દંપતીનો આ પ્રેમ ઘણું કહી જાય છે. ભૌતિકવાદના અતિરેકથી હવે પશ્ચિમીજગત સાચા સ્નેહને સમજતું સ્વીકારતું થયું છે, પણ આપણે હજી પશ્ચિમના આંધળા અનુકરણમાં ગળાડૂબ છીએ. ભવિષ્યમાં સંસ્કૃત અને યોગની જેમ આપણે પ્રેમના ડિપ્લોમા કે સર્ટિફિકેટ કોર્સ કરવા અમેરિકા-બ્રિટન જવું પડશે?

●

7

હિમાલયમાં અણુબૉમ્બનું ટીક, ટીક, ટીક...

ઉત્તરાખંડના ચમોલી જિલ્લાના તપોવન વિસ્તારના રૈની ગામના જીવિત રહેવાસીઓમાં આજે થતી વાતચીતમાં ઘણીવાર અમેરિકા, સીઆઈએ, આઈબી અને ન્યૂક્લિઅર ડિવાઇસ જેવા શબ્દો સાચા, ખોટા કે વિચિત્ર ઉચ્ચારણ સાથે સંભળાય. રવિવાર, તારીખ 7 ફેબ્રુઆરી, 2021ના રોજ હિમપ્રપાત, પૂર કે ક્લાઉડ બર્સ્ટને લીધે સૌથી વધુ નુકસાન ખમનારા રૈનીવાસીઓને લાગે છે કે આ દુર્ઘટના નંદાદેવી પર્વત પર 1965માં હાથ ધરાયેલા ગુપ્ત પર્વતારોહણ વખતે ખોવાઈ ગયેલા પરમાણુ ઉપકરણમાંથી થયેલા કિરણોત્સર્ગનું પરિણામ છે. ખરેખર આવું કંઈ હતું ખરું?

હા, અમેરિકા અને ભારતે સંયુક્તપણે હાથ ધરેલા, પણ શક્ય એટલા ગુપ્ત રખાયેલા 'ઑપરેશન હેટ'માં એક ન્યૂક્લિઅર ડિવાઇસ નંદાદેવી પર્વત પર રહી ગયું હતું.

*

જેમ્સ બોન્ડના સર્જક ઈયાન ફ્લેમિંગના દાદાશ્રી પણ કલ્પના ન કરી શકે એવા આ ગુપ્ત સ્પાય ઑપરેશનને હાથ ધરવાની પાર્શ્વભૂમિ જાણવા છ દાયકા પાછળ જવું પડશે. 1962માં ચીન સામેની કારમી હારથી ભારત ધૂંધવાયેલું હતું. બીજી તરફ અમેરિકા અને સોવિયેત સંઘ વચ્ચેનું શીતયુદ્ધ વધુ વકરી રહ્યું હતું. ચીનની વધતી લશ્કરી તાકાત વચ્ચે આ સામ્યવાદી દેશને અંકુશમાં રાખવા અમેરિકા તલપાપડ હતું. જો સામ્યવાદી ચીન સોવિયેત સંઘના પડખામાં ભરાઈ જાય તો અમેરિકાના પેટમાં કળકળતું

તેલ રેડાય જ. એવામાં ભારતની સરહદથી થોડે દૂર આવેલા જિંગિયાંગ પ્રાંતમાં ચીને પહેલું અણુ પરીક્ષણ કરીને પોતાની વધતી લશ્કરી તાકાતની બાંગ પોકારી. ભારત અને અમેરિકા જ નહીં, આખી દુનિયા માટે આ બહુ મોટો આંચકો હતો. ચીન પર ખૂબ ચાંપતી નજર રાખવી પડે. આ ચીની અજગરને અંકુશમાં રાખવાની અનિવાર્યતાને અનુસરીને કોવર્ટ ઑપરેશન ઘડાયું જેનું નામ રખાયું 'ઑપરેશન હેટ'. આ હેટમાં એટલાં બધાં રહસ્ય, ભેદ અને ભરમ છે કે જેની પૂરેપૂરી ખબર આજેય દુનિયાને નથી!

પણ આ ઇન્ટરનેશનલ કોવર્ટ એસ્પિનોજ ઑપરેશનનો ખ્યાલ કેવી રીતે જન્મ્યો? ભારતમાં કાંચનજંઘા પછી સૌથી ઊંચાઈવાળા નંદાદેવી પર્વત પર કંઈક કરવાના તુક્કાએ આકાર લીધો સ્કૉચના પેગના આધારે.

કિંવદંતી મુજબ અમેરિકાના વૉશિંગ્ટન ડી.સી.ની એક કોકટેલ પાર્ટીમાં સ્કૉચના ગ્લાસમાં બરફ સાથે ચીન પર જાસૂસી કરવા માટે દુનિયામાં એકદમ ઊંચાઈ પરથી ન્યૂક્લિયર ટેક્નોલૉજીના ઉપયોગનો વિચાર સ્ફુર્યો. શીતયુદ્ધની પરાકાષ્ઠા વચ્ચે સત્તાની સમતુલા જાળવવા માટે કોઈ તુક્કો અકલ્પ્ય, ખર્ચાળ કે અશક્ય નહોતો. આ પાર્ટીમાં ઓચિંતા મળી ગયેલા જનરલ કર્ટિસ લીમે અને ઍવરેસ્ટ સર કરનારા પ્રથમ અમેરિકન પર્વતારોહક બેરી બિશપના 'ચિયર્સ' બાદ આ વાતનાં મંડાણ થયાં. પોતે ઍવરેસ્ટના શિખર પરથી આખું પશ્ચિમ ચીન જોઈ શકાય એવી જગ્યા જોયાનું બિશપે વર્ણન કર્યું. આ ટાઇમપાસ વાર્તાલાપથી અણધારી ઇચ્છાનો સળવળાટ થયો કે અમેરિકન બેસ્ટ પર્વતારોહક ટીમની વિશ્વનાં સૌથી ઊંચાં શિખરોમાંના એક પર અણુ સંચાલિત નિરીક્ષણ સાધન મૂકવા માટે નિમણૂક કરવી.

આ ન્યૂક્લિયર ડિવાઇસ ગોઠવવાનું એકદમ ગુપ્ત ઑપરેશન ભારતના સાથ-સહકાર વિના અશક્ય હતું. બંને દેશના અને એ સમયના 14 શ્રેષ્ઠ પર્વતારોહકોની આ સાહસ માટે વરણી થઈ. અમેરિકાના ડૉ. રોબર્ટ સ્કેલર, જીમ મેકાર્થી અને ટોમ ફ્રોસ્ટ સાથે ભારતના કૅપ્ટન એમ. એસ. કોહલી, જી. એસ. ભાંગુ, એચ. સી. એસ. રાવત અને સોમન વાંગ્યાલને સાથે રખાયા. ચારેય ભારતીય 1965માં જ ઍવરેસ્ટ સર કરી આવ્યા હતા. આ ભારતીયોને પસંદગી કરવા પાછળનું મુખ્ય કારણ હતું ઑપરેશનનું સ્થળ.

આ ન્યૂક્લિયર ડિવાઇસ મૂકવા માટેના સ્થળ તરીકે ભારતના નંદાદેવી પર્વતની પસંદગી કરાઈ. મુશ્કેલી એ હતી કે 1965 સુધીમાં માત્ર વિશ્વના માત્ર છ પર્વતારોહક નંદાદેવી શિખર પર પહોંચી શક્યા હતા અને એ પણ ત્રણ જણના જીવના ભોગે. નંદાદેવી ત્યારે ખૂબ દુર્ગમ શિખર ગણાતું, કારણ કે હજી 1930થી જ ત્યાં પર્વતારોહણના સાહસના શ્રીગણેશ થયા હતા. ભારતના બીજા ગ્રુપના સૌથી ઊંચા નંદાદેવી પર્વતની પસંદગી એટલા માટે કે એ આખેઆખો ભારતની હદમાં હતો, જ્યારે સૌથી ઊંચા કાંચનજંઘા તો ભારત સાથે નેપાળમાંય આવે.

એકદમ મુશ્કેલ અને હિંમતભર્યું સાહસ હાથ ધરવા છતાં ઉઘાડેછોગે વાજતેગાજતે વરઘોડો કાઢવાનો નહોતો. પહેલાં તો ચુપચાપ સૌને તાલીમ માટે નૉર્થ અમેરિકાના અલાસ્કાના સૌથી ઊંચા પર્વત માઉન્ટ મેકિનલી મોકલાયા.

જોકે, આ ઉત્સાહ અને જોશમાં બે અત્યંત મહત્ત્વના મુદ્દાની અવગણના કરાઈ હતી. આ ટીમમાં નિષ્ણાત પર્વતારોહકો હતા, પણ કોઈને જાસૂસીનો કે ન્યૂક્લિયર ડિવાઇસ સાથે પનારો પડ્યાનો અનુભવ નહોતો. કામ રોડવવા માટે જીમ મેકાર્થીને પ્લુટોનિયમના સળિયા સંભાળવાની તાલીમ અમેરિકન ઍટોમિક ઍનર્જી કમિશનમાં આપવામાં આવી. અન્ય સભ્યોને તેમની સાથેની જોખમી સામગ્રીથી માહિતગાર કરાયા અને કિરણોત્સર્ગ કિરણોથી શક્ય એટલા બચતા રહેવાની તાકીદ કરાઈ પણ શું એ પૂરતું હતું?

આ સાહસ માટે રવાના થતા પૂર્વે એને સાંકેતિક નામ અપાયું : ઑપરેશન હેટ. એમાં સામેલ પર્વતારોહકોને મહિનાના એક હજાર ડૉલર ચૂકવવાનું નક્કી થયું, જે એ સમયની બહુ મોટી રકમ ગણાય. છોગામાં હતો દેશ માટે કરી છૂટવાના દેશપ્રેમનો પતિયાલા પેગ.

દુનિયાને દેખાડવા માટે આ બધાને ઇન્ડો-અમેરિકન માઉન્ટેનિયરિંગ ટીમ જાહેર કરાઈ. આ સત્તાવાર રીતે જાહેર કરાયેલું ભ્રામક મિશન હતું: અમેરિકન એર ફોર્સ માટે ઉત્તુંગ શિખર પર ઉડ્ડયન અંગે સંશોધન. આવા બધા દેખાડા અને નાટકના અંચળા હેઠળ આખા કાફલાને 1965ના સપ્ટેમ્બરમાં બેઝ કેમ્પ સુધી હેલિકૉપ્ટરમાં પહોંચાડી દેવાયો. દુનિયાની

નજર ન પડે અને બહુ ચર્ચા ન થાય એટલે ધાતુની નક્કર પેટીમાં પેક કરાયેલા ન્યૂક્લિયર ડિવાઇસ, ખાધાખોરાકી અને પર્વતારોહણનાં સાધનો ઋષિગંગા કોતરના માર્ગે હમાલ દ્વારા મોકલાવાયા.

પર્વતના બેઝ પર સ્થિર થઈ ગયા બાદ પ્રતીક્ષા હતી ટોચે પહોંચીને મિશન પૂરું કરવાની. નંદાદેવીના શિખર ભણી આગેકૂચ શરૂ થઈ. ચડાણના માર્ગે વચ્ચે વિરામ લેતાં બધા આગળ વધતા ગયા. સૌ જોશમાં હતા કે હવે શિખર હાથવેંતમાં છે. મુશ્કેલ મિશન બહુ જલદી પૂરું થવાનો આનંદ હતો.

હા, એમ.એસ. એટલે કે મનમોહનસિંહ કોહલીની આગેવાની હેઠળ ટુકડી કેમ્પ ચાર પર પહોંચી હતી. ઊંચાઈ લગભગ 24 હજાર ફૂટ. મજાની વાત એ છે કે સાથે પર્વત પર ચડનારા શેરપાઓએ ન્યૂક્લિયર જનરેટરને પોતાના ભગવાન ગુરુ રિનપોચેનું હુલામણું નામ આપ્યું હતું. એ વખતેય ઘણાંને અનુભવ થયો કે જનરેટર ગરમી છોડતું હતું અને એને અંકુશ કરવાનું મુશ્કેલ હતું. ઘણા નાદાન મજૂરો તો તંબુમાં આ મશીનની આસપાસ ભીડ જમાવતા હતા. તેઓ જાણતા નહોતા કે પોતે કેટલું ભયંકર જોખમ લઈ રહ્યા હતા.

1965ની 18મી ઑક્ટોબર, ભયંકર બરફવર્ષા થઈ. ઠંડી કાતિલ બનવા માંડી. બરફાળ પહાડી વિસ્તારમાં પર્વતારોહણ માટેના પોશાકમાં સજ્જ હોવા છતાં ટકી રહેવાનું વધુ ને વધુ મુશ્કેલ બની રહ્યું હતું. એક સવાલે સામે આવીને મોઢું ફાડ્યું : મિશન પૂરું કરો કાં માણસોના જીવ બચાવો. કેપ્ટન કોહલીએ સ્વાભાવિકપણે મિશન અને મશીનને બદલે માનવીઓને બચાવવા પર કળશ ઢોળ્યો. એ અગાઉ ઉપરીઓની મંજૂરી લઈ લીધી. સામાન્ય સંજોગોમાં માનવ-જીવન બચાવવા માટે પાછા ફરવાની સલાહ કે આદેશ મળતા જ હોય છે. આખેઆખી ટુકડી તો પાછી ફરી પણ બરફના તોફાનમાં વજનદાર મશીન પાછું લઈ જવાનું શકય નહોતું. નાછૂટકે એને ત્યાં જ મૂકીને જવું પડ્યું.

ત્યારબાદ તો પ્રતિકૂળ હવામાનને લીધે નંદાદેવી તરફ જવાય કે જોવાય જ નહીં. મોસમ પલટાતાં 1966ના મે મહિનામાં બધા પાછા ફર્યા અને જુએ તો મશીન એની જગ્યાએ ન મળે. આટલું વજનદાર મશીન એકદમ

ગયું ક્યાં? ખૂબ શોધખોળ થઈ, પણ પરિણામમાં મળ્યું મોટુંમસ શૂન્ય.

શું હતું આ મશીનમાં? ટેક્નિકલ વિગતમાં પડતાં અગાઉ કહી દઈએ કે એમાં બીજા વિશ્વયુદ્ધ દરમિયાન હિરોશીમા પર ફેંકાયેલા અણુબૉમ્બની અડધી સાઇઝ જેટલું જીવલેણ પ્લુટોનિયમ હતું. 1945ની છઠ્ઠી ઑગસ્ટે હિરોશીમા પર અમેરિકાએ અણુબૉમ્બ ફેંક્યો હતો, જેમાં 1,29,000 માણસો માર્યા ગયા હતા. આ ડિવાઇસનું કુલ વજન હતું ૫૬ કિલોગ્રામ. સાથે 8-10 ફૂટ ઊંચા બે એન્ટેના, બે ટ્રાન્સમીટર સેટ તથા સૌથી મહત્ત્વનું, મોંઘું અને જોખમી હતું ન્યૂક્લિયર જનરેટર. એનું નામ એસ.એન.એ.પી. (અર્થાત્ સિસ્ટમ ફૉર ન્યૂક્લિઅર ઓક્સિલરી પાવર) જનરેટર. આની અંદરની પ્લુટોનિયમ કેપ્સ્યૂલની આવરદા એકસો વર્ષથી વધુ સમયની ગણાવાઈ હતી.

શું આ જોખમી સામગ્રી હિમપ્રપાતમાં ક્યાંક બરફમાં ધરબાઈ ગઈ? એક શક્યતા એવી હતી કે પાકિસ્તાન કોઈક ગુપ્ત જાસૂસી મિશન થકી એ ઉપાડી ગયું. એ સમયે સી.આઈ.એ.ની ગોસિપબાજી મુજબ તો ભારતે જ અણુ કાર્યક્રમમાં સ્વાવલંબી બનવા માટે આ મશીન ચોરી લીધું હોવું જોઈએ.

પરંતુ ભારતીય વિસ્તારમાં પાકિસ્તાન આટલું બધું કરી શકે એ શક્યતા નકારી કઢાઈ. ભારત પરની શંકાય તર્કવિહોણી સાબિત થઈ. સતત ત્રણ-ત્રણ વરસ સુધી 200 માણસો આ ખાનગી જાસૂસી મિશનમાં જોતરાયેલા રહ્યા, પણ એ ન્યૂક્લિયર ડિવાઇસનો પતો ન જ મળ્યો, ક્યારેય નહીં.

આજ સુધી એ 56 કિલોગ્રામ પ્લુટોનિયમનો ભેદ હજી વણઉકેલ્યો કોયડો છે. એવો ભય વ્યક્ત થઈ ચૂક્યો છે કે આ મશીનનું ધાતુનું પડ કટાઈ જાય કે ખવાઈ જાય અને પ્લુટોનિયમના રજકણ ગંગા નદીની કોઈ પણ શાખામાં ભળી જાય તો ઓછામાં ઓછા બે કરોડ ભારતીયોના જીવ જોખમમાં મુકાઈ જાય.

ભયંકર દુર્ઘટના છતાં અમેરિકાએ ૧૯૬૭માં નવેસરથી આ મિશન હાથ ધર્યું. તેઓ ભારતીય પર્વતારોહકની મદદથી નંદાદેવી ઉપર 22,510 ફૂટની ઊંચાઈએ બીજું મશીન ગોઠવીને જંપ્યા. અણુ ઊર્જાથી ચાલતું

આ ડિવાઇસ વરસનો મોટો ભાગ ચાલ્યું, પણ પછી ખોટકાઈ ગયું. એને હટાવવા અને પાછું લેવા ગયા ત્યારે ફરી લાગ્યો નવો આંચકો. સમગ્ર મશીનનું નામ-ઓ-નિશાન જ ન મળે. એ સ્થળે બે-ત્રણ ફૂટ ખોદાતાં કૌતુક જોવા મળ્યું. બરફમાં ગોળાકાર ગુફા બની ગઈ હતી અને એના કેન્દ્રમાં ગરમ જનરેટર હતું. એમાંથી સતત એટલી બધી ગરમી વહેતી હતી કે આસપાસનો આઠ ફૂટનો બરફ ઓગળી ગયો હતો. ત્યાંથી જે મળી એ બધી સામગ્રી સાચવીને લઈ જવાઈ.

અમેરિકાના પ્રમુખ લીન્ડન બી. જ્હોનસન અને ભારતના વડા પ્રધાન લાલબહાદુર શાસ્ત્રીના સમયમાં હાથ ધરાયેલું અભૂતપૂર્વ ગુપ્ત જાસૂસી મિશન કાયમ માટે સી.આઈ.એ. અને આઈ.બી.ની ફાઈલમાં દફન થઈ ગયું. એ કાયમ માટે અંધારામાં ગરકાવ થઈ ગયું હોત, પણ ૧૯૭૭માં આખી દુનિયા સમક્ષ આ ડેંજરસ સ્પાય સ્ટોરી જાહેર થઈ ગઈ.

અમેરિકન મૅગેઝિન 'આઉટસાઇડ'ના સ્કૂપમાં રજેરજ વિગતો પ્રગટ થઈ. ભારતમાં પણ ખૂબ હોબાળો મચ્યો. ત્યારની જનતા પક્ષની સરકારના વડા પ્રધાન મોરારજીભાઈ દેસાઈએ આ ઘટનાને સમર્થન આપવું પડ્યું. રાષ્ટ્રીય અને આંતરરાષ્ટ્રીય મીડિયામાં ઊહાપોહ મચ્યા બાદ દિલ્હીએ આ સ્વીકાર્યા સિવાય છૂટકો નહોતો.

પણ ફરી આ મામલો ભુલાઈ ગયો. વરસ 2004થી 2007 વચ્ચે નંદાદેવીની આસપાસથી પાણી અને કદડાના નમૂના લઈને અમેરિકાની બે લૅબોરેટરીને મોકલાયા હતા. એક લૅબોરેટરીને સેમ્પલ એકદમ નૉર્મલ લાગ્યાં. અર્થાત્ એમાં કંઈ વાંધાજનક ન દેખાયું. બીજી લૅબોરેટરીને એ સેમ્પલમાં એસ.એન.એ.પી. જનરેટરમાં વપરાયેલા પ્લુટોનિયમના કણની હાજરી દેખાઈ. અહીં શંકા જાય, જવી જ જોઈએ. આ દુર્ઘટનામાં મુખ્ય નહીં તો એટલિસ્ટ એક વિલન અમેરિકા છે. તો પછી ત્યાંની જ બે લૅબોરેટરી શા માટે પસંદ કરાઈ? અન્ય કોઈ દેશમાં આવા ટેસ્ટિંગ નથી થતાં? એકના પરિણામમાં પાણી-કદડામાં પ્લુટોનિયમની જોખમી હાજરી વર્તાઈ તો પછી કયાં, કેવાં અને કેટલાં પગલાં ભરાયાં?

આ દીવા જેવી સ્પષ્ટ હકીકત કેમ દિલ્હીના શાસકોને દઝાડતી-

જગાડતી-સક્રિય કરતી નથી કે જ્યારે જે કંઈ નુકસાન થશે એ ભારતને થશે, ભારતીય પ્રજાને થશે. અમેરિકાને કંઈ નહાવા-નિચોવવાનું નથી. સતત ટીક, ટીક, ટીક કરતા અણુબૉમ્બના ભયના ઓથાર વચ્ચે શા માટે જીવવું આપણે?

મહાસત્તા નંબર વન અંકલ સેમની હેટમાં આવા ઘણાં છૂપા મિશન હશે જેની કિંમત તો દુનિયાના નિર્દોષોએ જ ચૂકવવી પડશેને?

'ઑપરેશન હેટ'માં છુપાયેલાં જોખમો

હકીકતમાં તો આ અદ્‌ભુત, સાહસપૂર્ણ અને લગભગ ન ભૂતો ન ભવિષ્યતિ જેવા છૂપા જાસૂસી એપિસોડ અંગે બહાર આવેલી વિગતોમાં ઘણા વિરોધાભાસ છે. દાખલા તરીકે...

* આના ડિવાઇસમાં પાંચ કિલોગ્રામ પ્લુટોનિયમ-નાગાસાકી પર ફેંકાયેલા અણુબૉમ્બ કરતાં એક કિલો ઓછું હતું. આ પ્લુટોનિયમ 90 (કે 100?) વરસ સુધી સક્રિય રહી શકે જે હાલ બરફીલા પર્વતમાં ક્યાંક ખોવાઈ ગયું છે.
* લગભગ વીસ કરોડ ભારતીયોની લાઇફલાઇન સમી ગંગા નદીની કોઈ પણ શાખા-પ્રશાખામાં નંદાદેવીના ગ્લેસિયરમાં કિરણોત્સર્ગ ભળી જાય તો શું થાય? સર્વનાશનો સાક્ષાત્કાર કે બીજું કંઈ?
* 'આઉટસાઇડ'ના સનસનાટીભર્યા સ્કૂપ બાદ કરાયું શું? નંદાદેવી પર્વત અને એની આસપાસના અભયારણ્યને સલામતી-સાચવણીના ઓઠા હેઠળ પ્રતિબંધિત જાહેર કરી દેવાયા.
* સરકારી નિષ્ક્રિયતા, દૂરંદેશિતાનો અભાવ કે બેદરકારીને લીધે કુદરતની અદ્‌ભુત સૌગાદ સમાન નંદાદેવી જાણે આદિમ યુગમાં જીવે છે. વણસ્પર્શ્યું અને દુર્ગમ. બાકી અહીં તો સંશોધન-પર્યટનથી કેટકેટલુંય ન મળે?
* નંદાદેવી પટના પાણી-કદડાના અમેરિકન લૅબોરેટરીમાંથી આવેલા વિરોધાભાસી અહેવાલની પુનઃ ચકાસણી કેમ ન કરાઈ?

* નવીનતમ દુર્ઘટનામાં સૌથી વધુ નુકસાન સહન કરનારા ગામ રૈનીના રહેવાસી સંગ્રામસિંહ રાવતે ભીતિ વ્યક્ત કરી છે કે જો એ ડિવાઇસ આસપાસ બરફમાં દફન છે અને ગરમી સર્જે કે ફેલાવે છે તો ફરી બરફ પીગળવાથી આવી દુર્ઘટનાઓ થતી રહેવાની. આનો જવાબ કે સધિયારો છે કોઈ પાસે?
* આ દુર્ઘટના વખતે ધસી પડતા બરફ અને કાટમાળ સાથે અતિ તીવ્ર ગંધ આવતી હતી. આને લીધે ખોવાયેલા ડિવાઇસ વિશે અમે ચિંતિત છીએ. આ ગંધ આવવાનાં તર્ક મળ્યાં? કારણો શોધાયાં?
* 2018માં ઉત્તરાખંડના પર્યટન પ્રધાને ન્યૂક્લિયર ડિવાઇસ શોધવા માટે ઉચ્ચ સ્તરીય તપાસ યોજવાની અપીલ કરી હતી એ બહેરા કાને કેમ અથડાઈ?
* એવરેસ્ટ સર કરનારા અને આ મિશનના ભાગ રહી ચૂકેલા કેપ્ટન એમ. એસ. કોહલીએ ખુદે લખ્યું છે : હજી પર્વતમાં ક્યાંક પ્લુટોનિયમ કેપ્સ્યુલનું ટીક ટીક ટીક ચાલુ હોઈ શકે. આ ગંભીરતાથી લેવા જેવું નિવેદન નથી?
* આ નિષ્ફળ મિશન વિશેના પુસ્તકમાં પ્લુટોનિયમને આરોગ્ય માટે જોખમી ગણાવાયું છે, તો અન્ય નિષ્ણાતે એને એક્સ-રે મશીન જેટલું જ જોખમી ગણાવ્યું છે. નિશ્ચિતપણે સત્ય આ બે અંતિમો વચ્ચે છે, પણ એ કોણ શોધશે? ક્યારે?
* આ મિશનમાં પ્લુટોનિયમ સાચવનારા અને ડિવાઇસમાં લોડ કરનારા જીમ મેકાર્થીને બહુ જલદી અંડકોષનું કેન્સર થયું હતું, જેના માટે તેમણે કિરણોત્સર્ગનો વાંક કાઢ્યો હતો.

●

8

મસ્ત મુસાફરીના મૂળમાં 24 હજારનાં મોત

અત્યારે મુંબઈથી પુણે માટે પ્લેન છે. શેર-એ-ટેક્સી છે. લક્ઝરી બસ, સરકારી બસ છે અને 80 રૂપરડીમાં ડેક્કન એક્સપ્રેસ છે. એક્સપ્રેસ-વે પર સડસડાટ દોડતી કારની મસ્તી છે. પરંતુ આ વાહનવ્યવહાર માટે માર્ગ બનાવવા કેવી જહેમત ઉઠાવાઈ, પરસેવો રેડાયો, લોહી વહ્યું કે જીવ ખોયા એની બહુ ઓછાને જાણકારી છે.

સહ્યાદ્રિ પર્વતમાળામાં મુંબઈ અને પુણે વચ્ચેનો નાનકડો પણ અત્યંત જોખમી અને વિશ્વાસઘાતી પટ્ટો 'ભોર ઘાટ' તરીકે ઓળખાય, જેને પસાર કરીને આપણે પ્રવાસ કરીએ છીએ. હકીકતમાં આ ભોર ઘાટનો ઉપયોગ કરવાનો વિચાર અંગ્રેજોને આવ્યો, ઓગણીસમી સદીના મધ્યમાં. આની પાછળનું કારણ હતું શ્વેત સુવર્ણ મિન્સ 'વ્હાઇટ ગૉલ્ડ' એટલે કપાસ. એ સમયે વિશ્વભરમાં કપાસની ભારે માગ. ત્યારે દખ્ખણ પ્રાંતના નાગપુર અને સોલાપુરમાં કપાસનો પાક ખૂબ થાય, પણ એને મુંબઈ લાવવાની સમસ્યા. બ્રિટનની ઈસ્ટ ઇન્ડિયા કંપની અને કપાસના ધંધાની મલાઈ વચ્ચે 'ભોર ઘાટ' અડીખમ હતો. ખૂબ ચર્ચા-મંત્રણા થઈ કે ખંડાલા અને ખોપોલી વચ્ચેના પર્વતીય વિસ્તારોમાં કંઈક કરવાની જરૂર છે. એક તો પહાડી વિસ્તાર અને ગાઢ જંગલ, જેમાંની કાચી-નાની પગદંડી વરસાદમાં ધોવાઈ જાય.

એકમાત્ર અને કાયમી ઉકેલ હતો એ પહાડી વિસ્તારમાં રેલવેલાઇન બનાવવાનો. એનાથી કપાસની મોટે પાયે હેરફેર થઈ શકે, પણ પહેલી નજરે એ જરાય આસાન નહોતું. એનું મહત્ત્વ પણ ઘણું હતું, કારણ કે

આ વિકટ મિશન થકી મુંબઈને પુણે ઉપરાંત દિલ્હી, કોલકાતા અને મદ્રાસ જેવાં મોટાં શહેર સાથે જોડી શકાય.

આ રસ્તો શોધવાની જદ્દોજેહાદમાંથી હાથ ધરાયો ઓગણીસમી સદીનો એક સૌથી પડકારરૂપ પ્રોજેક્ટ. એ સમયની દેશની સૌથી જૂની રેલવેસેવા ગ્રેટ ઇન્ડિયન પેનિન્સ્યુલર રેલવે (જી.આઈ.પી.આર.)એ બીડું ઝડપ્યું. 1852માં ચીફ રેસિડન્ટ એન્જિનિયર જેમ્સ જ્હોન બર્કલે (આ જ માણસે મુંબઈથી થાણેની પહેલી ટ્રેન શરૂ કરાવી હતી)ને ભોર ઘાટ પ્રોજેક્ટની જવાબદારી અપાઈ.

આ મમરા ફાકવા જેટલું આસાન નહોતું, પણ લોખંડના ચણા ચાવવામાં દાંત તોડાવવા જેવું કામ હતું. ભોર ઘાટમાં પાટા બિછાવવા માટે નકશા-ડ્રોઇંગ દોરાતાં રહ્યાં. માનો યા ન માનો, ત્રણ હજાર નકશા ચિતરાયા. આટલી મથામણમાંથી એક તારણ મળ્યું કે સીધી રેલવેલાઇન નાખવાનું એકદમ અશક્ય છે. એ સૂચિત રેલવેલાઇને 25 કિલોમીટરમાં 2017 ફૂટનું ચડાણ કરવું પડે જે શક્ય ન બને અને બહુ જીદ પકડીને કરાય તો અકસ્માત નિશ્ચિત.

વધુ એક હકીકત સ્પષ્ટ થઈ કે આ પડકાર છે, ને ધારણાથી બહુ મોટો છે. એટલે ચડાણ પર સીધી રેલવેલાઇન નાખવાને બદલે નવો, કંઈક અંશે વ્યવહારુ વિકલ્પ વિચારાયો. પર્વતમાળાની ટોચે ટ્રેન રિવર્સ થાય એવો વળાંક વિચારાયો. સાદા શબ્દોમાં કહી શકાય કે આગળ ધપતી ટ્રેન એક તબક્કે વળાંક લઈને થોડા ગજ પાછી ફરે અને પછી થોડી નીચે ઊતરીને આગળ વધે.

અત્યારે આ કાગળ પર લખવું કે એ રીતે પ્રવાસ કરવાનું આસાન છે, પણ પોણા બસો વરસ અગાઉ પર્વત પર એ રીતે રેલવેના પાટા બિછાવવાનો વિચાર અકલ્પ્ય હતો અને અમલ ભારે જહેમત માંગી લેનારો હતો. પર્વત પર પાટા, એના પર ટ્રેનનું ચડવું, વળાંક લેવો, નીચે ઊતરવું અને એ પણ ખંડાલા ખીણને કિનારે. રોમાંચક કહો કે જોખમી પણ ઘણાનો અભિપ્રાય સ્પષ્ટ હતો - મિશન ઇમ્પૉસિબલ.

હા. આ અશક્ય અભિયાનમાં દુનિયામાં અગાઉ ક્યાંક હાથ ન ધરાયો હોય એવા રેલવે પ્રોજેક્ટમાં 5.4 કરોડ ક્યૂબિક ફૂટના પહાડ પર કામ

કરવાનું હતું. આમાં પાટા બિછાવવા સાથે 25 ટનલ અને આઠ કમાનવાળાં બોગદાં પણ બનાવવાનું નક્કી થયું.

અને 1856ની જાન્યુઆરીમાં આ પ્રોજેક્ટ માટે પહેલી હથોડી વિંઝાઈ. કામગીરી શરૂ થવાના આનંદ સાથે પ્રૅક્ટિકલ પ્રૉબ્લેમ માથાં ઊંચકવા માંડ્યા. હકીકતમાં તો નહોતું કામના સ્થળે પહોંચવાનું આસાન કે નહોતાં કોઈ આધુનિક સાધનો. કાગળ પર દોરાયેલા નકશા સામે વાસ્તવિક પડકાર જડબાં ફાડીને સામે આવવા માંડ્યા.

હવામાન અને અતિશય શ્રમને કારણે પ્રોજેક્ટના વરરાજા સમાન બર્કલે એટલા માંદા પડી ગયા કે એમને ઈંગ્લૅન્ડ પાછા ફરવું પડ્યું. હવે વિલિયમ ફેવિલને કૉન્ટ્રેક્ટ અપાયો. આવા તોતિંગ પ્રોજેક્ટનો નેતા બદલાયો એટલે ફરક પડવાનો જ. આ વિલિયમ મજૂરોને માનવી ન સમજે અને ખૂબ બર્બરતાથી વર્તે. આવો માણસ વિશાળ અને પડકારરૂપ કામગીરી બજાવે તો એ મોટી સિદ્ધિ કહેવાય. આ પ્રોજેક્ટમાં કુલ 42 હજાર મજૂરોએ કામ કર્યું. રોજેરોજ ઓછામાં ઓછા 25 હજાર શ્રમિકો એકસાથે કામ કરતા હતા.

વિશ્વભરમાં જાણીતી સુએઝમાં નહેર બાંધવાય આટલા મજૂરો લાગ્યા નહોતા. એમાંય આમાં વિલિયમ ફેવિલ ગમે ત્યારે ગુસ્સામાં મજૂરો પર હાથ ઉપાડે, અપશબ્દો વરસાવે. ખાવાપીવાના ફાંફાં. નિયમિત પગારનાં સાંસા, સાધન-સામગ્રીની ગેરહાજરી અને ઉપરથી આવો વ્યવહાર. છેક મુંબઈ, થાણે, રત્નાગિરિ, ધારવાડ અને સોલાપુરથી મજૂરો આવ્યા હતા. એમના માલસામાનની હેરફેર અને અન્ય કામકાજ માટે દસ હજાર બળદ પણ પ્રોજેક્ટમાં જોતરાયા હતા.

આ શ્રમિકોની એક દાયકાની કાળી મજૂરીથી આ પ્રોજેક્ટ પૂરો થયો તો ખરો, પણ એ અગાઉ નાટ્યાત્મક અને આઘાતજનક બનાવો બનતા રહ્યા.

1857ની ક્રાંતિ વખતે બધા ભારતીય મજૂરોએ દેખાવો યોજ્યા હતા. આનાથી વિલિયમ ફેવિલ વિફર્યો હતો. આ ક્રાંતિ તો કારણ હતું માત્ર. બાકી પીવાનું પાણી ન મળવાથી અને હાથ-હથોડીથી પહાડ ખોદવાને લીધે મજૂરો ઉશ્કેરાટમાં હતા. સગવડ એટલી 'વધુ' કે ગમે ત્યારે કૉલેરા કે મલેરિયાનો રોગચાળો ત્રાટકે અને કેટલાય નિર્દોષોને ભરખી જાય. ફળસ્વરૂપે મજૂરો બરોબરના ઉશ્કેરાયા.

બ્રિટિશરોના ટેન્ટસ બહાર ટોળેટોળા જમા થયાં. કોઈના હાથમાં લાકડી તો કોઈના હાથમાં પથ્થર હતા, તો બધાની નસેનસમાં ખુન્નસ.

આ સંજોગોમાં બ્રિટિશરોએ બળને બદલે કળથી કામ લીધું. મજૂરોને વેતન વધારવાનું વચન આપીને શાંત પાડી દીધા. મહેનતકશનો ગુસ્સો ઓગળી ગયો, પણ વિલિયમ ફ્રેવિલ અને એના ઇજનેરોમાં કિન્નાખોરી જન્મી.

આ કિન્નાખોરોના આદેશ પર મજૂરોની ઝૂંપડીઓને ઘેરી લીધી અને તેમના આગેવાનની શોધખોળ આદરી કે જેથી તેને બરાબરનો પાઠ ભણાવી શકાય. નવેસરથી ઘર્ષણ અને છમકલાં થયાં. ફરી સમાધાન થયું, ત્યારે એક ઑફિસર ગાયબ થયો. ભારે જહેમત બાદ એ મળ્યો, માથામાં વાગેલી ગોળી સાથે, મૃતદેહરૂપે. આ ઘટનાથી ખૂબ હોબાળો મચી ગયો.

આની તપાસ યોજાઈ અને વિલિયમ ફ્રેવિલે જવું પડ્યું. એનો અનુગામી સોલોમન ટ્રેડવેલ બહુ જલદી કૉલેરાનો કોળિયો થઈ ગયો. અણધાર્યા સંજોગોને લીધે ટ્રેડવેલની પત્ની એલિસે પ્રોજેક્ટ સંભાળી લીધો.

આ પ્રોજેક્ટની મંથર ગતિથી રોકાણકારો ઊકળ્યા. નક્કી કર્યું કે કામ બમણા વેગથી કરવું, ને વેતન અડધું કરવું. અગાઉનાં વેતન ચૂકવવાનાં બાકી હતાં. એમાં આ કપાતથી મજૂરો ફરી વિફર્યા, પણ અંતે ઘીના ઠામમાં ઘી પડી રહ્યું.

1863ની 21મી એપ્રિલે ખંડાલામાં એક ભવ્ય સમારંભમાં આ રેલવેલાઇનનું ઉદ્‌ઘાટન થયું. ખુદ મુંબઈના ગવર્નર સર બોર્ટેલ ફ્રેર ઉપસ્થિત રહ્યા. તેમણે આને ભારતનું 'રેલવેયુગ'માં પાપાપગલી જાહેર કરી. 1929માં મુંબઈ-પુણે રેલવેલાઇનનું ઇલેક્ટ્રિફિકેશન થયું, ત્યારે ભોર ઘાટ રિવર્સિંગ સ્ટેશનનું કામકાજ પૂરું થઈ ગયું.

હવે મુંબઈથી પુણે જતી વખતે આસપાસ દૃષ્ટિપાત કરતી વખતે ભારતીય શ્રમિકોને સંભારવા જોઈએ. એમના પરસેવા, આંસુ, લોહી, સંઘર્ષ, હિંમત, યાતના અને મોત પર આપણી સુવિધાની ઇમારત ચણાઈ છે એ હવે ન ભુલાય. યાદ રહે કે આપણી આરામદાયક મુસાફરી માટે 24 હજાર મજૂરોએ જીવ આપ્યા છે. એ બધા અનામ વીરોને નમન.

●

9

બાલ્ટી માટે યુદ્ધ! બે હજારનાં મોત

લાંબીલચક લડાઈ કે યુદ્ધ શેના માટે થઈ શકે? યાદી બનાવવા જઈએ તો એમાં છેક છેવાડેય બાલ્ટી એટલે કે ડોલને સ્થાન ન મળે. એમાંય સોના, ચાંદી કે હીરા-મોતી-રતન જડેલી ડોલ નહીં, પણ ઓકના લાકડાની બાલ્ટી માટે લડાઈ થાય, લોહી રેડાય અને બે હજાર માણસોના જીવ જાય એવું માની શકો ખરા?

માનો યા ન માનો, પણ ઇતિહાસમાં 'ધ વૉર ઑફ બકેટ'ની નોંધ છે. એ લડાઈ પણ કોઈ આદિવાસી કે અભણ પ્રજા વચ્ચે નહોતી થઈ. ઇટાલીના બે રાજ્ય વચ્ચે આ બાલ્ટી યુદ્ધ થયું હતું.

આ ઘટના 13મી સદીની. ચોક્કસ કહીએ તો વર્ષ હતું ઈ.સ. 1325. ઇટાલીના ઇતિહાસમાં એ ઝેપ્પોલિનોની લડાઈ તરીકે ઓળખાય. આ ઘટના જેને સાવ કપોળકલ્પિત કે ટાઢા પહોરનું ગપ્પું લાગતી હોય એમને જણાવી દઈએ કે આજેય ઇટાલીના મોદેના શહેરના ટાઉનહૉલમાં આવેલા મ્યુઝિયમમાં આ લાકડાની બાલ્ટી મોજૂદ છે. ઘણાનો દાવો છે કે આ અસલી બાલ્ટી નથી, પણ એની પ્રતિકૃતિ છે.

ઇટાલીના બે રાજ્ય બોલોન્યા અને મોદેના વચ્ચે વર્ષોથી ભારોભાર દુશ્મની. આ શત્રુતા ત્રણસો વર્ષથી ચાલી આવતી હતી. બન્ને વચ્ચે રાજકીય મતભેદ હતા. મોદેના રોમન સામ્રાજ્ય તરફી હતું, તો બોલોન્યા પોપનું અનુયાયી. આ વિરોધી રાજકીય વિચારધારાને લીધે બન્ને રાજ્ય વચ્ચે સરહદી છમકલાં થતાં જ રહેતાં હતાં.

એવામાં ઈ.સ. 1325માં મોદેનાના સૈનિકોના એક જૂથે બોલોન્યામાં ઘૂસણખોરી કરી. તેમણે શહેરના કેન્દ્રમાં આવેલા કૂવામાંથી પાણી કાઢવાની લાકડાની બાલ્ટી ચોરી લીધી. આ ચોરી પણ મસ્તી અને છૂંછી માટે હતી. બાકી, આ બાલ્ટીનું નહોતું કોઈ ઐતિહાસિક મૂલ્ય કે નહોતું જરાય ભાવનાત્મક મહત્ત્વ.

પરંતુ બોલોન્યાએ આને પોતાનું અપમાન માની લીધું. સ્વમાન હણાયાથી ક્રોધિત બોલોન્યાએ બાલ્ટી પાછી માગી, પણ હવે મોદેનાને બાલ્ટી પાછી આપવામાં રસ નહોતો, વાત વટે જો ચડી ગઈ હતી. આ વલણથી બોલોન્યાના શાસકે ક્રોધે ભરાઈને યુદ્ધની જાહેરાત કરી દીધી. ત્રીસ હજારનું પાયદળ અને બે હજાર અશ્વસવાર લશ્કરમાં હતા એટલે જીતીને બાલ્ટી પાછી લાવવાની ગળા સુધી ખાતરી. આ નક્કર વાસ્તવિકતા વચ્ચે મોદેનાની તાકાત કેવી હતી. ફક્ત પાંચ હજારનું પાયદળ અને બે હજાર અશ્વ-સવાર સૈનિક. યુદ્ધ માટે આટલા જ સૈનિકોને તાકીદે એકઠા કરી શકાયા હતા. શક્તિની સરખામણીનો સવાલ જ નથી. 6:1 સૈનિકોનો સિનારિયો હતો, પરંતુ મમત અને જીદમાં બેઉ મક્કમ હતા. બેમાંથી કોઈ નમવા તૈયાર નહોતું.

ઝેપ્પોલિનાના મેદાનમાં શત્રુ સેના સામસામે આવી ગઈ. એમાંય યુદ્ધ સ્થળે જઈને જોયું તો મોદેનાની સેના શત્રુઓની બરાબરની ભીંસમાં આવી જાય એવા સંજોગો સર્જાયા હતા. બોલોન્યાના સૈનિકો તો અગાઉથી જ યુદ્ધસ્થળ નજીકના પર્વતો અને મેદાનમાં ગોઠવાઈ ચૂક્યા હતા. સંજોગો, સંખ્યાબળ અને તર્કની ગણતરીએ બોલોન્યાનો વિજય નિશ્ચિત ગણાતો હતો. પરંતુ યુદ્ધમાં આ ગણતરી અને તર્ક સિવાયના કેટલાંક પરિબળ મહત્ત્વનાં હોય છે, જુસ્સો ખમીર અને શૌર્ય. નિશ્ચિત ગણાતી હારના જડબામાં ઘૂસીને મોદેનાના સૈનિકો ખૂબ ઝનૂન અને વીરતાથી લડ્યા. આમેય સંખ્યાબળને જોતાં લડાઈ લાંબો સમય ચાલવાની ગુંજાઈશ નહોતી. પણ અણધાર્યા પરિણામ સાથે મોદેનાની મિનિ ટીમના વિરાટ પરાક્રમ સામે બોલોન્યાનું બાહુબળ એકદમ બકરી સાબિત થયું. બોલોન્યાના બહાદુરો ઊભી પૂંછડીએ પલાયન થવા માંડ્યા. મોદેનાના વીરોએ એમનો પીછો કર્યો. એમ કરવામાં

તેઓ બોલોન્યાની અંદર ઘૂસી ગયા, વચ્ચે આવતી રેનો નદીના કિનારા પર ઉમરાવો અને ધનવાનોના મહેલો-હવેલીઓનો ખુડદો બોલાવી દીધો. જળ-વ્યવસ્થામાં તોડફોડ કરીને શહેરને પાણીથી ટળવળતું કરી દીધું.

મોદેનાના લશ્કરે ખોટું જોશ બતાવીને બોલોન્યા શહેરને ઘેરો ઘાલીને બેસી રહેવાને બદલે જુદો જ વ્યૂહ અપનાવ્યો. તેમણે શત્રુની મજાક ઉડાવવા માટે અશ્વદોડ સ્પર્ધા યોજી. આટલેથી અટકવાને બદલે તેમણે પાછા ફરતી વખતે શહેરના એક કૂવા પરથી બાલ્ટી ચોરી લીધી. બાલ્ટીને બદલે બાલ્ટી વાયા ખૂંખાર જંગ. હા, એમાં મોટી ખુવારી થઈ: બોલોન્યા 1500, મોદેના 500. લાકડીની બાલ્ટી માટે બે હજાર માણસના જીવ જાય એને ભયંકર કહેવું કે હાસ્યાસ્પદ?

જો કે બોલોન્યા અને મોદેનાનો ઇતિહાસ સાબિતી આપતો હતો કે બાલ્ટી કદાચ નિમિત્ત માત્ર હતી. હકીકતમાં બન્ને પક્ષે એકમેકને ધોઈ પીવાની ઇચ્છા વધુ બળવત્તર હતી. મધ્યકાલીન યુગમાં યુરોપમાં રાજકીય વર્ચસ જમાવવા માટે રોમન સામ્રાજ્ય અને વેટિકન વચ્ચેના સંઘર્ષની આ ફળશ્રુતિ હતી.

આ ભયંકર ખુવારીવાળી લડાઈ બાદ શાંતિની સ્થાપના થઈ. મોદેનાએ બોલોન્યાની સંપત્તિ પાછી આપી, પણ બાલ્ટી પાછી ન આપી તે ન જ આપી.

જો કે ઇતિહાસમાં એવી નોંધ ઉપલબ્ધ છે કે બાલ્ટી યુદ્ધ એક દંતકથા છે. લોકવાયકા છે. હકીકતમાં બોલોન્યાને યુદ્ધમાં હરાવ્યા બાદ મોદેનાવાળા એક ટ્રોફી કે વિજયના પ્રતીકરૂપે બાલ્ટી લઈ ગયા હતા. સચ્ચાઈ તો કાળસંદૂકમાં ક્યાંક દફન છે, પણ આજેય મોદેનાના મ્યુઝિયમમાં લાકડાની બાલ્ટી જોતી વખતે ચર્ચા એ યુદ્ધની જ થાય છે.

●

10

ગુનેગારમાંથી સરપંચ : રાતોરાત ગામની કાયાપલટ

યહાં કે રાસ્તે આને કે લિએ ખુલે હૈં
મગર વાપસ જાને કા રાસ્તા નહીં હૈ.

આ મતલબના ડાયલોગ ઘણી હિન્દી ફિલ્મોમાં સાંભળ્યા છે. કહેવાનો મતલબ એ કે ગુનાખોરીની અંધારી ગલીમાં એન્ટ્રી છે, એક્ઝિટ નથી. મોટેભાગે આ સાચું પડે છે, પણ એમાંય અપવાદ હોય છે. આવું જ એક નામ છે, ભીમરાવ માને. સાંગલીના કાવઠેપિરન ગામનો અને હવે ભીમરાવ માનેનો પણ ભવ્ય અને ભાતીગળ ઇતિહાસ છે.

2022ના મે મહિનામાં આ ભીમરાવ માને ભળતા કારણોસર જગબત્રીસીએ ચડ્યા હતા. થયું એવું કે માનેના જન્મદિન નિમિત્તે કાવઠેપિરનમાં એક સમારંભ યોજાયો હતો. આમાં લાવણીના શબ્દો પર નાચતા માનેનો વીડિયો વાયરલ થયો. સૌને લાગ્યું કે આ તો મહારાષ્ટ્રના મુખ્ય પ્રધાન એકનાથ શિંદે નાચી રહ્યા છે. નેટિઝન ધડાધડ કંઈ સમજ્યા-કારવ્યા વગર નાહક શિંદેની ટીકા કરવા માંડ્યા. અંતે પુણેની ક્રાઇમબ્રાંચે ભીમરાવ માનેનું નિવેદન નોંધીને વિવાદ પર ઠંડું પાણી રેડ્યું હતું. અને ખુદ સીએમ સાહેબ શું બોલ્યા? “ભાઈ, મારા ડુપ્લિકેટ તરીકે કોઈ ખોટું કામ કરતા નહીં.”

આ વીડિયો વાયરલ થયા પછી મુખ્ય પ્રધાન શિંદેએ જેમને સલાહ આપી એ ભીમરાવ માને અગાઉ એક નહીં, અનેક ખોટાં કામ કરી ચૂક્યા

હતા. લગભગ ઈ.સ. 2000માં માને સામે 40 પોલીસ કેસ હતા. પાછા મોટાભાગના ગંભીર અપરાધઃ ખંડણી ઉઘરાવવી, કૉન્ટ્રેક્ટ કીલિંગ, હુમલા અને બળજબરીથી ઘર ખાલી કરાવવાં. એ બે દાયકામાં આઠ વાર તો જેલમાં જવું પડ્યું.

ભૂતકાળથી શરમાવાને બદલે ભીમરાવ આજેય અતીતની ભૂલોને કબૂલ કરે છે. સવારના બ્રશ કર્યા અગાઉ દારૂના બે પેગ પેટમાં જતા રહે. પછી આખો દિવસ ટપોરી દોસ્તો સાથે દારૂ ઢીંચે, ને લોકોને ડરાવે-ધમકાવે. દિવસભર પીવાનું ચાલે અને રાતે મફતના ડિનર માટે રેસ્ટોરાંમાં ઘૂસી જાય.

ભીમરાવ માને આણિ મંડળીથી આખું ગામ ત્રાહિમામ્ પોકારે પણ એક વ્યક્તિને ભયંકર વેદના થાય. કાકા મારુતિ માને ખૂણે-ખાંચરે આંસુ ય સારી લે કે ભત્રીજો ગામની કેવી બરબાદી કરી રહ્યો છે. આ મારુતિ માનેને ગામમાં જ નહીં, ભારતભરમાં સૌ ઓળખે. હિંદ કેસરીનું બિરુદ મેળવનારા માનેએ દુનિયાભરમાં કુશ્તીબાજ તરીકે ડંકો વગાડ્યો હતો. ભાઈના મોત બાદ તેમણે ભીમરાવને સગા દીકરા જેવો પ્રેમ આપીને ઉછેર્યો હતો. 1970ના કૉમનવેલ્થ ગેમ્સના રજતચંદ્રક વિજેતા મારુતિ માનેથી ભત્રીજાનાં કાળાં કામ સહન થતાં નહોતાં.

ઈ.સ. 2000ના ઑક્ટોબરમાં 32 વર્ષના ભીમરાવ માનેએ કાવઠેપિરનના સરપંચનો હોદ્દો બળપૂર્વક મેળવી લીધો. એમના 17 બદનામ દોસ્તો બની ગયા પંચાયતના સભ્ય. આ ગામમાં વરસોથી ચૂંટણી ન યોજાય, પણ ગામવાળા જ પોતાના સરપંચ અને પંચાયતના સભ્યોને પસંદ કરી લે. ગામવાળા તો ડરના માર્યા ચૂં કે ચા ન કરી શકયા, પણ મારુતિકાકાથી ભત્રીજાની દાદાગીરી અને ગામની સ્થિતિ ન જોવાઈ.

ભીમરાવ માને સહિતના આદરણીય આગેવાન સત્તાવાર કાર્યાલયમાં દારૂ ઢીંચીને આવે. આમાં પ્રજાના કેવાંક કામ થાય? ગામમાં ભારે ગંદકી હોય, છાશવારે રોગચાળા ફાટી નીકળે. આમાં 20 જનરલ પ્રેક્ટિશનર્સનો ધંધો જામી ગયો. શેરડીના પાકમાંથી થતી ધૂમ કમાણી દારૂમાં વેડફાઈ જતી હતી. ગામમાં દારૂ ગાળવાની આઠ ભઠ્ઠી અને 24 દુકાનો ક્યારેય ખાલી ન દેખાય.

પોતાનાથી કંઈ નહીં થઈ શકે એવું લાગ્યું ત્યારે મારુતિ માનેએ રાજ્યના તત્કાલીન નાયબ મુખ્ય પ્રધાન આર. આર. પાટીલની મદદ માગી. સ્મૃતિભ્રંશવાળાને યાદ કરાવીએ કે આબાસાહેબ તરીકે ઓળખાતા આ એન.સી.પી.ના નેતાએ જ રાજ્યમાં ડાન્સબાર પર પ્રતિબંધ મૂક્યા હતા. આર. આર. પાટીલે બોલાવીને પ્રેમથી ભીમરાવ માનેને સમજાવ્યો, "હવે તારે બદલાઈ જવાની જરૂર છે. તારા કાકાની સિદ્ધિની ખબર છે? તેમણે દેશની કેટલી બધી સેવા કરી છે. તું શા માટે એ બધાનું સત્યનાશ વાળવા બેઠો છે? તને નાનપણથી પ્રેમપૂર્વક ઉછેરનારા કાકાને શાંતિ આપ, પ્રેમપૂર્વક આભાર વ્યક્ત કર."

આમેય એ સમયે ભીમરાવ માને સામે ગમે ત્યારે મકોકા (મહારાષ્ટ્ર કંટ્રોલ ઑફ ઓર્ગેનાઇઝ્ડ એક્ટ) હેઠળ તવાઈ આવવામાં હતી, પણ એના ડર કરતાં ભીમરાવને પાટીલસાહેબની વાતમાં દમ લાગ્યો. નાયબ મુખ્ય પ્રધાને સલાહ અને ચીમકી બંને આપ્યા. ગામમાં સ્વચ્છતા ઝુંબેશ શરૂ કરો અને જૂનાં પાપ ધોઈને નવજીવન શરૂ કરો.

આ બધું સાંભળીને 2001ની બીજી ઑક્ટોબરે ભીમરાવ માને પહેલીવાર ગ્રામસભામાં આવ્યો, ત્યારે ગ્રામજનો આક્રોશ વ્યક્ત કરવાના મૂડમાં હતા. મહિલાઓએ તો ધમકી આપી કે ગામના રખેવાળો આવું ગંદું વર્તન કરે તો અમે સ્થળાંતર કરીને બીજે જતા રહીશું. મહિલાઓના ગુસ્સાની ધારી અસર થઈ. માનેએ ક્યારેય દારૂને હાથ ન લગાડવાની પ્રતિજ્ઞા લીધી. એટલું જ નહીં, 24 કલાકની અંદર દારૂની બદીનો અંત લાવવાનું વચન આપ્યું.

કોઈને પોતાના કાન પર વિશ્વાસ ન બેઠો, પણ ક્યારેક ચમત્કાર થતા હોય છે. ત્રીજી ઑક્ટોબરે ગામની સેંકડો મહિલાઓ મશાલ લઈને નીકળી પડી. તેમણે દારૂની ભઠ્ઠી અને અડ્ડાઓ નેસ્તનાબૂદ કરી નાખ્યા અને એ પણ ભૂતકાળમાં તેમને પ્રોત્સાહન આપનારા ભીમરાવ માને આણિ મંડળીની આગેવાનીમાં. નાનકડા ગામમાં મોટી ક્રાંતિ આવી ગઈ. અમુક બંધાણી ગળું ભીનું કરવા બાજુના ગામમાં દોડી જતા પણ પાછા આવે ત્યારે તેમનાં માથાં મૂંડી નાખવાની સજા થવા માંડી. આમ યુવાનોએ નશાની લાયમાં વાળ ગુમાવવાનો વારો આવ્યો.

આ સાથે એક નવા ભીમરાવ માનેનો જન્મ થયો. તેણે સ્વચ્છતા માટે ગામને ઍવૉર્ડ અપાવ્યો. ભીમરાવ માનેના નવા અવતારની કામગીરી એટલી ભવ્ય અને પ્રભાવશાળી રહી કે તત્કાલીન રાષ્ટ્રપતિ ડૉ. અબ્દુલ કલામે એમનું સન્માન કર્યું હતું.

મન મક્કમ, ઇરાદા મજબૂત હોય તો કંઈ જ અશક્ય નથી એ શબ્દોનું જીવતું, જાગતું અને ઉજ્જ્વળ ઉદાહરણ એટલે ભીમરાવ માને.

●

11

કલકત્તાથી લંડન બાય બસ!

બસમાં મુસાફરીનો આનંદ કંઈક અલગ જ હોય. મુંબઈમાં સૌથી લાંબા બસ રૂટની ખબર છે? 524 લિમિટેડ, બોરીવલી ઇસ્ટ સ્ટેશનથી વાશી સેક્ટર નં. 19, વચ્ચે 76 સ્ટોપ ને ટ્રાફિક આડોડાઈ ન કરે તો 43.09 કિલોમીટરનું અંતર 1.40 કલાકમાં કપાઈ જાય.

આપણા ગુજરાતનો સૌથી લાંબો બસ રૂટ છે અમદાવાદ અને ઉમરગાંવ વચ્ચે. ગૂગલકાકાની માહિતી મુજબ 391.4 કિલોમીટરનું આ અંતર સાત કલાક અને સત્તર મિનિટમાં કાપી શકાય. ટ્રાફિકજામ માટેના સમયની વધઘટ લેવીદેવી.

દેશનો સૌથી લાંબો બસ રૂટ છે કર્ણાટકના બેંગલુરુથી રાજસ્થાનના જએતરન વચ્ચે. આ 1954 કિલોમીટરનો માર્ગ 37.30 કલાકમાં પૂરો થવાની ધારણા રહે છે.

ગિનિસ બુક ઑફ વર્લ્ડ રેકોર્ડ મુજબ હાલ દુનિયામાં સૌથી લાંબો બસ રૂટ 6200 કિલોમીટરનો છે, પેરુના લીમાથી બ્રાઝિલના રિયો ડી જાનેરો વચ્ચે.

આ તો ઠીક પણ વર્લ્ડના ઑલટાઇમ લોન્ગેસ્ટ બસ રૂટ વિશે જાણીને જ હાંફી જવાય. હા, 20,300 કિલોમીટરની મુસાફરી, દિવસ લાગે 50 (યસ, પચાસ) અને એ બસ પસાર થાય 11 દેશમાંથી! હા, ઇંગ્લેન્ડ, બેલ્જિયમ, વેસ્ટ જર્મની, ઑસ્ટ્રિયા, યુગોસ્લાવિયા, બલ્ગેરિયા, તુર્કી, ઈરાન, અફઘાનિસ્તાન, પાકિસ્તાન અને ભારત. દુનિયાના આ સૌથી વધુ લાંબા મોટરેબલ રોડ

પર થતી આ મુસાફરી ઓળખાતી લંડન-કલકત્તા બસ સર્વિસ તરીકે. એ ડબલ ડેકર બસ 'હિપ્પી રૂટ' પર અવરજવર કરતી હતી. એ કલકત્તાથી ઉપડીને બનારસ, ઇલાહાબાદ, આગ્રા, રાવલપિંડી, કાબુલ, કંદહાર, તહેરાન, ઇસ્તંબુલ, વિયેના સહિતનાં અનેક શહેરોને આવરી લેતી હતી.

એક ડબલ ડેકર બસ દુનિયાભરના પ્રવાસીઓ સાથે 11 દેશમાં ફરતી હતી. આજે આતંકવાદ અને અવિશ્વાસના માહોલમાં એકે દેશની સરહદ ઓળંગવામાંય ન જાણે કેટલો સમય લાગી જાય.

1957માં લંડન-કલકત્તા બસસેવા શરૂ થઈ. ત્યારે એનું ભાડું 85 ડૉલર હતું, જે 1976માં સેવા બંધ થઈ એ સમયે 145 ડૉલર સુધી પહોંચી ગયું હતું. આ રકમ એ સમયે બધાને પરવડે એવી નહોતી ગણાતી. આ બસભાડામાં શું શું સામેલ હતું? પ્રવાસ ઉપરાંત રહેવાનું, ભોજન, નાસ્તો, સાઈટ સીઇંગ અને મનોરંજન.

ઑસ્ટ્રેલિયન આલ્બર્ટ ટ્રાવેલના સાહસ સમી આ બસની પહેલી મુસાફરી 1957ની 15 એપ્રિલે આરંભાઈ હતી. 50 દિવસની મુસાફરી કરવી એ કંઈ વૉટ્સએપ યુનિવર્સિટી થકી પ્રજાને ઉલ્લુ બનાવવા જેટલું આસાન કામ નથી. એટલે બસમાં સમય પસાર કરવા માટે અનેક સવગડો રખાઈ હતી. વાંચવા માટે લાઇબ્રેરી, કંટાળો આવે તો ઊંઘવા માટે દરેકના અલગ સ્લીપિંગ બંકર, ગરમી-તડકાને ધ્યાનમાં રાખીને પંખાથી ચાલતાં હિટર પણ હાજર. બધી સાધન-સામગ્રીથી સજ્જ કિચન પણ ખરું જ્યાં બધું રાંધી શકાય. બસના અપર ડેકમાં ઑબ્ઝર્વેશન લાઉન્જ, જ્યાંથી ડોક બહાર કાઢીને આસપાસનો નજારો જોઈ શકાય. પાર્ટી કરવા માટે રેડિયો અને મ્યુઝિક સિસ્ટમ પણ મોજૂદ.

આ બધું ઓછું હોય એમ રસ્તામાં પડતાં જોવાલાયક પર્યટન સ્થળોની મુલાકાતે પણ પ્રવાસીઓને લઈ જવાય. વાત આટલેથી જ અટકતી નહોતી. પ્રવાસીઓને વિયેના, આલ્પબર્ગ, કાબુલ, તહેરાન અને ઇસ્તંબુલમાં શૉપિંગ માટે પણ જવા દેવાતા હતા. આવા 50-50 દિવસના મસ્તી, આનંદ, મોજ, નિરાંત અને વિશ્વ-દર્શન સમી મુસાફરીની કલ્પનાય કેટલી અદ્ભુત અને રોમાંચક લાગે છે ને?

પરંતુ દરેક ચીજ એક નિશ્ચિત એક્સપાયરી ડેટ સાથે આવતી હોય છે. અમુક વર્ષ બાદ આ બસને અકસ્માત નડ્યો અને બસ ઉપયોગને લાયક ન રહી. પછી એક બ્રિટિશ ટ્રાવેલર ઍન્ડ સ્ટુઅર્ટે ખરીદી લીધી અને એને ડબલ-ડેકર મોબાઇલ હોમમાં ફેરવી નાખી. આ સાથે હરતાફરતા એક માળાના ઘરની આગામી મુસાફરી શરૂ થઈ. એ બસને અગાઉ કંપની 'આલ્બર્ટ'નું નામ અપાયું પછી 1969ની 8મી ઑક્ટોબરે એ નવા રૂટ પર દોડવા માંડી, સિડની ટુ લંડન વાયા ઇન્ડિયા.

આ મુસાફરીમાં એક નવું તત્ત્વ ઉમેરાયું. લંડન-કલકત્તા-લંડન ઉપરાંત લંડન-કલકત્તા-સિડની રૂટ પર એ ચાલવા માંડી. આમાં એ ઈરાન થઈને ભારત આવતી. બર્મા (હાલનું મ્યાંમાર), થાઈલૅન્ડ અને મલેશિયા થઈને સિંગાપોર પહોંચતી હતી. સિંગાપોરથી આખી બસને જહાજમાં ઑસ્ટ્રેલિયાના પર્થ સુધી પહોંચાડાતી હતી. પછી માર્ગ પર દોડાદોડી કરીને સિડની પહોંચતી હતી.

પરંતુ 1976માં ઈરાનમાં આંતરિક ઘર્ષણની સ્થિતિ વણસી અને ભારત-પાકિસ્તાનમાં તંગદિલી વધી. એનાથી આ અદ્ભુત બસયાત્રાનું રામ બોલો ભાઈ રામ થઈ ગયું.

એક બાબતની ખાસ નોંધ લેવી જોઈએ કે પર્યટન અને મુસાફરીના ઇતિહાસમાં માનવ-વિશ્વાસ અને વિશ્વ-બંધુત્વના પ્રતીક સમી આ બસે 'ફ્રેન્ડલી ઍમ્બેસેડર'નું બિરુદ રળ્યું હતું. આજે આવા 'દોસ્તી દૂત'ની વધારે જરૂરિયાત હોય એવું નથી લાગતું? ભારતથી પાકિસ્તાન અને રશિયાથી યુક્રેન બસ શરૂ થાય તો? પણ અબજો ડૉલરના ટર્નઓવર અને પ્રોફીટ ઇચ્છતા શસ્ત્રોના સોદાગરો આવી પહેલનું બાળ-મરણ જ કરાવી દે.

●

12

મારો અસીલ નિર્દોષ, તેણે તો શેતાનના પ્રભાવમાં ખૂન કર્યું

પુણેમાં અંધશ્રદ્ધા નિર્મૂલન માટેના આજીવન લડવૈયા ડૉ. નરેન્દ્ર દાભોલકરની મંગળવાર તા. 20મી જુલાઈની વહેલી સવારે માથામાં ચાર ગોળી ધરબીને હત્યા કરી નખાઈ હતી. આને લીધે ફાટી નીકળેલા રોષને પગલે મહારાષ્ટ્ર સરકારે 17 વર્ષથી ધૂળ ખાતો અંધશ્રદ્ધા નિર્મૂલન કાયદો બનાવવા માટે વટહુકમ બનાવવાની જાહેરાત કરી. 21મી સદીના ભારતમાં સૌથી પ્રગતિશીલ મનાતા રાજ્ય મહારાષ્ટ્રમાં આવો કરુણ વિરોધાભાસ હોય તો પછાત ગણાતા પ્રાંતોમાં કેવી હાલત હશે તેની વિચારણા કરતાં કમકમાટી ઊપજે છે...

આ બધું વાંચતી વખતે અમેરિકાનો 1981નો એક વિચિત્ર કેસ યાદ આવ્યો. આ વાત 'ડેમોન મર્ડર ટ્રાયલ' તરીકે જાણીતા કનેક્ટિકટ સુપિરિઅર કોર્ટના કેસની છે. આ ખટલો અત્યંત રસપ્રદ, વિચિત્ર અને અનોખો છે, કારણ કે અમેરિકાના ઇતિહાસમાં ખુલ્લી અદાલતમાં કોઈ વકીલે પહેલીવહેલી વખત દાવો કર્યો હતો કે હત્યાના કેસમાં મારો અસીલ નિર્દોષ છે, કારણ કે તેના શરીરમાં ભૂત-પિશાચ-શેતાનના વાસને લીધે આ અપરાધ થયો હતો!

માનો યા ના માનો, આ સાવ સાચુકલો મર્ડર કેસ છે. કનેક્ટિકટના બ્રુકફિલ્ડ ખાતે રહેતા 24 વર્ષીય એર્ની ચેયન્ને જોન્સનની આ વાત છે. એર્નીની પ્રેમિકા ડેબી ગ્લાઝેલને એ જોઈને નવાઈ લાગી કે એનો નાનો ભાઈ ડેવિડ ઊંઘમાં જાગીને હીબકાં ભરીભરીને રડતો હતો. ડેવિડ માંડ

માંડ કહી શક્યો કે, મેં ભયંકર જાનવર જેવા ડરામણા માણસને જોયો, જેની મોટી મોટી કાળી આંખ હતી, જાનવર જેવો પાતળો ચહેરો હતો, શિંગડાં હતાં, માથા પર અણિયાળા કાન હતા અને વિચિત્ર દાંત હતા. વિચિત્ર પગવાળા માણસે 'સાવધાન' રહેવાની ચેતવણી સુધ્ધાં આપ્યાનો ડેવિડે દાવો કર્યો હતો. કોઈ પણ હોરર ફિલ્મની સ્ક્રિપ્ટમાં સ્થાન પામી શકે એવી આ ઘટના હતી.

હવે વાત આગળ. આ ઘટના પર બનેલા ટીવી કાર્યક્રમમાં એર્ની અને ડેબી બંનેએ સ્વીકાર્યું હતું કે ડેવિડ પર શેતાનનો કબજો હોવાના પોતે સાક્ષી હતાં. આનું વર્ણન કરતાં ડેબી તો રડી પડી હતી.

ડેબીના દાવા મુજબ ભાડે લીધેલા મકાનની સાફસૂફીના સમયથી ડેવિડની સમસ્યાઓ શરૂ થઈ હતી. આ જગ્યામાં પાછળના ભાગમાં એક જૂનો કૂવો હોવાની ડેબીને જાણ નહોતી. ડેવિડને માસ્ટર બેડરૂમની સફાઈની જવાબદારી સોંપાઈ હતી. અહીં એક પ્લેન શર્ટ અને જીન્સવાળા માણસે ડેવિડને એટલો જોરદાર ધક્કો માર્યો કે એ ઘરની બહાર ભાગી ગયો અને ફરી ઘરમાં પ્રવેશવાનો ધરાર નનૈયો ભણી દીધો.

એર્ની અને ડેબીએ માન્યું કે ડેવિડ સાફસૂફીથી થાક્યો અને કંટાળ્યો હશે એટલે આવા બહાના કાઢતો લાગે છે. પરંતુ એ જ રાતે એર્ની અને ડેવિડ ઘરે પાછાં ફર્યાં, ત્યારે વધુ એક આંચકો લાગ્યો કે ભાડાના આ ઘરમાં રહેવા આવવાનું તમને ખૂબ ભારે પડશે. એ વૃદ્ધ માણસ ખૂબ ગુસ્સામાં હતો અને સ્પષ્ટ શબ્દમાં ધમકી આપ્યાની જાણકારી ડેવિડે ઘરવાળાને આપી. એ વૃદ્ધ માણસ પર ગુસ્સે ભરાયેલા જંગલી જાનવરે દરવાજા પર નખ માર્યા હતા, પરંતુ કોઈએ ડેવિડની વાતો પર ધ્યાન ન આપ્યું, પરંતુ...

...ભાડાના ઘરે ગયા ત્યારે દરવાજા પર જાનવરના નહોરથી પડેલાં નિશાનો તરત જ નજરે પડ્યાં. હવે બધાના મનમાં ફફડાટ વ્યાપી ગયો. તાબડતોબ નિર્ણય લેવાઈ ગયો કે ભાડાના ઘરમાં રહેવા જ ન જવું, કારણ કે ત્યાં ભૂતનો વાસ છે. આ સાથે ડેબીની મમ્મીએ એર્નીને વિનંતી કરી કે હવે તું અમારા ઘરે આવીને રહે તો સારું, પરંતુ એ જ રાતે મમ્મીના ઘરની અંદર પણ ડેવિડને એ વિચિત્ર માણસ ફરી દેખાયો. અચાનક એ

જંગલી જાનવરમાં ફેરવાઈ ગયો અને એક ઝાડ પરથી બીજા ઝાડ પર ઊડાઊડ કરવા માંડ્યો. ડેવિડે દાવો પણ કર્યો કે એ બુઢ્ઢો લૅટિન શબ્દો બોલતો હતો અને એ પોતાના આત્મા માટે આવ્યો હતો.

પરંતુ વિચિત્રતા એ હતી કે એ ઓલ્ડમૅન ડેવિડ સિવાય કોઈને ન દેખાયો. ડેવિડ ચીસાચીસ કરતો, 'એ મારા માટે આવ્યો છે, એ મને લેવા આવ્યો છે.' ગમે તેટલું મનાવવા, સમજાવવા કે પટાવવા છતાં ડેવિડ જરાય શાંત ન પડ્યો. ડેવિડને એ દેખાતો, પણ અન્યોને માત્ર કંઈક અવાજ સંભળાતો હતો, જે હવા ફૂંકવાનો કે આસપાસના પ્રાણીએ કર્યો હોવાનું તેઓ માનતા હતા.

ડેવિડ સાચો હોવાના પુરાવા લોકોને ફરી મળ્યા. એ જ રાતે એ અદૃશ્ય તત્ત્વ ડેવિડને બટકાં ભરવા માંડ્યું. આવું એકવાર બન્યું. પછી બનતું જ રહ્યું.

આનાથી ગભરાઈને ફૅમિલીવાળા સ્થાનિક કૅથલિક પાદરી પાસે ગયા. પાદરી આવ્યા, પોતાની રીતે બ્લેસિંગ્સ આપ્યા, પણ ડેવિડમાં લેશમાત્ર ફેરફાર ન થયો.

વાત વધુ વણસી ગઈ. હવે ડેવિડને દિવસે પણ ધોળી દાઢીવાળો શર્ટ-જીન્સ પહેરેલો ઓલ્ડમૅન દેખાવા માંડ્યો. આ બધું બંધ થવાની આશા સાથે બારેક દિવસ રાહ જોઈ, પણ કોઈ પરિણામ ન આવ્યું. અંતે પાદરીની સલાહ માનીને ડેમોનોલિજિસ્ટ (ભૂત-પિશાચ ભગાડવાના નિષ્ણાત) એડ અને લૉરેન વૉરેનને બોલાવાયા. એડને લાગ્યું કે ભૂત-પિશાચ છે જ. પોતાની વધતી ઉંમરને લીધે તેણે ભૂવાની કામગીરી બજાવવાને બદલે લૉરેનને સોંપી.

પરંતુ મામલો ઉકેલાવાને બદલે વધુ ગૂંચવાઈ જવાનો હતો. આ તરફ લૉરેને જાહેર કર્યું કે મેં ડેવિડની બાજુમાં એક કાળા અને ધુમ્મસિયા આકારને જોયો, જે દુષ્ટાત્માની હાજરીનો પુરાવો હતો. ડેવિડ પણ રોકકળ કરવા માંડ્યો કે કોઈક મારું ગળું ભીંસે છે. મારપીટ કરે છે. ત્યાર બાદ લોકોને એના ગળા પર લાલ ચકામાં દેખાવા માંડ્યાં.

ડેવિડે કોથળામાંથી બિલાડું કાઢ્યું કે મારા શરીરમાં એકથી વધુ દુષ્ટાત્માઓ છે. એ ક્યારેક ગર્જના કરતો, ક્યારેક વિચિત્ર અવાજો કાઢતો એકાએક બાઇબલના અંશ બોલવા માંડતો...

ડેવિડના શરીરમાં ભૂત-પિશાચ આવે એ રોજ રાતની નિયમિત ઘટના બની ગઈ. એની સાથે કોઈ ને કોઈ જાગે. ક્યારેક આ દુષ્ટ મહેમાન અડધો કલાક રોકાય કે ક્યારેક વધુ. હવે ભૂતને કાઢવાના પ્રયાસોએ જોર પકડ્યું હતું. ચાર પાદરીની હાજરીમાં વિધિ થઈ. ડેવિડને પુછાયું કે તારી અંદર કેટલાં ભૂત-પિશાચ છે? ડેવિડે જવાબ આપ્યો : 43.

આ સાથે ડેવિડના શરીર પર જખમ-ઉઝરડા દેખાવા માંડ્યા. એનામાં કોઈક અગોચર શક્તિ હોવાના પુરાવા મળવા માંડ્યા. ખુદ ભૂવા લૉરેને બ્રુકફિલ્ડ પોલીસ પાસે જઈને ચેતવણી ઉચ્ચારી કે સ્થિતિ વધુ ને વધુ વણસી રહી છે. એક દિવસ તો ડેવિડે શ્વાસ લેવાનું જ બંધ કરી દીધું. બધાએ માની લીધું કે ડેવિડ ખતમ. એને પાછો લાવવાના પ્રયાસમાં ભૂવાની વિધિ બંધ કરી દેવાઈ. આની વચ્ચે જાણે અગમનાં એંધાણ કહેતો હોય એમ ડેવિડે એર્ની જોન્સનના હાથે ભવિષ્યમાં થનારા ખૂનનો ઉચ્ચાર કર્યો.

*

એર્ની જોન્સનની ધરપકડ થઈ એલન બોનોના મર્ડર બદલ. આ સાથે જ ભૂવા લૉરેન વૉરેને પોલીસ પાસે જઈ ધડાકો કર્યો કે એર્ની જોન્સન પર તો પ્રેતનો પ્રભાવ છે. શહેરનું પહેલુંવહેલું મર્ડર અને એમાં વળી ભૂતનો એંગલ! મીડિયાવાળાને તો દોડવા માટે મળ્યો બરાબરનો ઢાળ. એમાંય વૉરેને અખબારોમાં વાત ચગાવવા માંડી : આ ઘટના અંગે હું પુસ્તક લખીશ. ફિલ્મ બનાવીશ અને લેક્ચર આપીશ. આને લીધે એર્ની જોન્સનના વકીલ માર્ટિન મીનેલ લાને દુનિયાભરમાંથી ફોન આવવા માંડ્યા. એ મીડિયામાં એટલો બધો છવાઈ ગયો કે છેક લંડનની શેરીઓમાં ફરતી વખતે લોકો એને ઓળખવા માંડ્યા.

વકીલ મીનેલાએ લંડન જવું પડ્યું, કારણ કે તે બ્રિટનમાં બનેલી આવી જ બે ઘટના સાથે સંકળાયેલા વકીલોને મળવા માગતો હતો. તે તો યુરોપ જઈને નિષ્ણાત ભૂવાઓને મળવા માગતો હતો. મામલામાં સાથ ન આપનારા પાદરીઓને કોર્ટમાં ઘસડી જવાની ધમકી સુધ્ધાં તેણે ઉચ્ચારી હતી. 1981ની 28મી ઑક્ટોબરના રોજ કનેક્ટિકટ સુપિરિઅર કોર્ટમાં આ અનોખો મર્ડર કેસ શરૂ થયો. વકીલ મીનેલાએ અભૂતપૂર્વ દાવો કર્યો

કે પ્રેતના અંકુશ હેઠળ હોવાથી મારો અસીલ એર્ની જોન્સન દોષિત ન ગણાય, પરંતુ જજ રોબર્ટ કાલાહને હત્યાના સમયે એર્ની પ્રેતના પ્રભાવમાં હોવાની દલીલ ધરાર ન સ્વીકારી. આવા દાવા અને જુબાનીના સ્વીકાર અતાર્કિક અને અવૈજ્ઞાનિક ગણાય એવું ભારપૂર્વક જાહેર કર્યું. અંતે નાછૂટકે અસીલે સ્વબચાવમાં આવું પગલું ભર્યું હોવાની દલીલ કરવાની બચાવ પક્ષના વકીલને ફરજ પડી. પછી તો અદાલતમાં એક હકીકત બહાર આવી કે એર્ની અને બોન દારૂ પીતા હતા અને ઉગ્ર દલીલબાજીમાંથી હત્યા થઈ હતી.

સમગ્ર જ્યુરી પણ જજના માર્ગે જ ગઈ. જ્યુરીએ વકીલ મીનેલાની ભૂતવાળી થિયરીને કાન જ ન આપ્યા. ત્રણ દિવસમાં કુલ પંદરેક કલાક ચર્ચા કર્યા બાદ જ્યુરીએ માનવવધ બદલ એર્ની જોન્સનને દોષિત જાહેર કર્યો અને 10થી 20 વર્ષની કેદ કરવાની ભલામણ કરી. આમાંથી અંતે તેને કરાઈ પાંચ વર્ષની કેદ. 1981ની 24મી નવેમ્બરે એર્ની જોન્સન ગુનેગાર જાહેર થઈ ચૂક્યો હતો. જેલમાં સારા વર્તનને લીધે એર્નીને પાંચ વર્ષ પૂરાં થવામાં એક મહિનો બાકી હતો ત્યારે મુક્ત કરી દેવાયો હતો. જેલમાં તો એર્ની આદર્શ કેદી જાહેર થયો હતો. આ જેલવાસ દરમિયાન જ એર્ની પોતાની પ્રેમિકાને પરણ્યો, અનેક શૈક્ષણિક ડિગ્રીઓ મેળવી. એને સંડોવતી ઘટના પરથી પુસ્તક 'ધ ડેવિડ ઇન કનેક્ટિકટ' લખાયું અને તેના પરથી 1983માં એનબીસી ટેલિવિઝને ફિલ્મ બનાવી : 'ધ ડેમોન મર્ડર કેસ'.

1986માં જાન્યુઆરીમાં જેલમાંથી છૂટવા છતાં 1991 સુધી એર્ની જોન્સનને સરકારી સુપરવિઝન હેઠળ રહેવાનું હતું. હત્યા અને ધરપકડ અગાઉ વૃક્ષની દેખરેખનું કામકાજ સંભાળનારા એર્નીને નોકરી સુધ્ધાં મળી ગઈ, પણ ક્યાં - કોને ત્યાં નોકરી મળી એ ગુપ્ત રખાયું. એટલું જ નહીં, તેનો ટેલિફોન નંબર પણ અનલિસ્ટેડ રખાયો હતો.

જેલમાંથી છૂટ્યા બાદ સ્વાભાવિક કારણોસર એર્ની અને તેની પત્ની જાહેરમાં ન આવ્યાં, પણ તેઓ સુખી હોવાનું જાહેર થયું. આ સાથે જ એર્ની કે એના સાળા ડેવિડ પર હવે કોઈ પ્રેત-પિશાચની અસર ન હોવાનું પણ જાહેર કર્યું. વૉરેનને વધુ એક વાત કહી : એર્ની સમજે છે કે ફરીથી

શેતાનને પડકારવાની બેવકૂફી ન કરાય. આ અગાઉ મિસિસ ડેબી ગ્લાઝેલે તો લૉરેન વૉરેન પર દાવો માંડ્યો, કારણ કે આખી ઘટનાના મૂળમાં કોઈ ભૂત, પ્રેત, પિશાચ કે શેતાન નહોતા, પરંતુ ડેવિડની નબળી માનસિક સ્થિતિને લીધે આમ થયું હતું.

આ ઉપરાંત 'ડેવિલ ઇન કનેક્ટિકટ' પુસ્તકની રૉયલ્ટી અંગે પણ જબરો વિખવાદ થયો. લૉરેન વૉરેનના દાવા મુજબ પુસ્તકોમાંથી થયેલો નફાનો ભાગ એર્નીના પરિવારને ચૂકવાયો હતો, પરંતુ પુસ્તકના પ્રકાશન વખતે જે દાવો કરાયો કે ભૂતવાળી આખી વાત જ એડ અને લૉરેન વૉરેને કરેલી બનાવટ છે. તેઓ અમારા પરિવાર અને મારા ભાઈની માનસિક બીમારીનું શોષણ કરવા માગતા હતા. આ વાર્તા રાતોરાત મિલિયોનર બનાવી દેશે અને એર્નીને જેલમાંથી બહાર લાવવામાં મદદરૂપ થશે એવું ગાજર પણ બતાવવાનો આક્ષેપ થયો હતો. પછી કાર્લ ગ્લાઝેલે જાહેર કર્યું કે સાચી ઘટના વર્ણવતું પુસ્તક 'અલોન થ્રુ ધ વેલી' લખીશ. આ ઘટનાને ખોટી રીતે ચગાવવાને લીધે ડેબીના પિતરાઈ ભાઈ કાર્લે સ્કૂલ છોડી દેવી પડી, મિત્રો ગુમાવ્યા અને વ્યાપારિક તકો પણ ગુમાવી. પરંતુ વૉરેન લૉરેને આ બનાવને સત્ય અને હકીકત ગણાવતાં દાવો કર્યો કે ડેવિડને ભૂત વળગ્યું જ હતું અને આ ભૂત કાઢવાના કામમાં જોડાયેલા છ પાદરી પણ આ વાત સાથે સહમત થયા.

આખી વાતમાં બિચારા ભૂત સાવ જ ભુલાઈ ગયાં છે ને શરૂ થયો એકમેકને જૂઠા પાડવાનો જંગ.

(**નોંધ :** આ માની ન શકાય એવી સંપૂર્ણ ઘટના અમેરિકન કોર્ટ, અખબાર અને ટેલિવિઝનમાં ખૂબ જ ચર્ચાયેલી, લખાયેલી અને જોવાયેલી છે.)

●

13

કુલ સજા પૂરાં 315 વર્ષ આઠ મહિનાની!

કુલ સજા પૂરાં 315 વર્ષ અને 8 મહિના. વહેલામાં વહેલી પેરોલ પર છૂટવાની શક્યતા છઠ્ઠી ઑગસ્ટ, 2309. આવી અકલ્પ્ય સજા મેળવનારા અમેરિકન કેદીનું નામ છે, કોલીન ફર્ગ્યુસન.

*

કોલીન ફર્ગ્યુસનનો જન્મ થયો જમૈકા ટાપુના કિંગ્સ્ટનમાં, 1958ની 14મી જાન્યુઆરીએ. પિતા વોન હર્મન અત્યંત ધનાઢ્ય. મોટી ફાર્માસ્યુટિકલ કંપનીના મૅનેજિંગ ડિરેક્ટર. 'ટાઇમ' જેવા મૅગેઝિને તેમને 'જમૈકા'ના સૌથી આગેવાન વેપારી-ઉદ્યોગપતિ ગણાવ્યા હતા. પરિવારમાં માતા મે ફર્ગ્યુસન સાથે ચાર ભાઈ અને દાદીમા રહે કિંગ્સ્ટનના પરામાં આવેલા બે માળના મકાનમાં. ક્રિકેટ અને ફૂટબોલનો શોખીન કોલીન શાળામાં સારો વિદ્યાર્થી ગણાતો. ગ્રેજ્યુએશનમાં પણ એનું સ્થાન પોતાના ક્લાસના ટોચના ત્રણ વિદ્યાર્થીઓમાં.

એકસરખા દિવસ સુખના કોઈના જતા નથી. હા, કોલીન 20 વર્ષનો હતો ત્યારે 1978માં પિતા વોન હર્મનનું કાર અકસ્માતમાં મોત થયું. આ આઘાતમાંથી કળ વળે એ પહેલાં માતાને કૅન્સર ભરખી ગયું. આ સાથે પરિવારમાં સુખ, શાંતિ અને સમૃદ્ધિ અદશ્ય થવા માંડ્યા. આ બે ફટકાએ કોલીનને અત્યંત વ્યથિત કરી નાખ્યો. જાણે એ કોઈ અલગ જ માણસ બની ગયો.

1982માં એ વિઝિટર્સ વિઝા પર અમેરિકા ગયો. શરૂઆતમાં તો માંડ

માંડ માત્ર મજૂરીકામ મળતાં કોલીન એકદમ હતાશ થઈ ગયો. વ્હાઇટ કૉલર જૉબ મેળવવાના પ્રયાસોમાં એના મનમાં એક વાત ઘર કરી ગઈ કે પોતે શ્યામવર્ણો હોવાથી અમેરિકામાં સતત અન્યાય થઈ રહ્યો છે. આ રંગભેદના દૈત્યે એના મન-મગજ પર સંપૂર્ણ કબજો જમાવી દીધો.

આ કાળાંડિબાંગ વાદળો પર રૂપેરી કોર જેવી ઘટના બની 1986માં. અમેરિકામાં જ રહેતી મૂળ જમૈકાની ઓડ્રી વૉરેન સાથે મુલાકાત થઈ અને એ જ વરસની 13મી મેએ બંને પરણી ગયાં. આને પ્રતાપે કોલીનને અમેરિકામાં કાયમ માટે રહી જવાનો મોકો મળી ગયો.

લગ્નના જોશ સાથે બંને લૉંગ આઇલૅન્ડમાં નવા ઘરમાં રહેવા ગયાં, પરંતુ આ પ્રેમ, જોશ, હનીમૂન કે લગ્નનું આયખું લાંબું ન નીકળ્યું. જોરદાર કંકાસ, મોટેપાયે ઝઘડા-મારપીટ શરૂ થયાં. ક્યારેક તો મામલો એટલી હદે વણસી જતો કે પોલીસના હસ્તક્ષેપથી માંડ ઉપરછલ્લી શાંતિ સ્થપાયેલી હતી. સંબંધ વધુ ને વધુ કથળતા ગયા, 1988ની 18મી મે સુધી. હા, એ દિવસે ઓડ્રીને 'વિસંવાદી સામાજિક અભિપ્રાય'ને લીધે છૂટાછેડા મળી ગયા, જેનો કોલીને વિરોધ ન કર્યો. 'વિસંવાદી સામાજિક અભિપ્રાય' તો રૂપકડું નામ હતું. હકીકતમાં કોલીન એટલો બધો આક્રમક હતો કે ઓડ્રીના વ્યક્તિત્વ અને સ્વભાવ સાથે તેનો તસુભાર પણ મેળ બેસતો નહોતો.

ઓડ્રી વૉરેનને તો છુટકારો મળી ગયો, પણ કોલીન એકદમ જ ભાંગી પડ્યો. આ કપરા સમયમાં ન્યૂયૉર્કની એક સિક્યોરિટી કંપનીમાં કારકુનની નોકરી મળતાં થોડી રાહત થઈ, પણ ફાઇલિંગ કેબિનેટમાંથી બિલ કાઢવા માટે ટેબલ પર ચડ્યો અને પડી ગયો. ફર્ગ્યુસનને માથા, ડોક અને પીઠમાં ઈજા થઈ. અધૂરામાં પૂરું ઈજાને લીધે નોકરીથી પણ હાથ ધોવા પડ્યા. શાંત બેસી રહેવાને બદલે તેણે ન્યૂયૉર્ક સ્ટેટ વર્કર્સ કૉમ્પેન્સેશન બોર્ડમાં વળતર માટે અપીલ કરી, જેની સુનાવણી વર્ષો સુધી ચાલતી રહી.

પછી ફર્ગ્યુસને ઈસ્ટ ગાર્ડન સિટીની નાસાઉ કૉમ્યુનિટી કૉલેજમાં એડ્મિશન લીધું, પણ અશિસ્તને લીધે તેનું નામ ત્રણ વાર ડીન સુધી પહોંચ્યું. અંતે શિસ્ત સમિતિની સમક્ષનું વર્તન વધુ પડતું આક્રમક સાબિત થયું. વર્ગમાંથી કાયમી હકાલપટ્ટી થઈ. એક પછી એક ઘટનાઓને લીધે

કોલીન ફર્ગ્યુસનના મનમાં એક વાત વધુ ને વધુ દઢ થતી જતી હતી કે હું શ્યામવર્ણો હોવાથી મને અન્યાય થઈ રહ્યો છે. શોષણ થઈ રહ્યું છે, મારી કનડગત થાય છે.

આ ઘેરી થતી લાગણી વચ્ચે ફર્ગ્યુસન 1990ના અંત ભાગમાં ગાર્ડન સિટીની એડલ્ફી યુનિવર્સિટીમાં ગયો અને ત્યાં એમ.બી.એ.ની ડિગ્રી મેળવી. તે એ સમયમાં સતત ગોરાઓ સાથેના સહઅસ્તિત્વના વિરોધમાં બેફામ બોલતો રહ્યો. તે કાયમ હિંસા અને ક્રાંતિની વાતો કરતો. પોતાની આસપાસના ઘણા પર તેઓ રંગભેદી હોવાનું આળ મૂકતાં અચકાતો નહીં. આવા સમયે ફર્ગ્યુસને ફરિયાદ કરી કે મેં લાઇબ્રેરીમાં ક્લાસના અસાઇનમેન્ટ વિશે પૂછ્યું ત્યારે એક ગૌરવર્ણ વિદ્યાર્થિનીએ મારી સાથે ઊંચા અવાજમાં રંગભેદી અપશબ્દ ઉચ્ચાર્યા હતા. જોકે આરોપની તપાસમાં બહાર આવ્યું કે આવી ઘટના તો બની જ નહોતી.

આના થોડા સમય બાદ ફર્ગ્યુસને દક્ષિણ આફ્રિકામાં અનુભવો વિશેના પરિસંવાદમાં હાજરી આપી. અહીં મહિલા પ્રોફેસરના વક્તવ્યમાં અવરોધ સર્જતાં ફર્ગ્યુસને બૂમાબૂમ કરી મૂકી, 'આપણે દક્ષિણ આફ્રિકાની ક્રાંતિની વાત કરવી જોઈએ અને ધોળિયાઓથી કેમ છુટકારો મેળવવો એની ચર્ચા કરવી જોઈએ.' અન્યોએ એને શાંત પાડવાના પ્રયાસ કર્યા તો એ ચીસ પાડવા માંડ્યાં, 'બધાને ખતમ કરી નાખો. શ્યામ-ક્રાંતિ તમને (જીવતાં) નહીં મૂકે.' આ ધાકધમકીને લીધે તેને યુનિવર્સિટીમાંથી સસ્પેન્ડ કરાયો જૂન 1991માં.

બ્રુકલીનની બાજુમાં આવેલા ફ્લેટબ્રુશમાં કોલીને ભાડાની રૂમ લીધી. આ સમયે એ બેકાર હતો. એની આસપાસ ઘણા વેસ્ટ ઇન્ડિયન વસાહતીઓ રહેતા હતા. આ પાડોશીઓ 'ડ્રેસ સેન્સ' માટે ફર્ગ્યુસનનાં વખાણ સાથે નારાજગી વ્યક્ત કરતા કે એ સાવ એકાકી છે. કોઈની સાથે હળતોમળતો નથી, જવલ્લે જ હસતો દેખાય. એના મોઢામાંથી 'હેલ્લો' સિવાયનો શબ્દ સાંભળવા ન મળે. જોકે ફર્ગ્યુસને પોતાના મકાનમાલિક પેટ્રિક ડેનિસને કહ્યું, 'હું ખૂબ મહાન વ્યક્તિ છું. મને માત્ર એક જ બાબત પાછળ રાખે છે અને એ બાબત છે આ ધોળિયાઓ.'

કોલીન ફર્ગ્યુસનની જિંદગી જેમતેમ વીતી રહી હતી. એમાં જૂની પત્ની ઓડ્રી વૉરેનની ફરી એન્ટ્રી થઈ. આમ તો ફર્ગ્યુસન છૂટાછેડા બાદ ઓડ્રી વૉરેનને એકેયવાર મળ્યો ન હતો, પરંતુ ઓડ્રીએ પોલીસમાં ફરિયાદ નોંધાવી કે કોલીને મારી કારની ટાંકી ખોલવાની ચેષ્ટા કરી હતી. 1992ના ફેબ્રુઆરીમાં સબવેમાં મહિલાની કનડગત બદલ ફર્ગ્યુસનની ધરપકડ થઈ. થયું એવું કે એ બેંચ પર બેઠો હતો અને એક મહિલાએ એને જરાક ખસવા માટે કહ્યું. આ મહિલાને માત્ર ત્યાં બેંચ પર બેસવું હતું, પણ ફર્ગ્યુસને ચીસાચીસ કરી મૂકી અને પોતાનો પગ અને કોણી એની સામે ધરી દીધા કે જેથી પેલી જરાય આગળ ન વધી શકે. છેવટે પોલીસે આવીને એને જમીનસરસો ધકેલ્યો, ત્યારે તેણે ભાગી છૂટવાનો નિષ્ફળ પ્રયાસ કર્યો.

કોલીન ફર્ગ્યુસને પોતાની ધરપકડ વિશે ફરિયાદ કરતાં ન્યૂયૉર્કના પોલીસ કમિશનર અને અન્ય અધિકારીઓને પત્ર લખ્યા કે ધરપકડ કરનારા પોલીસ અધિકારીએ મારા પર અત્યાચાર ગુજાર્યો હતો અને ધરપકડ ઝેરીલું અને રંગભેદી પગલું છે. સંબંધિત અધિકારીએ આ આક્ષેપની તપાસ કરી, પણ એમાં જરાય તથ્ય ન હોવાનું બહાર આવ્યું.

એ જ વર્ષના સપ્ટેમ્બરમાં કોલીન માટે લાંબા સમયે એક સારા સમાચાર આવ્યા : સિક્યોરિટી ગ્રૂપ સામે માંડેલા વળતરના દાવા પેટે 26,250 ડૉલર મળ્યા. પરંતુ એમ માને કે શાંત રહે તો ફર્ગ્યુસન શેનો? તેણે 1993ના એપ્રિલમાં દાવો કર્યો કે હજી મને પીડા થઈ રહી છે. આ કેસ ફરીથી ચલાવો. એને સારવાર માટે વધુ રકમ જોઈતી હતી. આની પાછળ એનો એકમાત્ર હેતુ વળતર મેળવવાનો હતો. તે મેનહટનની કાનૂની પેઢીને સલાહ માટે મળવા ગયો, પરંતુ અહીંના એટર્ની લૉરેન અબ્રામસન તરત જ કૉલિન ફર્ગ્યુસન સાથે અસ્વસ્થતા અનુભવવા માંડ્યા. સલાહ માગવા આવેલા ફર્ગ્યુસનનાં વર્તન-વાણી તો ધમકી આપવા આવ્યો હોય એવા લાગ્યાં. આ માણસ સાથે એકલા બેસી ન શકાય એવું લાગતાં તરત જ લૉરેને એક લીગલ ક્લાર્કને કેબિનમાં બોલાવી લીધો. ભૂતકાળમાં કોઈ અસીલ સાથે લૉરેનને આવો વિચિત્ર અનુભવ થયો નહોતો. આ મિટિંગમાં

તે વધુ પડતો હોશિયાર બનવા ગયો. સૌથી પહેલાં તેણે પોતાની ખોટી-બનાવટી ઓળખાણ આપી. પછી તેણે સાચું નામ આપ્યું, પરંતુ આ કંપની સાથે તેનું કામ ન થયું.

એકાદ મહિના બાદ તો તે આ કાનૂની પેઢીના માણસોને ધાકધમકી આપવા માંડ્યો. તે ચોખ્ખા શબ્દોમાં કહેવા માંડ્યો કે તમે મારી સાથે રંગભેદી-ભેદભાવભર્યું વર્તન કર્યું છે. એક ફોનમાં તો તેણે કેલિફોર્નિયામાં થયેલી કત્લેઆમની યાદ અપાવી. આનો ગર્ભિત અર્થ સ્પષ્ટ હતો. આને લીધે વકીલોએ પહેલીવાર પોતાની ઑફિસને અંદરથી તાળું મારવાનું શરૂ કરી દીધું. કેવો ખોફનાક પ્રભાવ?

બીજી તરફ કોલીન ફર્ગ્યુસનના વધુ પડતા આગ્રહને કારણે ન્યૂયૉર્ક સ્ટેટ વર્કર્સ કૉમ્પેન્સેશન બોર્ડે તેના કેસની પુનઃ સમીક્ષા કરી, પણ અંતે તેની અરજી ફગાવી દીધી. આટલું જ નહીં, બોર્ડે ફર્ગ્યુસનને સિક્યોરિટી ગાર્ડે જેના પર નજર રાખવી જોઈએ એવા જોખમી માણસોની યાદીમાં મૂકી દીધો!

બેકારી અને અજંપાથી પીડાતો ફર્ગ્યુસન 1993ના એપ્રિલમાં કેલિફોર્નિયા જતો રહ્યો. તેને નવી કારકિર્દીની તલાશ હતી. તેણે શક્ય એટલી બધી નોકરી માટે અરજી કરી. તેણે મોટર ધોવાના કામ માટે અરજી કરી તો ત્યાંનો મૅનેજર એના પર હસ્યો. કોલીન ફર્ગ્યુસન માટે બધું વધુ ને વધુ અસહ્ય બની રહ્યું હતું.

કોલીન ફર્ગ્યુસને 400 ડૉલરની પિસ્તોલ ખરીદી. આ માટે તેણે પોતાને કેલિફોર્નિયાનો રહેવાસી બતાવ્યો અને તેના પુરાવારૂપે બે મહિના અગાઉ મેળવેલું ડ્રાઇવિંગ લાઇસન્સ રજૂ કર્યું જેમાં તેનું સરનામું લોંગ બીચ મોટેલનું હતું. આ મોટેલમાં જ તે રહેતો હતો. પિસ્તોલ મેળવવા માટે તેણે કેલિફોર્નિયાના કાયદા મુજબ 15 દિવસ રાહ જોવી પડી. આ સમયે જ બે જણે કોલીન પાસે જે કંઈ હતું એ લૂંટી લીધું હતું. આથી હવે ફર્ગ્યુસન કાગળની થેલીમાં પિસ્તોલ સાથે જ રાખવા માંડ્યો.

મે મહિનામાં તે ન્યૂયૉર્ક શહેરમાં પાછો ફર્યો. મિત્રોને કહ્યું કે મને નોકરી માટે વસાહતીઓ સાથે સ્પર્ધામાં ઊતરવું ગમતું નથી. એના મકાનમાલિક

ડેનિસને હવે એક અલગ જ અને વધુ અસ્વસ્થ-અસ્થિર કોલીન ફર્ગ્યુસન જોવા મળ્યો. તે 'શ્યામવર્ણા જાગે છે અને અત્યાચારીઓને મારી હટાવે છે' એવો બડબડાટ કરવા માંડ્યો હતો. તે દિવસમાં પાંચ-પાંચવાર સ્નાન કરતો. રાતે પાડોશીઓ સાંભળે એટલા મોટા અવાજે બોલતો રહેતો, 'બધા શ્યામવર્ણા બધા ધોળિયાને મારી નાખશે.'

એક તરફ ફર્ગ્યુસનમાં વધતા રંગભેદના વળગણ અને તેની વધતી માનસિક અસ્થિરતાથી ડેનિસ ચિંતિત રહેવા માંડ્યો અને ગભરાઈ પણ ગયો. અંતે ડેનિસે ફર્ગ્યુસનને કહી દીધું કે, મહિનાને અંતે ફ્લૅટ છોડી દેજે. કોલીન ફર્ગ્યુસનની માનસિક સ્થતિ કોઈ સમજી શકે એમ નહોતું.

1993ની 7મી ડિસેમ્બરે બ્રુકલીના એટલાન્ટિક ટર્મિનલ જવા માટે સવારે 5.35 વાગ્યાની ટ્રેનની ટિકિટ લીધી. ક્વીન્સના જમૈકા સ્ટેશન પર આ ટ્રેન ઊભી રહી. અહીંથી ફર્ગ્યુસન લોંગ આઇસલૅન્ડ રેલ રોડની હિક્સવિલે જનારી ટ્રેનના ત્રીજા ડબામાં બેઠો. એની સાથેના અન્ય 80 પ્રવાસી પોતાની જાતમાં-વાતમાં મશગૂલ હતા. કોઈને જાણ નહોતી કે પોતાની સાથે બેઠેલા પ્રવાસી કૉલીન ફર્ગ્યુસનની બેગમાં હેન્ડગન હતી. સાથે 160 કારતૂસ હતી.

ટ્રેન મેરોલીન એવેન્યૂ સ્ટેશન પહોંચી ત્યારે ફર્ગ્યુસને હેન્ડગન બહાર કાઢી. આથી કેટલીક કારતૂસ નીચે પડી ગઈ. તે ઊભો થયો અને આડેધડ બેફામ ગોળીઓ છોડવા માંડ્યો. કેટલાક પ્રવાસીઓને આ રમકડાની કે ફટાકડાની ગન લાગી. એક મહિલા પ્રવાસીએ ચીસ પાડી, 'એની પાસે ગન છે. એ લોકોને મારી રહ્યો છે!' ફર્ગ્યુસન હાથમાં ગન સાથે ટ્રેનમાં જમણી બાજુએ ચાલતો રહ્યો. દર અડધી સેકન્ડે એ ટ્રિગર દબાવતો રહ્યો. અમુક પ્રવાસી સીટની નીચે છુપાવા માંડ્યા, તો કેટલાક ટ્રેનના બીજા છેડા તરફ ભાગવા માંડ્યા. અમુક તો બીજા ડબામાં જવાના પ્રયાસ કરવા માંડ્યા. ફર્ગ્યુસન દરેક સીટ તરફથી આગળ વધતો હતો ત્યારે ડાબે-જમણે ગોળી છોડવા માંડ્યો. ગોળી છોડતા પહેલાં ક્ષણભર એ પ્રવાસી સામે જોતો પછી ધડામ. ફર્ગ્યુસન આ ડેથવૉક પર બડબડાટ કરતો રહ્યો. 'આઈ એમ ગોઇંગ ટુ ગેટ યુ...'

'ન્યૂયૉર્ક ટાઇમ્સ'માં કોલીન ફર્ગ્યુસનના ડેથ સ્ટેપને વર્ણવતાં લખાયું,

'એનું ચાલવું એટલું વ્યવસ્થિત હતું કે જાણે એ ટિકિટ ચેક ન કરતો હોય.' કોલીન ફર્ગ્યુસનના ત્રણ મિનિટના જીવલેણ ગાંડપણમાં છ નિર્દોષના જીવ ગયા અને 19 કમનસીબ ઘાયલ થયા! ટ્રેન ઊભી ન રહી ત્યાં સુધી અન્ય ડબામાં બેઠેલા પ્રવાસીઓને ગોળીબાર થયાની ખબર પડી જ નહોતી. ત્રીજા ડબામાંથી મુઠ્ઠીમાં જીવ લઈને બેફામ ભાગદોડ કરતા પ્રવાસીઓને આવતા જોઈને નારાજ થયેલા એક પ્રવાસીએ વણમાગી સલાહ આપી, 'શાંતિ રાખ ભાઈ.' પ્રવાસીઓની આ જીવસટોસટની ભાગદોડમાં બે જણ ઘાયલ થયા. ટ્રેનના એન્જિનિયરને ગોળીબારની જાણ કરાઈ અને તેણે ટ્રેનના દરવાજા ન ખોલવાનો નિર્ણય લીધો કારણ કે બે ડબા હજી પ્લૅટફૉર્મની બહાર હતા પરંતુ એન્જિનિયર થોમસ સિલ્હાને હિંમત દાખવીને બહારથી ટ્રેનના ડબા ખોલ્યા કે જેથી ગભરાયેલા પ્રવાસીઓનો જીવ બચી જાય.

આ મેડનેસ ફાયરિંગમાં ફર્ગ્યુસને પંદર રાઉન્ડના બે મૅગેઝિન્સ ખાલી કરી નાખ્યા હતા. ત્રીજું મૅગેઝિન્સ લોડ કરી રહ્યો હતો ત્યારે કોઈકે બૂમ પાડી, 'રોકો એને, પકડી લો'. માર્ક મેકેન્ટી, માઇકલ ઓકોનર અને કેવિન બ્લની નામના પ્રવાસીઓ ફર્ગ્યુસન તરફ ધસી ગયા અને એક સીટ પાસે એને જમીનસરસો ધરબી દીધો. હવે અન્ય કેટલાંક પ્રવાસીઓમાં હિંમત આવી. તેમણે આગળ વધીને કોલીનના હાથ અને પગ પકડી લીધા. આ બધાએ જોર કરીને એનું માથું બારી તરફ અને પગ ભીંત તરફ રાખ્યા. આ બધાની પકડ એવી જડબેસલાક હતી કે એ તસુભાર ચસકી ન શકે.

જોશ કે નશો ઊતરી ગયો હોય એમ ફર્ગ્યુસન બોલી પડ્યો, 'ઓ ગૉડ, વ્હૉટ ડિડ આઇ ડુ?' પોતે શું કરી બેઠો એનું આશ્ચર્ય વ્યક્ત કરવા સાથે એ કરગરવા માંડ્યો 'ડોન્ટ શૂટ મી... આઇ એમ સૉરી... આઇ એમ સૉરી...'

*

પોતાને રંગભેદ-રંગદ્વેષનો શિકાર માનતા કોલીન ફર્ગ્યુસને ટ્રેનમાં આડેધડ ગોળીબાર કર્યો અને અંતે ભારે ધમાચકડી વચ્ચે રેલવે પોલીસના અધિકારી એન્ડ્રુ રોડ્રીકે ટ્રેન પર પહોંચીને ફર્ગ્યુસનને હાથકડી પહેરાવી દીધી હતી. રોડ્રીક ડ્યૂટી પર નહોતો, પણ પત્નીને મૂકવા સ્ટેશને આવ્યો હતો.

આ ધમાચકડી શાંત પડ્યા બાદ સ્થિતિ કંઈક અંશે થાળે પડી ત્યારે કોલીન ફર્ગ્યુસનના ઉદ્વેગ-દ્વેષનો ભોગ બનેલા નિર્દોષોની જાણકારી મળી. એની ગોળીનો ભોગ બનનારાઓમાં (1) ન્યૂયૉર્કના મીનેઓલાના 27 વર્ષીય કૉર્પોરેટ ઇન્ટિરિયર ડિઝાઇનર એમી ફેંડેરીકી, (2) મીનેઓલાના જ 51 વર્ષીય એકાઉન્ટન્ટ જેમ્સ ગોઈસ્કીં, (3) ન્યૂયૉર્કના ન્યૂ હાઈડ પાર્કની 27 વર્ષીય મી ક્યુંગ કીમ, (4) ન્યૂયૉર્કના વેસ્ટ બરીના 30 વર્ષીય વકીલ મારિયા થેરેસા તુમાંગન માગટોટો, (5) મીનોલાના જ 52 વર્ષીય ડેનિસ મેકાર્થી અને (6) 24 વર્ષીય કૉલેજિયન રિચાર્ડ નેટલટન.

આ સનસનાટીભર્યા ધોળા દિવસની કત્લેઆમની તપાસમાં પોલીસે શોધી કાઢ્યું કે કોઈ ક્ષણિક ઉશ્કેરાટમાં આવીને ભરાયેલું આ પગલું નહોતું. ફર્ગ્યુસન એકાદ અઠવાડિયાથી નિર્દોષો પર ગોળીબાર કરવાનું કાવતરું ઘડી રહ્યો હતો. લોંગ આઇલૅન્ડ રેલ રોડ પોલીસના વડા જૉસેફ ફ્રિને જાહેરાત કરી કે આ માનસિક રીતે અસ્વસ્થ માણસનું કૃત્ય હતું, જેણે વિવિધ કારણોસર ઉગ્ર માનસિક વિસ્ફોટ કરવાનો નિર્ણય લીધો હતો.

યોગાનુયોગ કહો કે ફર્ગ્યુસનનું પરફેક્ટ પ્લાનિંગ (જે અશક્ય લાગે) પણ મૃતકમાં એકેય શ્યામવર્ણ નહોતા. આ ઘટના વખતે ટ્રેનમાં કોઈ શ્યામ પ્રવાસી હતા કે નહીં એ જણાવવાનું શક્ય નહોતું. પોતાના 'કારનામા'થી સંતુષ્ટ હોય કે આઘાતગ્રસ્ત, ફર્ગ્યુસનને પોલીસવાનમાં બેસાડાયો ત્યારે ચહેરો સાવ ભાવવિહીન હતો. આવા ભયંકર ખૂનીને શાંત-સ્વસ્થ બેઠેલો જોઈને એક વ્યથિત પ્રવાસીએ ચીસ પાડી, 'આવું અધમ કામ કરીને શાંતિથી બેસી કેવી રીતે શકે?'

આ ઘટના નાનીસૂની નહોતી એટલે ઝીણી ઝીણી વિગતો ધડાધડ બહાર આવતી રહી. પોલીસને ફર્ગ્યુસનના ખિસ્સામાંથી નોટબૂકનો કાગળ મળ્યો, જેના પર લખ્યું હતું, 'આનાં કારણો.' એક કારણમાં 'કાઉકેશિયન્સ અને અંકલ ટોમી નીગ્રોના રંગભેદ'નો ઉલ્લેખ હતો. આમાં 1992ના ફેબ્રુઆરીમાં પોતાની ધરપકડમાં 'ખોટો આરોપ' મૂકનારી મહિલાથી લઈને ન્યૂયૉર્ક સ્ટેટ વર્કર્સ કૉમ્પેન્શેસન બોર્ડ, એશિયનો, માનવ અધિકાર સંગઠનો, ગવર્નર મેનહટનની કાનૂની પેઢી સહિતના નામોલ્લેખ હતા, કોઈકના ફોન નંબર

હતા. પોતાને મદદ ન કરનારા શ્યામવર્ણાને તેણે ભ્રષ્ટ ગણાવ્યા હતા.

આ માણસને જાણે આખા જમાના સામે રાવ-ફરિયાદ હતી. આનો સ્પષ્ટ પડઘો એના વર્તનમાં પડતો હતો. કલાકોની પોલીસ પૂછપરછમાં ક્યાંય પસ્તાવાની લાગણી ન દેખાઈ. પોતે શું કરવા જઈ રહ્યો હતો તેની પૂરેપૂરી જાણકારી અને સજાગતા ફર્ગ્યુસનના પક્ષે હતી જ.

ફર્ગ્યુસનના પગલાંએ અમેરિકાને ગજવી મૂક્યું. તત્કાલીન પ્રમુખ બિલ ક્લિન્ટને પિસ્તોલ-ખરીદી માટે રાષ્ટ્રીય નીતિ ઘડવાની જાહેરાત કરવા સાથે આ ઘટનાને 'ભયાનક માનવી કરુણાંતિકા' ગણાવી. ક્લિન્ટને આ ઘટનાના ઈજાગ્રસ્તોની મુલાકાત લીધી. એ જ સમયે યોજાયેલી ન્યૂયૉર્ક શહેરના મેયરની ચૂંટણીમાં પણ કોલીન ફર્ગ્યુસનનું નામ ઊછળતું રહ્યું. આ માણસે ન્યૂયૉર્કમાં ફરી દેહાંતદંડ સજા શરૂ કરવા સુધીની માગણી કરાવી. બીજી તરફ ફર્ગ્યુસનને લીધે શ્યામવર્ણા વિરોધી હિંસાચાર ફાટી નીકળવાનો ફફડાટ પણ હતો. આ ઘટનાના એક પાસા પર વાતો થવા માંડી. ટ્રેન અસલામત છે, પોલીસની સંખ્યા વધારો. રેલવેએ પોતાની હદમાં ગુના ઘટ્યાનો દાવો કરવા સાથે પોલીસ વધાર્યા અને તેઓ નજરે પડતા રહે એવી વ્યવસ્થા કરી, કોઈ માનસિક રીતે પીડિત વ્યક્તિને જરૂર પડે તો ટ્રેન પર કાઉન્સિલર હાજર રાખવા માંડ્યા.

1993ની 3જી ડિસેમ્બરે કોલીન ફર્ગ્યુસન પર આરોપો મૂકાયા. જામીનની સગવડતા વગર તેણે જેલમાં રહેવાનું હતું. પણ ન એ કંઈ બોલ્યો કે ન કોઈ અપીલ કરી. એક વખત અદાલતમાંથી લઈ જવાતી વખતે પત્રકારે પૂછ્યું કે, 'શું તું ધોળિયાઓને નફરત કરે છે?' ફર્ગ્યુસનનો જવાબ હતો, 'આ નર્યું જુઠ્ઠાણું છે.'

ફર્ગ્યુસનના વકીલ એન્થની જે. ફ્લાંગાએ પોતાના અસીલની માનસિક સ્થિતિનો અહેવાલ માગ્યો. કાયદા મુજબ જો એ માનસિક રીતે અસંતુલિત હોવાનું બહાર આવે તો પોતાના કૃત્યના સારા-નરસા પરિણામથી એ અજાણ હોવાનું સાબિત થાય. આ મામલે ખાસ્સી ચર્ચા અને વાદવિવાદ થયા. સાવચેતીના પગલારૂપે ફર્ગ્યુસનને નસાઉ કાઉન્ટી જેલમાં આપઘાત કરવાની શક્યતાવાળા કેદી તરીકે દેખરેખ હેઠળ જરૂર રખાયો.

1993ની 18મી ડિસેમ્બરે ફર્ગ્યુસને બધાને ચોંકાવી દીધા. તેણે અદાલત સમક્ષ માગણી કરી કે ફલાંગાને બદલે મને બ્રુકલીનના વકીલ કોલીન મુર આપો. આ મુર મહાશય રંગભેદી વિરોધી આકરા પ્રહાર માટે જાણીતા વકીલ ગણાતા હતા. આ અપીલ અદાલત સ્વીકારે એ અગાઉ જ મુરે પોતાની સેવા ઑફર કરી દીધી. તેમણે પત્રકાર પરિષદ યોજીને જાહેર કરી દીધું કે હું આ ખટલાને નસાઉ કાઉન્ટીને બદલે બ્રુકલીનમાં ચલાવવાની માગણી કરીશ, કારણ કે નસાઉ કાઉન્ટીની જ્યુરી પેનલમાં આફ્રિકન-અમેરિકનોનું પ્રતિનિધિત્વ પૂરતું નથી. જોકે થોડા સમય બાદ કોઈ કારણ આગળ ધર્યા વગર મુરેએ ફર્ગ્યુસનનો કેસ હાથમાં ન લીધો.

આ તરફ ફર્ગ્યુસને મૂળ વકીલ ફલાંગાની નિષ્ઠા અને કાબેલિયત પર શક કરીને એને સહકાર આપવાનો નનૈયો ભણી દીધો. 1994ના જાન્યુઆરીમાં ફર્ગ્યુસન ખટલાનો સામનો કરવા માટે માનસિક રીતે સજ્જ હોવાનું પ્રમાણપત્ર અદાલતને મળી ગયું.

ત્રણ દિવસ પુરાવાની રજૂઆત બાદ 1994ની 19મી જાન્યુઆરીએ ગ્રાંડ જ્યુરીએ ફર્ગ્યુસનને 93 આરોપમાં ગુનેગાર માન્યો. આની કુલ સજા 175 વર્ષની થઈ શકે. માર્ચમાં ફર્ગ્યુસન માટે અણધારી મદદ આવી. બદનામ કે અલોકપ્રિય અસીલોના કેસ લેવા માટે જાણીતા વકીલો વિલિયમ કસ્ટલર અને રોન કુલીએ પોતાને કેસ સંભાળવા દેવાની ફર્ગ્યુસનને વિનંતી કરી.

કોલીન ફર્ગ્યુસનના કેસમાં રાજકારણીઓ અને પ્રસાર માધ્યમોને વધુ રસ હોવાનું સ્વાભાવિક હતું. ફર્ગ્યુસને ફરિયાદ કરી કે, 'જેલના સત્તાધીશો જ મારા પર હુમલો કરે છે. મને સાબુ અને સ્પ્રે જેવી ચીજોથી વંચિત રખાય છે. અહીં મારા માટે કોઈને સહાનુભૂતિ નથી.' અધૂરામાં પૂરું માર્ચમાં સહકેદીઓએ હુમલો કરીને એનું નાક તોડી નાખ્યું. આ હુમલા માટે તેના વકીલોએ રંગભેદનો દોષ કાઢ્યો અને હુમલાની સંભાવના છતાં જેલરક્ષકો નિષ્ક્રિય રહ્યાનો આક્ષેપ કર્યો.

કસ્ટલર અને કુલીએ ફર્ગ્યુસન માટે નવો બચાવ રજૂ કર્યો કે એના પગલા પાછળ 'બ્લેક રેજ' નામક કામચલાઉ કે ક્ષણિક ગાંડપણ જવાબદાર છે. રંગભેદી પૂર્વગ્રહનો શિકાર બનતા રહેવાથી એની માનસિક હાલત આવી

થઈ ગઈ હતી, તેથી આ કૃત્ય માટે તેને ગુનાહિત દોષી ન ગણી શકાય. જોકે પોતે તબીબી નિષ્ણાત ન હોવા છતાં અદાલતમાં આવી રજૂઆત કરવા અગાઉ મીડિયા સમક્ષ બોલવા બદલ ન્યાયાધીશે વકીલોની ટીકા કરી.

હવે ફર્ગ્યુસને એકાએક લોંગ આઇલેન્ડ રેલ રોડ ગોળીબારમાં પોતે સંડોવાયેલો જ ન હોવાનું ગાણું શરૂ કર્યું. આ સાથે પોતાના વકીલે પસંદ કરેલા માનસશાસ્ત્રીઓને મળવાનો ઇનકાર કરતો રહ્યો. ફર્ગ્યુસને વકીલોને સંભળાવી દીધું કે મને ભગવાન પાસેથી સીધા સંદેશા મળે છે અને ભગવાનમાં ન માનનારાઓએ મને ખતમ કરવાનું કાવતરું કર્યું છે. આને પગલે વકીલે અદાલતને અરજી કરી કે ફર્ગ્યુસનના ખટલાનો સામનો કરવાની ક્ષમતા અંગે પુનઃ વિચાર કરો, એ વધુ ને વધુ માનસિક સંતુલન ગુમાવી રહ્યો છે.

સરકારી વકીલ જ્યોર્જ પેકે ફર્ગ્યુસનના પગલાને ખટલાને ટાળવાની બચાવ પક્ષની યુક્તિ ગણાવી, પરંતુ 20મી ઑગસ્ટે ખુદ ફર્ગ્યુસને અદાલતમાં પોતાને માનસિક રીતે અસ્થિર ગણવાની વકીલોની માગને ઠુકરાવી દીધી. તે અદાલતમાં વિચિત્ર રીતે લંબાણપૂર્વક બોલ્યો. ખુદ જજે કરેલા હસ્તક્ષેપની પણ અવગણના કરીને એ બોલતો જ રહ્યો. ફર્ગ્યુસને દાવો કર્યો કે જેલથી અદાલત લઈ આવેલા પોલીસ અધિકારીએ મને કહ્યું હતું કે, ગોળીબાર માટે તારે બદલે અન્ય કોઈ જવાબદાર હોવાનું તારે સમજાવવું જોઈએ. તેના વકીલે દલીલ કરી કે ફર્ગ્યુસનનું આ વર્તન જ તેની કથળેલી માનસિક સ્થિતિનો પુરાવો છે, પરંતુ ન્યાયાધીશે તેનો અસ્વીકાર કર્યો. કોર્ટમાં ફર્ગ્યુસન અને વકીલો વચ્ચેની સામસામી દલીલબાજી કરનાર કસલર અને કુલીને હટાવાયા. હવે ફર્ગ્યુસન ખુદ પોતાનો બચાવ કરવાનો હતો.

ફર્ગ્યુસનનો ખટલો એકદમ વિચિત્ર, માની ન શકાય એવો બની ગયો. તેણે પોતાની ધરપકડ કરનારા પોલીસ અધિકારીની ઊલટતપાસ લીધી અને પોતે જેમના પર ગોળી છોડી હતી તેવા લોકોની પૂછપૂરછ સુધ્ધાં કરી. આ કેસનું ટીવી પર જીવંત પ્રસારણ થતું હતું. એ જ સમયે ઓ. જે. સિમ્પસન સામેનો મર્ડર કેસ પણ ચાલતો હતો એટલે જાણે ટીવી પ્રેક્ષકો મેળવવા માટે બંને ખટલામાં ચડસાચડસી જામતી હતી.

ફર્ગ્યુસનની દલીલો રમૂજ ઉપજાવતી હતી. તેણે કહ્યું કે, મારી સામે મુકાયેલા 93 આરોપ 1993ની ઘટના સંબંધિત છે, પણ જો આ ઘટના 1925માં બની હોત તો મારી વિરુદ્ધ માત્ર 25 આરોપ જ મુકાયા હોત!

કોલીન ફર્ગ્યુસને નવો ધડાકો પણ કર્યો કે, હા, હું પિસ્તોલ સાથે ટ્રેનમાં ગયો હતો, પણ હું ઊંઘતો હતો ત્યારે એક માણસ પિસ્તોલ આંચકીને ગોળીબાર કરવા માંડ્યો. મારી વિરુદ્ધના કાવતરાની સુ નામના માણસને ખબર હતી. ફર્ગ્યુસનના મગજમાં ખુદ સરકારે કમ્પ્યૂટર ગોઠવ્યું હોવાની જાણકારી ધરાવતો એક માણસ જુબાની આપવા પણ તૈયાર છે, પરંતુ છેલ્લી ઘડીએ ફર્ગ્યુસને તેને જુબાની આપવા બોલાવ્યો જ નહીં! બચાવ પક્ષ વતી ફર્ગ્યુસને બોલાવેલા સાક્ષીઓની યાદીમાં એક નામ હતું તત્કાલીન પ્રમુખ બિલ ક્લિન્ટન!

અંત 1995ની 17મી ફેબ્રુઆરીએ કોલીન ફર્ગ્યુસનને છ વ્યક્તિની હત્યા અને 19ને ઘાયલ કરવા માટે ગુનેગાર જાહેર કરાયો. આ બધા ગુના સબબ એને કુલ 315 વર્ષ અને આઠ મહિનાની સજા ફટકારાઈ. પછી એને સૌથી વધુ સલામતીવાળી જેલમાં સજા કાપવા મોકલી અપાયો હતો. જેલમાં પણ ફર્ગ્યુસન સખણો ન રહ્યો. તેણે જાણીતા સિરિયલ કિલર જોએલ રિફકિન સાથે જીભાજોડી-મારમારી કરીને બડાશ મારી હતી, 'તેં તો માત્ર મહિલાનાં ખૂન કર્યાં, મેં તો છ ધોળા શેતાનને ખતમ કરી નાખ્યા!'

●

14

બે મહિલા, એક નામ, એક સ્થળ અને એક અંજામ

બંને મહિલા, ટેક્સાસના હ્યુસ્ટનની રહેવાસી. બંનેનાં નામ મેરી મોરીસ. 72 કલાકની અંદર બંનેની સાથે જે બન્યું તે એકદમ સમાન, પણ એટલું જ આઘાતજનક હતું. આ અનાયાસે બન્યું, ભૂલથી થયું કે બંને બનાવ વચ્ચે કોઈ કડી હતી?

*

વર્ષ 2000ની 12મી ઑક્ટોબરની સવારે 48 વર્ષની મેરી મોરીસ પોતાના હ્યુસ્ટનસ્થિત ઘરેથી રવાના થઈ, પતિને ગુડબાય કહીને. પછી આખો દિવસ કોઈને મેરીએ ન ફોન પર જવાબ આપ્યો કે ન તો એ ઑફિસ પહોંચી. ગઈ ક્યાં મેરી? થયું શું એને?

*

એ જ દિવસે હ્યુસ્ટનની બહારના અવાવરુ વિસ્તારમાં એક રાહદારી બિહામણું દશ્ય જોઈને હતો ત્યાં ને ત્યાં થાંભલો થઈ ગયો. ખૂણામાં પાર્ક થઈને પડેલી કાર ધીમે ધીમે બળી રહી હતી. બહુ ધુમાડા નહોતા એટલે રાહદારીએ કુતૂહલવશ કારની અંદર નજર નાખી. અંદર એક મહિલાની લાશ પડી હતી. ઓળખી ન શકાય એ હદે બળી ચૂકી હતી. ફોન કરતાં સી.એસ.આઇ. (ક્રાઇમ સીન ઇન્વેસ્ટિગેશન) યુનિટ ઘટનાસ્થળે પહોંચી ગયું. સ્વાભાવિકપણે તેઓ ગુનાના ઉકેલ ભણી લઈ જતા સંકેત શોધવા મંડી પડ્યા.

થોડા કલાકોમાં પોલીસે જાહેરાત કરી કે બળીને મરી ગયેલી મહિલાનું નામ મેરી મોરીસ છે. ઘટનાસ્થળેથી ત્રણેક માઈલ દૂર રહેતી મેરી મોરીસના પતિ જે મોરીસની પૂછપરછમાંથી ઝાઝું કંઈ ન નીપજ્યું. એ ઑફિસે જવા નીકળી પછી એનો સંપર્ક થઈ શકતો નહોતો. 'મેં તેની કંપનીના સુપરવાઇઝરને ફોન કર્યો તો ખબર પડી કે એ તો કામ પર પહોંચી જ નથી. મને કંઈક ખરાબ થયાનો અંદેશો ગયો, કારણ કે એ કામ-ઑફિસની અવગણના ક્યારેય ન કરે.'

ઓળખાણ સ્થાપિત થવા છતાં એક મુશ્કેલી હતી. લાશ એટલી બધી બળી ગયેલી હતી કે એની હત્યા કેવી રીતે થઈ હશે એની કલ્પના કરી શકાતી નહોતી. આવી હત્યા પાછળનો ઇરાદો સૂંઘવાનું વધુ કઠિન બની ચૂક્યું હતું.

પોલીસ પૂછપરસમાં બહાર આવેલી માહિતીના સરવાળાથી મેરી મોરીસની એક ઇમેજ સર્જાતી હતી : એ સરસ વ્યક્તિ હતી, જે સફળ કારકિર્દી ધરાવતી હતી, ઘણાબધા મિત્રો હતા અને એકેય દેખીતો દુશ્મન નહોતો. નહોતું કોઈનું ખરાબ કર્યું કે નહોતું કોઈને ખરાબ કીધું. જુગાર કે ડ્રગની લત નહોતી તો હતું શું?

મેરી મોરીસના કરુણ અંત પાછળના કારણ કયા હતા? આ રહસ્યનું તાળું ખોલવું કઈ ચાવીથી?

મેરી હેન્ડરસન મોરીસના મોતની તપાસમાં પોલીસ ઘાણીના બળદની જેમ ફરી રહી હતી. હાથમાં કંઈક નક્કર આવ્યા વગર કલાકો અને દિવસો વીતી રહ્યા હતા.

મેરી હેન્ડરસન મોરીસના મોતના ત્રણ દિવસ બાદની વાત છે. જ્યાંથી મેરીની લાશ મળી એ સ્થળથી થોડે દૂર એક કાર મળી આવી. એમાં હત્યા કરાયેલી વ્યક્તિ હતી. મહિલાની લાશ હતી અને એનું નામ મેરી મોરીસ!

ત્રણ દિવસની અંદર એટલે કે 72 કલાકના અંતરે બે મહિલાની હત્યા, બંને લાશ કારમાંથી મળે, બંને કારનાં લોકેશન એકમેકની ખૂબ નજીક અને બંને મૃતકનાં નામ મેરી મોરીસ. આટલું જ નહીં, બંને કદ-કાઠી અને

દેખાવમાં પહેલી નજરે સમાન લાગે.

મગજ ચકરાવે ચઢી જાય એવા આ બે ક્રાઇમ હતા. બંને મોત વચ્ચે કોઈ કડી હતી ખરી? કે માત્ર યોગાનુયોગ? કોઈ ભેજાગેપ મેરી નામની મહિલાઓના જીવ પાછળ પડી ગયો હતો? કોઈ સિરિયલ કિલર ભૂરાયા થયેલા ઢોરની જેમ ફરી રહ્યો હતો?

નવી મૃતક મેરી મોરીસ ઉંમરમાં નાની હતી. 39 વર્ષ. પુરોગામી મૃતક મહિલાની જેમ આ મેરી પણ એક સફળ પ્રોફેશનલ હતી. તેનાં પણ અનેક મિત્રો હતાં, એ વ્યવસાયે નર્સ હતી અને એક મોટા ઔદ્યોગિક કૉર્પોરેશનનાં ઘણાં ક્લિનિક સાથે સંકળાયેલી હતી. એની બહેન સ્ટેફનીના મત મુજબ મેરી એકદમ ખુશખુશાલ, સુખી અને કામને પૂર્ણપણે વરેલી હતી. સ્ટેફનીએ તો એને દૈવી વ્યક્તિ ગણાવી. એને બધા પ્રેમ કરતા હતા. તો ઘાતકી બન્યું કોણ? ભલી પણ કેટલી બધી. ડૉક્ટર કરી શકે એ બધું મેરી કરી શકતી હતી. ખૂબ કાબેલ. ચૌદ-ચૌદ કલાક કામ કરે. સાંજ હોય, રાત હોય કે રજા હોય, એ કામ કરવામાં ક્યારેય જરાય પાછી ન પડે, તો આવી વ્યક્તિ સાથે કોઈને એવી તે શી દુશ્મની કે એનો જીવ લઈ લીધો.

એક કેસ ઉકેલાયો નહોતો ત્યાં બીજો મર્ડર કેસ માથે આવી પડ્યો હતો. મેરી હેન્ડરસન મોરીસ (48) અને મેરી મેકગિનિસ મોરીસ (39)ના મર્ડર કેસમાં ગજબનાક સમાનતા વધુ અકળાવતી હતી, મૂંઝવતી હતી. પોલીસે હવે શું કરવું?

*

અમેરિકાના ટેક્સાસમાં આવેલા હ્યુસ્ટનના રહેવાસીઓ બહુ ઝડપથી મેરી મોરીસ નામ ભૂલી ન શક્યા. ઈ.સ. 2000ની 12મી ઑક્ટોબરે મેરી મોરીસની લાશ બળેલી કારમાં મળી. 16મી ઑક્ટોબર, 2000ના રોજ પહેલી મેરીની દુર્ઘટનાવાળા વિસ્તાર એટલે કે હેરિસ કાઉન્ટીમાં જ વધુ એક મેરી મોરીસની લાશ મળી. બીજી મહિલાને ગોળી મારવામાં આવી હતી.

બંને મેરી મોરીસના જીવનનો અણધાર્યો અંત આવ્યો અને એ પણ કમોતથી. મેરી લુઈ મોરીસ 48 વર્ષની, તો મેરી મેકગિનિસ મોરીસ 39

વર્ષની. આ યોગાનુયોગ હોય કે પછી ઓળખાણમાં ભૂલને લીધે એકને બદલે બીજીની હત્યા થઈ હશે?

ખૂબ મૂંઝાયેલી પોલીસ તપાસ કરતી ગઈ એમ નવી નવી માહિતી મળતી ગઈ. પ્રમાણમાં યુવાન મેરી મેકગિનિસ મોરીસ નર્સ હતી. આ મેરીના પતિ માઇક મોરીસ પર શંકા જવાનાં કારણો હતાં. કારણ એક, મેરીના મોતથી મળનારી વીમાની મોટી રકમનો હકદાર માઇક હતો. આ વીમાની રકમની મલાઈ ખાઈ જવા માટે તેણે પત્નીની હત્યા કરાવી? માઇકને શંકા હતી કે મેરીને એના સહકાર્યકર સાથે આડા સંબંધ છે. આથી ગુસ્સામાં માઇકે એનું કાટલું કઢાવી નાખવાનો બંદોબસ્ત કરી લીધો? મેરીએ પોલીસને 911 નંબર પર મદદ માટે આજીજી કરી હતી. મેરીએ આ પ્રયાસ હુમલા દરમિયાન કર્યો હોવાનું માની શકાય, ત્યાર બાદ એને કિડનેપ કરીને દૂર લઈ જઈને હત્યા કરાયાની શક્યતા હતી. માઇકે તો ઊલટાનો પોલીસનો વાંક કાઢ્યો કે તાકીદની મદદ માટેનો ટેલિફોન કોઈ ઉપાડતું જ નહોતું. મેરી મોત સામે ઝઝૂમતી હતી ત્યારે ત્રણ-ચાર મિનિટ સુધી એ ફોન કરતી રહી, પણ પોલીસની તત્કાળ મદદ મળવાનું તો દૂર રહ્યું, કોઈએ ફોન સુધ્ધાં ઊંચક્યો નહોતો.

આ દાવાના વિરોધમાં એવી થિયરી વહેતી થઈ હતી કે હકીકતમાં તો માઇકે પોતાની પત્નીની હત્યા કરવા માટે સુપારી આપી હતી, પણ એ કૉન્ટ્રેક્ટ કિલરે આંધળે બહેરું કૂટ્યું હશે. ઓળખમાં લોચા મારીને સાચીને બદલે ભળતી મેરી મોરીસને મારી નાખી હોવી જોઈએ. જોકે ખરેખર એવું થયાનું સાબિત કરવા માટે પોલીસને કોઈ સાક્ષી કે પુરાવા મળ્યા નહીં. યુવાન મેરીની લગ્નની વીંટી લાશ પરથી મળી નહીં. કદાચ કૉન્ટ્રેક્ટ કિલર હત્યા કર્યાના પુરાવારૂપે આ વીંટી લઈ ગયો હશે.

સઘન તપાસના અંતે પોલીસ એવા તારતમ્ય પર આવી હતી કે બંને હત્યા વચ્ચે કોઈ પ્રકારનો સંબંધ નથી. બંને મેરી મોરીસનાં 72 કલાકની અંદર એક જ સ્થળે થયેલાં મોત માત્ર યોગાનુયોગ હતા.

પોલીસે આ તારણની જાહેરાત કરી છતાં ઘણી વાતો અને અટકળો ચાલતી જ રહી. મેરી મેકગિનિસ મોરીસને સતત ભય લાગતો હતો કે

કોઈ તેના પર નજર રાખી રહ્યું છે, તેનો પીછો કરી રહ્યું છે. એક દિવસે ભરબપોરે એની ઑફિસ વેરણછેરણ કરી નખાઈ અને એક જગ્યાએ મૅસેજ મુકાયો, 'ડેથ ટુ હર.' છાને પગલે આવેલા મોતના દિવસે પોતાની સલામતી અંગે મેરીએ એક ફ્રેન્ડને ચિંતા વ્યક્ત કરતો ફોન કર્યો હતો. પોતે ઑફિસેથી વહેલી નીકળવાની હોવાનું પણ મેરીએ ફ્રેન્ડને જણાવ્યું હતું. આ ફોન કર્યાની માત્ર બાર મિનિટ બાદ 911 પર પોલીસનો સંપર્ક સાધવા ખૂબ હવાતિયાં માર્યાં હતાં, પણ કોઈ જાતના પ્રતિભાવ વગર. ત્યાર બાદ અપહરણ થયું હશે અને પછી તે મૃત અવસ્થામાં મળી આવી હતી.

મેરી મોરીસની હત્યા બદલ પોલીસને એના પતિ અને સાથી કર્મચારી પર શંકા હતી. પતિ માઇક મોરીસે લાઇ ડિટેક્ટર ટેસ્ટ આપવાનો સ્પષ્ટ નનૈયો ભણી દીધો હતો. સાથોસાથ પોતાની પુત્રીનો ઇન્ટરવ્યૂ લેવાની પણ તેણે પોલીસને પરવાનગી આપી નહોતી. વીમાની રકમ, પત્નીના આડા સંબંધની ખાતરી કે શંકા, લાઇ ડિટેક્ટર ટેસ્ટનો ઇનકાર અને પોલીસને પુત્રી સુધી પહોંચવા દેવાનો અચકાટ - આ બધું શંકા કરવા માટે જરૂર કરતાં વધુ હતું, પણ પોલીસ કંઈ સાબિત ન કરી શકી.

વધુ એક આંચકો. મેરીની હત્યા વખતે જ માઇકે તેને મોબાઇલ પર ફોન કર્યો હતો, એ પણ યોગાનુયોગ? પોલીસ માનતી હતી કે આ ફોન કદાચ હત્યારા સાથે વાત કરવા માટે થયો હોઈ શકે, પરંતુ માઇકે દાવો કર્યો કે મેં આવો ફોન કર્યો જ નહોતો, ફોન કંપનીવાળાની ભૂલથી થયો હોવો જોઈએ!

પોલીસે હાથ ખંખેરી લીધા બાદ મેરી મેકગિનિસ મોરીસની ફ્રેન્ડ લોરી ગેમેલે આપેલી માહિતી બહાર આવી. લોરીના કહેવા પ્રમાણે મેરીને પોતાના સાથી કાર્યકરથી ડર લાગતો હતો. લોરીએ પૃચ્છા કરી હતી કે શું એ તેને ઈજા પહોંચાડી શકે? મેરીએ જવાબ આપ્યો હતો કે, એ ઈજા પહોંચાડવાથી વધુ કરી શેક એમ છે. આ ટેલિફોનિક વાતચીત બાદ મેરી કોઈક પેપર્સ લેવા ઑફિસે પહોંચી ત્યારે સ્તબ્ધ થઈ ગઈ. ઑફિસ વેરણછેરણ હતી અને ખૂણામાં લખાયેલું હતું, 'ડેથ ટુ હર.'

મેરીના પતિ માઇકે પણ કંઈક વધુ કહ્યાનું બહાર આવ્યું. એ દિવસે

મેરી ઘરે આવી ત્યારે એકદમ ડઘાયેલી હતી. તેણે માઇકને પૂછ્યું કે, 'મારી સલામતી માટે સાથે રાખવા માટે તું એક રિવૉલ્વરની વ્યવસ્થા કરી શકીશ?' માઇકે રિવૉલ્વર વાપરવાની પદ્ધતિ સમજાવી. પછી મેરીએ માઇકને કહ્યું હતું કે, આ રિવૉલ્વર મારી કારમાં ડ્રાઇવરની સીટ નીચે સંતાડીને મૂકી દે.

મેડિકલ રિપોર્ટ પ્રમાણે મેરીને ભયંકરપણે ઘાયલ કરાઈ હતી અને ત્યાર બાદ ગોળી ધરબી દેવાઈ હતી. પોલીસને શક હતો કે ક્લિનિકમાં મેરી સાથે કામ કરતો માણસ પણ વિલન હોઈ શકે. મેરીને બદનામ કરવાના પ્રયાસ બાદ તેણે નોકરી છોડી દીધી હતી.

આની સાથોસાથ મેરી અને માઇકના લગ્નજીવનમાં મોટી સમસ્યા હોવાની વધુ ને વધુ વાત બહાર આવી હતી. લાઇ ડિટેક્ટર ટેસ્ટ પોતાના વકીલ વગર આપવાની માઇકની જીદ સામે પોલીસનો સવાલ હતો કે સાક્ષીને નહીં, આરોપી કે શકમંદને વકીલની જરૂર પડે. આની સામે માઇકની દલીલ હતી કે એક તો હું એન્ટિ-એન્કઝાઇટી માટેની દવા લઈ રહ્યો હતો અને વળી લાઇ ડિટેક્ટર ટેસ્ટની પ્રક્રિયા જાણનારા વકીલને સાથે રાખવાની મારી ઇચ્છા હતી.

પોલીસને છેલ્લે સુધી ન સમજાયું કે મેરીના મોત બાદ માઇકે ફોન કર્યો અને બેલ વાગતી રહી. એ ફોન શા માટે કર્યો? જો કંઈ મહત્ત્વની વાતો કરવી હતી, તો કઈ વાત હતી? તેણે પછી મેરી મરી ગયાનું કન્ફર્મેશન મેળવ્યું હતું?

વાતો અને વિગતો ઘણી હતી, પરંતુ એ વાત બંને મેરી મોરીસનાં મોત વણઉકેલ્યા કોયડા બની રહ્યા. પોલીસની ફાઇલમાં શબ્દો ધીમે ધીમે ઝાંખા પડી રહ્યા છે અને રહસ્ય સમયની સંદૂકમાં આજીવન કેદ રહેવાની ધાસ્તી છે.

●

15

સિરિયલ કિલર બનવાના શોખે લીધો ગુજરાતી યુવતીનો જીવ

ડેનિયલ સ્ટાની રેજિનાલ્ડ. આ નામ છે 19 વર્ષના રિયલ લાઇફ વિલનનું. એ મીડિયામાં છવાયેલો રહ્યો બદનામ કારણોસર.

ડેનિયલની ઉંમરના છોકરડા કૉલેજમાં વધુ ભણવાના, રૂપકડી છોકરીના પ્રેમમાં પડવાના કે થોકબંધ ડૉલર કમાવાના વિચારોમાં ખોવાયેલા રહે, પરંતુ આ યંગસ્ટર તો સિરિયલ કિલર બનવા માટેની વિગતો અને લેખોનો વિસ્તારપૂર્વક અભ્યાસ કરતો હતો. તેણે સિરિયલ કિલર વિશે 9500 જેટલા લેખો વાંચ્યા હતા. ઑસ્ટ્રેલિયાના અત્યંત બદનામ બાળહત્યારા વિશેના લેખો એ સતત ઇન્ટરનેટ પર વાંચતો રહેતો હતો.

ડેનિયલ સ્ટાની રેજિનાલ્ડ વિશે તમે અત્યારે વાંચી રહ્યા છો, ત્યારે એનું એક ગુજરાતી કનેક્શન, અત્યંત વેદનાસભર કનેક્શન, જાણવા જવું પડશે ફ્લેશબેકમાં.

2011ની 9મી માર્ચ. મૂળ વડોદરાની પણ ઑસ્ટ્રેલિયામાં એકાઉન્ટન્સીનો અભ્યાસ કરતી તોશા ઠક્કર વેપારી સુનિલભાઈ ઠક્કર અને વર્ષાબહેનની એકની એક લાડકી. દિશાંગની એકની એક બહેન. માતાપિતાથી વિખૂટા રહેવા છતાં તેમની 'સ્વીટ લીટર ફેઅરી' (નાનકડી મીઠડી પરી) ખુશખુશાલ હતી. ઉજ્જ્વળ ભાવિ નજર સામે જ હતું.

પડોશમાં રહેતો હતો 19 વર્ષનો ડેનિયલ. સિડનીના ક્રોયડોન યુનિટમાં બંને આજુબાજુના રૂમમાં રહે. આ ડેનિયલના મગજમાં 'લવ ધાય નેઈબર'

કે 'પહેલો સગો પડોશી' જેવી કોઈ વાત જ નહીં. 9મી માર્ચના ગોઝારા દિવસે ડેનિયલે ઉંમરમાં મોટી એવી તોશાને કોઈ પણ જાતના કારણ કે ઉશ્કેરણી વગર પોતાની શિકાર બનાવી. તેણે તોશા પર બળાત્કાર કર્યો અને તેની હત્યા પણ કરી. બહાર આવેલી વિગતો પ્રમાણે ડેનિયલ સ્ટાની રેજિનાલ્ડેને તોશા ઠક્કર સામે કોઈ વાંધો નહોતો. તો શું માત્ર સિરિયલ કિલિંગની પ્રેક્ટિસ કે શરૂઆત કરી?

આ રાક્ષસે મર્ડર-રેપ કર્યાના ત્રણ મહિના અગાઉ વિશ્વભરના ક્રૂરતમ કિલર્સ-રેપિસ્ટ્સ વિશે ભરપૂર વાચન-અભ્યાસ કર્યો હતો. આ સાથે તેણે પોર્નોગ્રાફી ફિલ્મો પણ જોઈ હતી.

તોશા ઠક્કરની ગળું દાબીને હત્યા કર્યા બાદ લાશને એક સૂટકેસમાં ભરી એની બેગ કેનાલમાં ફગાવી દીધી અને ઘરે જઈને નિરાંતે 'સિરિયલ કિલરની શરૂઆત' અંગેનો લેખ વાંચવા બેસી ગયો હતો. ડાર્ક રંગની સૂટકેસને પૈડાં પર ખેંચીને લઈ જતો ડેનિયલ સ્ટાની સીસીટીવીમાં ઝડપાઈ ગયો હતો, જે મહત્ત્વનો પુરાવો બની રહ્યો.

લાશ ભરેલી બેગ ફગાવી દીધા બાદ સ્ટાની ઘરે ગયો ત્યારે તેણે તોશાના મિત્રના સવાલનો સહજપણે જવાબ આપ્યો કે મેં તોશાને જોઈ નથી. મર્ડર થયા બાદ પોલીસ બોર્ડિંગ હાઉસ ફરતે પગેરું શોધતી હતી ત્યારે પણ ડેનિયલ સ્ટાની ઇન્ટરનેટ પર સિરિયલ કિલર્સ વિશે વાંચતો હતો.

શ્રીલંકન મૂળના ડેનિયલ સ્ટાનીના કેસ દરમિયાન ઘણી ચોંકાવનારી માહિતી બહાર આવી કે જે આ ટીનએજર હત્યારાની આઘાતજનક સ્વસ્થતાની સાહેદી પુરાવે છે. એક સામાન્ય છોકરડાની જેમ સૂટકેસ ખેંચીને જતા તેણે ટેક્સી ઊભી રાખી. બેગ ટેક્સીની અંદર મૂકવામાં મદદ કરનારા ડ્રાઇવરને કુતૂહલ થયું કે બેગ આટલી બધી ભારે કેમ છે? ત્યારે ડેનિયલે રીઢા ગુનેગારની જેમ ચહેરા પરના ભાવ જરાય બદલ્યા વગર જવાબ આપ્યો કે, એમાં ઇલેક્ટ્રોનિક સાધનો ઠાંસીઠાંસીને ભર્યાં છે.

સિડની સ્થિત સુપ્રીમ કોર્ટે ડેનિયલ સ્ટાની રેજિનાલ્ડને ઠંડે કલેજે અને ગણતરીપૂર્વક કાવતરું ઘડનારો ગણાવ્યો હતો. સરકારી વકીલ માર્ક તેસેચીએ જસ્ટિસ ડેરેક પ્રિન્સને અરજ કરી કે આ ડેનિયલને આજીવન કેદની જ

સજા કરો, કારણ કે એ ભયંકર સિરિયલ કિલર બનવા સક્ષમ છે.

ડેનિયલ સ્ટાની રેજિનાલ્ડમાં આવી પાશવી-શેતાની અપરાધવૃત્તિ આવી ક્યાંથી? એ 16 વર્ષની ઉંમરે આગ ચાંપવા અને મિલકતને ઇરાદાપૂર્વક નુકસાન પહોંચાડવાના આરોપસર પકડાયો હતો. હૉસ્પિટલમાં ડેનિયલનો કેસ જોનારા કેનેથ નનના મત મુજબ પિતાએ કરેલી મારપીટ અને હુમલાને લીધે આ છોકરો પોસ્ટ-ટ્રોમેટિક સ્ટ્રેસ ડિસઑર્ડરનો ભોગ બન્યો હતો. ડેનિયલ નાનો બાળક હતો ત્યારે પિતાએ તેની મમ્મીની હત્યા કરી હતી. કદાચ બાળમાનસની આ હિંસક સ્મૃતિએ તેને ગુનાની અંધારી અને ઊંડી ખીણ ભણી ધકેલ્યો હતો.

ડેનિયલે તે હત્યા અને બળાત્કારનો ગુનો કબૂલી લીધો હતો. અદાલતમાં સજાની સુનાવણી વખતે તોશાનાં માતાપિતા અને ભાઈ છેક વડોદરાથી ઑસ્ટ્રેલિયા આવ્યાં હતાં.

ડેનિયલને ફાંસીથી લઈને આજીવન કેદ કરવાની માગણી થઈ. અંતે અપાઈ 45 વર્ષની કેદની સજા. 'અત્યંત અસાધારણ ક્રૂર અપરાધ' બદલ આ સજા સંભળાવાઈ ત્યારે ડેનિયલના ચહેરા પર ન કોઈ પસ્તાવાના ભાવ હતા કે ન કોઈ લાગણી. એના ભાવશૂન્ય ચહેરા પર નજરે પડ્યું માત્ર એક બગાસું. જસ્ટિસ પ્રિન્સે સ્પષ્ટ કર્યું કે, અપરાધી જરા પણ દયાને પાત્ર નથી, કારણ કે મોટી ઉંમરે સ્વાભાવિક કે કુદરતીપણે તેની અંદરની અપરાધવૃત્તિ ખતમ ન થાય ત્યાં સુધી તે ગંભીર જાતીય કે હિંસક અપરાધ આચરવાનું અત્યંત જોખમ ધરાવતી વ્યક્તિ છે. ડેનિયલને 45 વર્ષની કેદ થવાથી હવે તે 2041ના માર્ચમાં પેરોલ મેળવવાને લાયક બનશે ત્યારે તેની ઉંમર 49 વર્ષની હશે. ડેનિયલ સ્ટાની રેજિનાલ્ડ તો જેલમાં દિવસો વીતાવશે પણ વડોદરાવાસી તોશાના પરિવારને વેદનાની સ્મૃતિ વચ્ચે જીવવા સિવાય છૂટકો નથી.

•

16

પ્રેમિકાના પતિને પોતાના ઘરમાં ઠાર માર્યો છતાં નિર્દોષ!

સામાન્ય માણસની સીધીસાદી સમજ એટલે કાયદાનું મૂળભૂત કામ ગુનેગારને સજા કરવાનું અને નિર્દોષોને બચાવવાનું, પરંતુ એક માણસ ગોળી ધરબીને કોઈની હત્યા કરી નાખે છતાં કાયદો જ એને છોડી મૂકે? શા માટે? ક્યાં? અને કેમ? સૌથી મોટો સવાલ એ થાય કે આવું બની જ કેવી રીતે શકે?

આ રિયલ લાઇફ સ્ટોરી અમેરિકાના રાજ્ય મોન્ટેનામાં બની છે. ઘટના સમયના ત્રણ મુખ્ય પાત્ર એટલે ડાન ફ્રેડેનબર્ગ, હિથર કિંગ ફ્રેડનબર્ગ અને બ્રાઇસ હાર્પર. આ ત્રિપુટી વચ્ચે સંબંધ પતિ, પત્ની અને વો એટલે પત્નીના પ્રેમીની. 2012ની 22મી સપ્ટેમ્બરે આ ઘટના બની ત્યારે ડાન (38 વર્ષ), હિથર (20 વર્ષ) અને બ્રાઇસ (24)ની ઉંમરમાં નોંધપાત્ર તફાવત હતો.

આ ચોંકાવનારા મર્ડર કેસમાં આગળ વધવાની શરૂઆત કરીએ ડાન અને હિથરના સંબંધની શરૂઆતથી. મોન્ટાના રાજ્યના વીસેક હજારની વસતિ ધરાવતા નગર કાલીસ્પેલમાં રહે ડાન ફ્રેડેનબર્ગ. 2010માં બે બાળકનો પિતા અને પાછો ડિવૉર્સી. છૂટાછેડા લીધેલા ડાનની આંખો મળી હિથર કિંગ સાથે. ડેટિંગ બાદ આ કોકટેલ વેઇટ્રેસ હિથર ગર્ભવતી થઈ. જોડિયાં બાળકોને જન્મ આપ્યો અને પછી ડોન-હિથર પરણી ગયાં. જોકે વાર્તાની જેમ 'ખાધું, પીધું અને રાજ કર્યું' ને બદલે નવી વાસ્તવિકતા સામે આવવા માંડી. લગ્નજીવનની કાંકરીઓ ખરવા માંડી. ડાન વધુ પડતું

ઢીંચતો હતો. છોગામાં આર્થિક સંકડામણ અને ડાન પાછો ઇશ્કબાજ પણ ખરો. ઘરમાં ગ્લાસ-ડીશ ભટકાવાના અવાજ વધવા માંડ્યા. આ કજિયા-કંકાસ અને તૂટતાં વાસણોના ઘોંઘાટ વચ્ચે વારંવાર એક શબ્દ સંભળાવા માંડ્યો : છૂટાછેડા.

આ તંગદિલી વચ્ચે 2012ના જૂનમાં હિથરે ડાનને એક વાત કરી : બ્રાઇસ હાર્પર નામના યુવાન સાથે મારી દોસ્તી થઈ છે. અમારા બંનેના સંબંધ એકદમ સાફસૂથરા છે, નથિંગ સેક્સ્યુઅલ.

પોતાની પત્નીનો સંબંધ કોઈ પુરુષ સાથે હોય અને એ પ્લેટોનિક હોય એવું આ પતિ ન માની શક્યો. એ ઈર્ષાથી બળવા માંડ્યો. એ જ મહિનામાં બારમાં બે વખત ડાન અને બ્રાઇસ વચ્ચે શાબ્દિક ચકમક ઝરી, પણ વાત વણસતાં અટકી ગઈ. છતાં નજરમાં જ ઝેર અને હૈયામાં આગ ક્યાં સુધી શાંત રહેવાનાં?

દિવસ આવ્યો 22 સપ્ટેમ્બર, 2012નો. બ્રાઇસ હાર્પરે સામેથી હિથર ફ્રેડેનબર્ગને ફોનથી એક વિનંતી કરી. અરજ એ હતી કે, હું આવતી કાલે શહેર છોડીને જઈ રહ્યો છું, તો તું મારા ડુપ્લેક્સમાં આવીને સામાન હટાવવા માટે મદદ કરવા આવીશ, પ્લીઝ? હિથરે લાંબો વિચાર કર્યા બાદ બંને બાળકોને સાથે લીધા અને ગાડી હંકારી મૂકી. પાંચેક મિનિટમાં તો એ પહોંચી ગઈ બ્રાઇસ હાર્પરના ઘરે.

બ્રાઇસ હાર્પરના ઘરે જ હિથર અને ડાન વચ્ચે એસએમએસ થકી ગરમાગરમી જામી પડી. ગુસ્સામાં ડાને ફોન કરીને સીધો સવાલ પૂછ્યો કે, તું હાર્પર સાથે છો? હિથરે કંઈ જવાબ ન આપ્યો. આથી ડાને ચીસાચીસ કરી મૂકી અને એના પ્રતિભાવમાં હિથરે ફોન કાપી નાખ્યો.

હિથરને લાગ્યું કે મામલો પતી ગયો. કદાચ સામાન હટાવવા-ગોઠવવામાં એ આખી વાત ભૂલી ગઈ. રાતે 8.30 કલાકે બંને બાળકને લઈને એ હાર્પરના ઘરેથી નીકળી. બંને બાળકોને ગાડીમાં બેસાડ્યા. રવાના થતાં અગાઉ હિથરે હાર્પરને કહ્યું કે, નાકા સુધી તો આવ મારી સાથે. જરા જો તો ખરો કે કારના બૉનેટમાંથી શેનો અવાજ છે? હાર્પર તરત જ ગાડીમાં કૂદી પડ્યો અને ગાડી થોડી આગળ વધી એટલે કે બ્રાઇસ-

હાર્પરને સમજાઈ ગયું કે હિથરનો પતિ ડાન તેમનો પીછો કરી રહ્યો છે. આથી હિથરે ગાડી રિવર્સમાં લીધી. હિથરે સલાહ આપી કે તું સીધો ઘેર જઈને દરવાજો અંદરથી બંધ કરી દે. હાર્પરે બેફિકરાઈથી જવાબ આપ્યો કે, હું તારા પતિથી ડરતો નથી. મારી પાસે બંદૂક પણ છે હોં. કંઈક મુશ્કેલી ઊભી થવાની ગંધ આવતા હિથર ત્યાંથી જવાને બદલે હાર્પરના ઘર પાસે જ રહી.

ડાન ફ્રેડેનબર્ગ પણ કારમાંથી નીકળીને સીધો હાર્પરના ઘર ભણી ચાલવા માંડ્યો. ખુલ્લા દરવાજા થકી ડાન સીધો હાર્પરના ગૅરેજમાં પહોંચી ગયો. આ જ સમયે હાર્પર ઘરમાંથી બહાર નીકળ્યો. ત્યારે તેના હાથમાં હેન્ડગન હતી. તે સીધો ગૅરેજમાં ધસી ગયો. થોડા ફૂટ દૂરથી જ તેણે ડાન ફ્રેડેનબર્ગ પર ગોળી છોડી : એક, બે, ત્રણ.

ડાન આ સાથે જ બ્રાઇસ હાર્પરના ગૅરેજમાં લોહીલુહાણ અવસ્થામાં ઢળી પડ્યો. હિથરે ગળું ફાટી જાય એવા અવાજે ચીસાચીસ કરી મૂકી. ડાને બૂમ પાડી, 'કોલ 911'. અમેરિકામાં પોલીસ-ફાયરબ્રિગેડ, મેડિકલ માટેનો આ હેલ્પ નંબર છે, પણ ડાનના નસીબમાં કોઈ મદદ લખાયેલી નહોતી. કાલીસ્પેલ રિજિયોનલ મેડિકલ સેન્ટરમાં ડાનને મૃત ઘોષિત કરાયો. યોગાનુયોગ 'કોલ 911' એના છેલ્લા શબ્દો બની રહ્યા.

પહેલી નજરે આ સીધોસાદો મર્ડર કેસ હતો. વધુ પુરાવા કે સાક્ષીની જરૂર નહોતી, પરંતુ બ્રાઇસ હાર્પરને એવું કંઈ થવાનું નહોતું. ન તો એના પર હત્યાનો આરોપ બદલ કામ ચાલવાનું હતું કે ન તો ખૂન કર્યાની સજા થવાની હતી.

બ્રાઇસ હાર્પરને મર્ડરના ગુનામાંથી બચાવતો મોન્ટાનાનો કાયદો છે, 'કેસલ ડોક્ટ્રોઇન'. આ મુજબ પોતાના ઘરમાં ઘૂસણખોર ઘૂસી આવે તો તેના વિરુદ્ધ જીવલેણ હિંસા આચરવાનો પણ ઘરમાલિકને હક છે. ચર્ચા એ પણ જાગી કે ડાન ફ્રેડનબર્ગ પાસે તો કોઈ હથિયાર નહોતું, તો આ હુમલો કે ગોળીબાર કેવી રીતે ન્યાયી ગણાય? ડાનની ભૂલ એ કે બ્રાઇસના ગૅરેજમાં હતો અને ગૅરેજને ઘરનો હિસ્સો ગણવામાં આવે છે.

અમેરિકાના લગભગ ત્રીસેક રાજ્યમાં એવો કાયદો છે કે ઘરમાલિક

ઘૂસણખોરથી પોતાના ઘરનું રક્ષણ કરવા માટે શસ્ત્રો વાપરી શકે છે અને મોન્ટાનામાં 2009માં સુધારાયેલા સ્વરક્ષણના આ કાયદા મુજબ પુરાવા રજૂ કરવાની જવાબદારી સરકારી પક્ષની હોય.

હાર્પર બ્રાઇસે એવો દાવો સુધ્ધાં કરવાની જરૂર ન રહી કે એનો જીવ જોખમમાં હતો. તેણે માત્ર એટલું જ કહેવાનું રહે કે મૃતક એના ઘરમાં ગેરકાયદે ઘૂસી આવ્યો હતો. અન્ય રાજ્યમાં મૃતક ડાન ફ્રેડેનબર્ગને સહાનુભૂતિ મળી હોત. એક માણસ એની પત્નીની આસપાસ ફરતો હતો જેને લીધે લગ્નજીવનમાં મુશ્કેલી ઊભી થઈ હતી. પોતાની પત્નીને એના 'પ્રેમી'એ પોતાના ઘરે બોલાવી હતી. આ સિવાય મૃતક પાસે નહોતું કોઈ હથિયાર કે નહોતી કરી તેણે કોઈ ઉશ્કેરણી. આમ હાર્પર બ્રાઇસના જીવ પર જોખમ હોવાનું સાબિત જ ન થઈ શકે. આથી હાર્પર બ્રાઇસ પર ઇરાદાપૂર્વક, ઉશ્કેરણી વગર સદોષ મનુષ્યવધનો આરોપ મુકાય, સાબિત થાય અને આકરી સજા થાય પણ આ તો મોન્ટાના હતું મોન્ટેના.

●

17

પિતાના હાથે પુત્રની હત્યા, માતાની સામે!

આધુનિકતાનો અભિશાપ કહો કે આર્થિક સંક્રામણ, એ અજગર માણસના મગજ પર એવો નાગપાશ જમાવી દે છે કે ધાર્યું ન હોય એવું થઈ જાય. બની ગયા પછી પણ લાગે કે ખરેખર આવું થયું હશે? વેરી બેડ. વેરી સેડ.

11 વર્ષનો કિશોર. ક્રિકેટ સ્ટેડિયમમાં ઉત્સાહથી ક્રિકેટ રમતો હોય. ક્રિકેટ જેટલો જ રસ ફૂટબોલમાં. અત્યંત જોશભેર એ રમતો હોય. મમ્મી-પપ્પા આંખના રતનને રમતાં જુએ ત્યારે આવતી કાલનાં સપનાં વધુ ને વધુ નજીક આવતાં દેખાય, પણ નિયતિની પટકથાની ક્યાં કોઈને ખબર હોય છે? ન જાણ્યું જાનકીનાથે કે કાલે શું થવાનું છે.

ઑસ્ટ્રેલિયાના મેલબોર્નના ઉપનગર તાબ (ટીવાયએબીબી) સ્થિત ક્રિકેટ સ્ટેડિયમમાં 11 વર્ષનો લ્યૂક બેટ્ટી ક્રિકેટ રમતી વખતે વિચારતો હશે કે પોતાનું નામ ક્યારે છાપે ચડે. ટીવી-સોશિયલ નેટવર્કમાં ઝબકે? એની ધારણા કરતા આ બધું ઘણું વહેલું બન્યું, પણ કોઈને ન ગમે એવા કારણસર.

લ્યૂક મેદાન પર વધુ થોડો સમય રહેવા - રમતા માગતો હતો, પરંતુ એના પપ્પા ગ્રેગ એન્ડરસન બેટ્ટીને ન જાણે કેમ ઉતાવળ હતી. લ્યૂકે પપ્પા સાથે જવાની ના પાડી કે થોડા સમય રહેવા દેવાની વિનંતી કરી. આ જાણી-સાંભળીને 54 વર્ષના ગ્રેગનો પિત્તો ગયો. અંદર ભયંકર જ્વાળામુખી ભભૂકતો હોય એમ ગ્રેગ પોતાના વહાલસોયા લ્યૂક પર રીતસરનો તૂટી પડ્યો. ક્રિકેટ પ્રૅક્ટિસ માટે આવેલાં બાળકો, તેમનાં માતાપિતા અને ખુદ

લ્યૂકની મમ્મી રોઝી જોઈ જ રહ્યાં. કોઈ કંઈ સમજે કે કરે એ પહેલાં તો ગ્રેગે લ્યૂકના માથા પર જોરદાર ફટકો માર્યો અને ચાકુ હુલાવી દીધું!

પોલીસના જણાવ્યા મુજબ પછી ગ્રેગ બેટ્ટી હાથમાં છરી લઈને દોડવા માંડ્યો. તરત જ ઘટનાસ્થળે પહોંચેલી પોલીસ અને તબીબી ટીમને હત્યામાં છરી સાથે એ લલકારવા-પડકારવા માંડ્યો. શૂટ મી... મારો... મને ગોળી મારો.

પોલીસે સૌપ્રથમ તો કેપ્સિસમ ફોમનો ઉપયોગ કર્યો, પણ આની કોઈ અસર ગ્રેગ પર ન થઈ. ઊલટાનું એ છરી સાથે પોલીસ ઑફિસર ભણી ધસી ગયો અને પોલીસે છોડેલી ગોળી ગ્રેગની છાતીમાં વાગી. પછી પોતાને સારવાર માટે લઈ જવાના પ્રયાસ વખતે પણ ગ્રેગ તબીબી સેવા કર્મચારીઓ સાથે ઝઘડ્યો હતો, પરંતુ હૉસ્પિટલમાં પહોંચીને શાંત પડી ગયો, કાયમ માટે.

એક મહત્ત્વની વાત. લ્યૂકની માતા રોઝી અને ગ્રેગ લાંબા સમયથી છૂટાં પડી ગયાં હતાં. મિનિટોની અંદર પિતા-પુત્ર જીવનની વિકેટ પરથી કાયમ માટે આઉટ થઈ ગયા. કોઈએ કલ્પના કરી ન હોય એવી અણધારી અને અકળાવનારી એક્ઝિટ. આખરી એક્ઝિટ.

આના માટે જવાબદાર કોણ? મૂળ ઇંગ્લૅન્ડની પણ ઑસ્ટ્રેલિયામાં સ્થાયી થયેલી રોઝી બેટ્ટીએ પોતાના પુત્ર અને પતિના કમોત પર પ્રકાશ પાડ્યો, 'પ્રૅક્ટિસ સેશનના અંતે ભાગ્યે જ દેખાતા ગ્રેગ સમક્ષ લ્યૂકે વધુ થોડો સમય પ્રૅક્ટિસ કરવા દેવાની વિનંતી કરી હતી, પરંતુ પછી જે થયું એ ગ્રેગના માનસિક આરોગ્યનું પરિણામ છે. એ ઘણાં વર્ષોથી બેઘર હતો, જીવનમાં નિષ્ફળતા જ નિષ્ફળતા હતી. એના જીવનની દરેક ચીજ બદથી બદતર થઈ જતી હતી. એના જીવનમાં પ્રકાશનું એકમાત્ર કિરણ લ્યૂક જ હતો.'

એ આગળ બોલી, 'હું કૌટુંબિક હિંસાનો શિકાર બનેલી છું અને આમાંથી બધા બોધપાઠ શીખે એમ હું ઇચ્છું છું. મારા માટે તો લ્યૂક ક્રિકેટના મેદાનમાં હતો એટલે સલામત હતો.'

શબ્દોમાં વર્ણવી ન શકાય એવી વેદના સૌને હચમચાવી ગઈ. લ્યૂકને ન ઓળખતા પાડોશીઓ, સહપાઠીઓ અને હમઉમ્ર બચ્ચાંઓ એને અંજલિ

આપવા ઊમટી પડ્યાં. સ્કૂલમાં, ક્રિકેટના મેદાન પર અને સોશિયલ નેટવર્ક પર લ્યૂક બેટ્ટી માટે લાગણી અને અંજલિઓનો ધોધમાર વરસાદ થયો. સાઉથ આફ્રિકા સામેની ટેસ્ટ મેચમાં ઑસ્ટ્રેલિયન ક્રિકેટ ટીમે કાળી પટ્ટી પહેરીને શોક દર્શાવ્યો. સમગ્ર રમતગમત જગત પર આ કુઠારાઘાતની ભારે અસર થઈ.

આઘાત શમ્યા અને સનસનાટીનો કોલાહલ શાંત પડ્યા બાદ સત્યનો ચહેરો દેખાવા માંડ્યો. પહેલી ભૂલ કબૂલી ખુદ પોલીસે. મોટી હિંમત બતાવી કહેવાય આવા માહોલમાં.

વિક્ટોરિયાના પોલીસ વડા કેન લેએ કબૂલ કર્યું કે, બુધવાર તારીખ 12 ફેબ્રુઆરીની ઘટનાને પોલીસ નિવારી શકી હોત.

પોતાના પોલીસ અધિકારીઓએ 27મી જાન્યુઆરીએ હુમલાના આરોપ અંગે ગ્રેગ સાથે વાત કરી હતી, પરંતુ ગ્રેગ સામે ધરપકડના પાંચ-પાંચ વૉરન્ટ હોવાની તેમને જાણ નહોતી. કેન લેના મત મુજબ પોલીસ તંત્રની આઇટી સિસ્ટમની સમસ્યાને લીધે આ વૉરન્ટની જાણકારી પોલીસ અધિકારીઓને મળી શકી નહોતી.

તેમણે કબૂલ કર્યું કે છેલ્લાં 10 વર્ષની આઇટી સિસ્ટમની સમીક્ષા જરૂરી જણાય છે. પ્રવર્તમાન ઉદ્ગારને લીધે અમે ધારીએ-ઇચ્છીએ એવું અને એટલું કામ કરી શક્યા નથી.

જોકે આઇટી સિસ્ટમમાં સુધારાવધારા માટે ભારે મૂડીરોકાણ જરૂરી હોવાનું તેણે સ્વીકાર્યું હતું. આ સાથે જ કેન લેએ જરાય શબ્દો ચોર્યા વગર સ્પષ્ટ કર્યું હતું કે લ્યૂક-ગ્રેગની ઘટના માટે એકમાત્ર આઇટી સિસ્ટમ જવાબદાર નથી, પણ તે અનેક કારણોમાંનું એક મહત્ત્વનું કારણ છે. આ સાથે જ વિક્ટોરિયા પોલીસે આ કેસ જે રીતે હાથ ધરાયો તેની યોગ્યતા તપાસવાનું પણ શરૂ કરી દીધું છે.

એકાદ દાયકાથી પોલીસ ગ્રેગ એન્ડરસન સામેની ફરિયાદો સાંભળતી હતી. પોલીસ કાર્યવાહી કરતી હતી પણ એની સામે પાંચ વૉરન્ટ પેન્ડિંગ હતાં. જો પોલીસ સક્રિય, કાર્યક્ષમ અને સજાગ હોત તો ગ્રેગ એન્ડરસન જેલભેગો હોત અને એ જીવતો હોત. લ્યૂક પણ હસતો-રમતો હોત.

લ્યૂક બેટ્ટીનું કમોત ભાવિ કૌટુંબિક હિંસાને રોકવામાં નિયમિત બને એવું સૌ કોઈ ઇચ્છે છે. પ્રાર્થે છે. ટ્રેજેડીમાં સમસ્યાનો ઉકેલ મળવાની આશા છે. માનસિક બીમારીનો ઇલાજ કાયમ કાયદાથી થતો નથી. એમની દવા છે સમજ, સંભાળ, અનુકંપા અને પ્રેમ.

વિક્ટોરિયા ચિલ્ડ્રન્સ કમિશનર બર્ની ગેરીએ પણ જાહેરાત કરી કે પ્રવર્તમાન વિવિધ યંત્રણાઓને લીધે ગ્રેગની આવી હાલત થઈ, એના પુત્રનો જીવ ગયો અને પત્ની પર આફતનો પહાડ તૂટી પડ્યો. ગેરીએ પણ પુરાવા આપ્યા કે ગ્રેગ માનસિક બીમારીનો લાંબો ઇતિહાસ ધરાવતો હતો. પરિવાર સતત ડિપાર્ટમેન્ટ ઑફ હ્યુમન સર્વિસિઝના સંપર્કમાં હતો.

ગેરીએ એક સરસ સમજદારીભરી વાત કરી, 'માનસિક બીમારીવાળા બધા લોકો હિંસક નથી. એમાંય બહુ ઓછી ટકાવારી હિંસક હોય છે. બીજી રીતે કહીએ તો કૌટુંબિક હિંસાચાર આચરનારાઓમાંથી ઘણા ઓછા માનસિકપણે બીમાર હોય છે. હકીકતમાં તો તેઓ સૌથી પહેલાં નામર્દ-નમાલા હોય છે!'

પોતાની નજર સામે એકના એક પુત્રને, પતિને હાથે મરતાં જોનારા અને પછી પતિને પણ કમોતે મરતાં જોનારા રોઝી બેટ્ટીએ ઘટનાના 24 કલાક બાદ પોતાની લાગણી વ્યક્ત કરી, 'મારો પતિ પુત્રને પ્રેમ કરતો હતો, પણ બે દાયકાથી એ ઓળખી ન શકાયેલી માનસિક બીમારીથી પીડાતો હતો. એ નાનકડો છોકરો વેદના અને ઉદાસી વચ્ચે મોટો થયો હતો અને પોતાના માટે ફફડાટ અનુભવતો હતો, પરંતુ તે ચોક્કસપણે પપ્પા સાથે પોતાને સલામત માનતો હતો. લ્યૂક પપ્પાને પ્રેમ કરતો હતો, પણ પપ્પાના સંઘર્ષથી એ દુઃખી હતો. ગ્રેગને કાયમ મદદની ઑફર મળતી હતી, પણ 'પોતે ઓ.કે.' હોવાનું માનીને તે સહાય સ્વીકારતો નહોતો.'

આપણે પશ્ચિમી દુનિયાને ભૌતિકવાદના અતિરેકવાળી માનીએ છીએ, પણ ત્યાં જ આ ટ્રેજેડીના ભયંકર પડઘા પડ્યા. ખુદ ઑસ્ટ્રેલિયન વડા પ્રધાન ટોની એબોટે લ્યૂક બેટ્ટીના મોતને 'અવર્ણનીય કરુણાંતિકા' ગણાવી.

પુત્રની હત્યા કરનારા ગ્રેગ એન્ડરસનનાં માતાપિતાએ પુત્ર અને પૌત્રને ગુમાવવાની ઘટનાને 'અસહ્ય ટ્રેજેડી' ગણાવી.

લ્યૂકની સ્કૂલનાં હજારો બાળકોએ પોતાના મિત્રની સ્મૃતિમાં હજારો પીળા ફુગ્ગા આકાશમાં છોડ્યા. પીળા? હા, કારણ કે લ્યૂક બેટ્ટીનો પ્રિય રંગ હતો પીળો. લ્યૂકને ગમતાં ગીતો વગાડાયાં. એને કેળાં ખૂબ ભાવતાં હતાં એટલે શ્રદ્ધાંજલિમાં પ્રેમભર્યાં કાર્ડ, બૂકે સાથે કેળાં પણ મુકાયાં. આ બધું મૂકીને જતી વખતે આ બાળકો પોતાની સાથે લઈ ગયાં આંસુ.

●

18

એક પછી બીજા ભાઈનો વારો

મિસિંગ. લાપતા, ગાયબ. ગુમશુદા. આ માત્ર શબ્દો નથી, વેદના છે. મોટા ભાગના નસીબદારોને આ પીડામાંથી વહેલો-મોડો છુટકારો મળી જાય, પણ અમુક બડભાગીઓ માટે આજીવન દર્દનું ભાથું લઈને ચિતાએ ચડવાનો વારો આવે. એના કરતાં પણ બદતર, મન ન માની શકે કે કોઈ કલ્પના ન કરી શકે એવો કિસ્સો જોઈએ.

અમેરિકાના પ્રમુખપદની 2008ની ચૂંટણીમાં ચમકેલા અલાસ્કાના વાસીલ્લા શહેરની વાત છે. આ શહેરના મેયર રહી ચૂકેલા સારાહ પલીસન 2008ની ચૂંટણીમાં ઉપપ્રમુખપદ માટે રેસમાં હતા. અલાસ્કાના છઠ્ઠા નંબરના સૌથી મોટા શહેર વાસીલ્લામાં રહેતા પાલ્મર પરિવારનો આ કિસ્સો છે.

ચક પાલ્મર અને તેની પત્ની લીઝાના સુખનો પાર નહીં. પરિવાર ત્રણ-ત્રણ દીકરાની ધિંગામસ્તીથી મહેકતો હતો. ક્રિસ, ચકી અને સૌથી નાનો માઇકલ.

1999ની 4થી જૂને માઇકલને ફ્રેન્ડની પાર્ટીમાં જવાનું હતું. આ યારોં કી મહેફિલમાં ત્રણ દોસ્તો સાથે જલસો કરવા માટે તે ચૂપચાપ ઘરમાંથી સરકી ગયો હતો. પાર્ટી પતી ગયા બાદ મોડી રાતે, ના વહેલી સવારે ટીનએજ ગેંગ ઘરે પાછી ફરી રહી હતી. માઇકલ પાલ્મર બાઇસિકલ પર પિટમેન રોડ પર પોતાના ઘર ભણી જઈ રહ્યો હતો. એ ઉતાવળે બાઇસિકલ ચલાવી રહ્યો હતો કે જેથી સૂર્યોદય અગાઉ ઘરભેગા થઈ

જવાય. મૂળ તો પથારીમાં પડીને નિરાંતે ઊંઘી જવાનો માઇકલનો ઇરાદો હતો. આ વહેલા પહોંચવાની લાયમાં એ દોસ્તોથી છૂટો પડી ગયો. અમુક મિત્રોથી પાછળ રહી ગયો હતો એ. આ વાત ધ્યાનમાં આવી જતાં કેટલાક દોસ્તોએ એક સ્ટોર પર માઇકલની રાહ જોઈ, પણ એ ન આવ્યો. એકાદ મિત્રે છેલ્લે સવારે ચાર વાગ્યે એને પિટમેન રોડ પર બાઇસિકલ ચલાવતા જોયો હતો. ત્યાર બાદ એને જોયાનું કોઈને સાંભરતું નહોતું. હકીકતમાં તો 1999ની ચોથી-પાંચમી જૂનની સવારે ચાર વાગ્યે પિટમેન રોડ પર બાઇસિકલ ચલાવતો માઇકલ પાલ્મર દેખાયો એ દેખાયો. ત્યાર બાદ કોઈએ એને જોયો નથી.

રાહ જોઈને થાક્યા બાદ પણ માઇકલ ઘરે ન આવ્યો તો મિસિંગ પર્સન તરીકે ફરિયાદ થઈ. ઘોડેસવાર પોલીસોએ માઇકલને ચોમેર શોધ્યો. બધે શોધખોળ કરી, કોઈ કમી ના રાખી. પોલીસે લિટલ સુસ્ટીના નદીમાંથી એક બાઇસિકલ શોધીને બહાર કાઢી. મિત્રોના કહેવા મુજબ તો આ માઇકલની બાઇસિકલ હતી. મોટા ભાઈ ક્રિસના મતે આ બાઇસિકલ માઇકલની નહોતી.

ડૂબકીમારો નદીમાં ફરી વળ્યા, તો 50થી વધુ જવાનો જંગલનો ખૂણેખૂણો સૂંઘી આવ્યા. પોલીસે પાર્ટીમાં હાજર રહેલા ટીનેજર્સની પૂછપરછ કરી અને ઊલટતપાસ હાથ ધરી. માઇકલ છેલ્લે જ્યાં દેખાયો હતો એ સ્થળથી એકાદ માઈલના અંતરેથી બૂટની જોડી મળી. કાદવવાળા અને એકદમ ભીનાં આ બૂટ માઇકલની સાઇઝના અને એ જ બ્રાન્ડના હતા, પણ માઇકલ ક્યાંય મળ્યો નહીં. એના કંઈ સગડ સુધ્ધાં હાથ ન લાગ્યા.

માઇકલના ભાઈ ક્રિસે આક્ષેપ કર્યો કે એ હાઉસ પાર્ટીમાં બધા વચ્ચે મારામારી થઈ હતી અને એમાં જ કંઈક બની ગયું હોવું જોઈએ. પરંતુ આના સમર્થનમાં પોલીસને કંઈક નક્કર હાથ ન લાગ્યું. આ પરિવારને સાચા-ખોટા ફોન આવે. કોઈક દાવો કરે કે એ મરી ચૂક્યો છે.

માઇકલ મિસિંગની સૌથી મહત્ત્વની કડી એક સ્થાનિક યુવાને આપી. આનાથી કેસ ઉકેલવાની શક્યતા દેખાઈ. આ યુવાને પોલીસને સાફ શબ્દમાં જણાવ્યું કે માઇકલને ઠાર મારીને નદીમાં ફંગોળી દેવાતાં મેં જોયો

હતો, પરંતુ વધુ પૂછપરછમાં સત્ય બહાર આવ્યું કે એની વાતમાં ઘણાં ગાબડાં હતાં, તર્કનો અભાવ હતો, સાતત્યની ગેરહાજરી હતી. પોલીસની પૂછપરછમાં અંતે તેણે કબૂલ કરી લીધું કે મેં તો પોતાનું મહત્ત્વ વધારવા માટે વાર્તા ઉપજાવી કાઢી હતી.

મા-બાપે અને બંને ભાઈએ ભૂરી આંખવાળા બ્લોન્ડ હેર ટીનેજર માઇકલના પાછા આવવાની આશા ન છોડી, પણ આજ સુધી માઇકલે દેખા દીધી નથી. એ ઘટનાને વરસોનાં વહાણાં વહી ગયાં. માઇકલ સૌથી નાનો, સૌને વહાલો. એની એક-એક વાત, એક-એક મસ્તી યાદ આવે. મમ્મીને ગળે ડૂમો ભરાઈ આવે, પપ્પા આંસુ સંતાડવા મથે અને મોટાભાઈઓ વિહ્વળ થઈ જાય.

આ સૌનાં હૈયાવલોપાતની લેશમાત્ર તમા રાખ્યા વગર સમય પોતાની મસ્તીમાં વહી રહ્યો હતો. એમાં 2010માં કંઈક બની ગયું.

માઇકલને એકદમ હવામાં ઓગળી ગયાને એકાદ દાયકાથી વધુ સમય વીતી ગયો હતો. 2010ની 13મી એપ્રિલે પાલ્મર ત્રિપુટીનો વચલો ભાઈ ચકી મિત્રો અને સગાંવહાલાં સાથે ટોલકીટા પર્વતોમાં ગયો હતો. આ ચકી એટલે આજ્ઞાંકિત પુત્ર જ નહીં, વહાલસોયો પિતા પણ ખરો. 31 વર્ષનો ચકી ઉર્ફે ચાર્લ્સ ત્રણ દીકરીઓનો ખૂબ પ્રેમાળ બાપ. 10 વર્ષની ટ્વીન્સ અને ત્રીજી 9 વર્ષની. એ દીકરીઓ સાથે વાતો કરતાં ક્યારેય થાકે નહીં. એમને વાંચીને વાર્તા સંભળાવે. માથું ઓળી આપે. આ બધું જોઈને ચકીના પિતાને લાગી આવતું કે હું મારા દીકરા જેટલો સારો પિતા બની ન શક્યો.

આ ચાર્લ્સ ઉર્ફે ચકી પાલ્મર સંબંધી અને દોસ્તો સાથે પર્વત પર કેબિનમાં રહેવા ગયો હતો. શહેરીજીવનના કંટાળાથી ત્રાસીને કદાચ એ પર્વતની ગોદમાં ગયો હતો. 13મી એપ્રિલની રાતે બધાએ નક્કી કર્યું કે સ્નોમોબાઇલ્સ લઈને ભટકવા નીકળી પડીએ. આ સ્નોમોબાઇલ એટલે બરફમાં ચલાવી શકાતું વાહન.

32 વર્ષનો મોટો ભાઈ ક્રિસ પાલ્મર પણ આ બધાની સાથે ગયો હતો. ક્રિસ કાયમ બધાને આગળ મોકલે અને બધા નીકળી ગયાની ખાતરી કર્યા બાદ જ એ આગળ વધે.

પરંતુ એ દિવસે કંઈક ન થવાનું બનવાનું હતું. એક હકીકત બધા સ્વીકારતા હતા કે ચકી સારો સ્નોમોબાઇલ રાઇડર નહોતો, શનિવારની રાતે એ પોતાના સાથીઓથી વિખૂટો પડી ગયો. એની ખૂબ શોધખોળ થઈ. ચકી તો નહીં, પણ રવિવારે સવારે એનું સ્નોમોબાઇલ મળી આવ્યું. આશા બંધાઈ કે હવે ચકીની ભાળ મળવી જોઈએ. એ આસપાસ જ હોવો જોઈએ.

પરંતુ સમય વીતવા સાથે આ આશા ઉનાળામાં ઓગળતા બરફની જેમ અદૃશ્ય થવા માંડી. ચકી તો ઠીક, એની કોઈ ચીજ, નિશાની કે સગડ હાથ ન લાગ્યા. અલાસ્કામાં હવામાન બગડતાં હેલિકૉપ્ટરથી શોધખોળ બંધ કરવી પડી. અંતે અલાસ્કા સ્ટેટ ટ્રુપર્સે પણ પોતાની શોધખોળ આટોપી લીધી, પરંતુ ચકીનો મોટો ભાઈ ક્રિસ અન્ય સ્વયંસેવકોની સાથે પર્વતનો એકેએક ખૂણો ફેંદી વળ્યો. ક્રિસને 11 વર્ષ અગાઉ માઇકલ માટે કરેલી શોધખોળ, દોડધામ યાદ આવતી હતી અને એનું હૈયું ફફડી ઊઠતું: ચકીનું પણ માઇકલ જેવું થયું તો?

ના, ના. એણે વિચારોને રોકવાના ખૂબ પ્રયાસો કર્યા, પરંતુ નિયતિએ ધારેલું કોણ ઉલટાવી શકે છે? નાના ભાઈ માઇકલની જેમ ચકી ફરી ક્યારેય નજરે ન પડ્યો. એક જ શહેરમાં, એક જ પરિવારમાં અને બે સગા ભાઈ ખોવાઈ જાય અને એમની કંઈ જ માહિતી કે સગડ તો ઠીક, લાશ સુધ્ધાં હાથ ન લાગે એવો કિસ્સો ભાગ્યે જ દુનિયામાં બન્યો હશે.

ભારે હૈયે ક્રિસ ઘરે પાછો ફર્યો ત્યારે પપ્પા-મમ્મી સાથે નજર મિલાવવાની હામ નહોતી એનામાં.

વિશ્વના ન ઉકેલાયેલા મહત્ત્વના અનસોલ્વ્ડ કેસમાં સ્થાન પામેલી ઘટના પાલ્મર બંધુ માઇકલ અને ચકીનું ગાયબ થવું જરાય માની શકાય એવું નથી, છતાં માન્યા સિવાય છૂટકોય નથી.

●

19

જીવલેણ ચેપ દીધો જાણી જાણી રે...

ત્યારે પશ્ચિમ બંગાળમાં મમતા બેનર્જીના રાજમાં ડાબેરી અને સામ્યવાદીઓ ઉપરાંત માસૂમ બાળકો માટે એક પછી એક મુસીબત આવતી હતી. હૉસ્પિટલોમાં નવજાત બાળકોના ચોંકાવનારા મોતનું માતમ પૂરેપૂરું શમ્યું નહોતું ત્યાં કોલકાતાથી 80 કિ.મી. દૂર આવેલા આરામબાગના ગોઘાટમાં ન બનવાનું બની ગયું. અહીંની ખાતૂન પ્રાઇમરી સ્કૂલમાં પાંચ વર્ષથી નાનાં ભૂલકાંને પોલિયોની રસી આપવાનો સરકારી કાર્યક્રમ યોજાયો હતો, પરંતુ 14 મહિનાની બાળકીના સતર્ક પિતા ગંગા રૂઈદાસના ધ્યાનમાં એક મહાભયંકર વાત આવી કે 'હેપેટાઇટિસ બી' લખેલા પાત્ર-સાધનમાંથી પોલિયોનાં ટીપાં પિવડાવાય છે!

ગંગા રૂઈદાસે કાર્યકરોનું ધ્યાન દોર્યું ત્યારે બહાર આવ્યું કે બે, પાંચ કે દસ નહીં, પણ પૂરાં 114 ભૂલકાંને ભૂલથી હેપેટાઇટિસ બીની રસી પીવડાવાઈ હતી. આને લીધે ઉશ્કેરાયેલા વાલીઓએ આરોગ્ય કાર્યકરોને સ્કૂલમાં બંધ કરીને તાળાં મારી દીધાં. પછી તો પોલીસ દોડી આવી. ચાર આરોગ્ય કાર્યકરોને સસ્પેન્ડ કરાયા. મુખ્ય પ્રધાને તપાસનો આદેશ આપ્યો અને એ કમનસીબ ભૂલકાંને ભગવાન બચાવે. આ તો ભૂલ, બેદરકારી, બિનકાર્યક્ષમતા કે કામચોરી થઈ. તબીબી અભિપ્રાય મુજબ હેપેટાઇટિસ બી રસી મોઢેથી પિવડાવવાથી બાળકો પર જોખમ નથી.

પરંતુ અમેરિકા જેવા દેશમાં આનાથી ભયંકર કૃત્ય થયું અને જાણીબૂઝીને. એ કરનારી વ્યક્તિ પણ પાછી તબીબી સારવાર સાથે સંકળાયેલી હતી.

કલ્પનાતીત કરતૂતથી સમગ્ર અમેરિકાને ચોંકાવી દેનારો શખસ હતો ડેવિડ ક્વિઓત્કોવ્સ્કી. ઉંમર વર્ષ 34. તેણે આ કબૂલી પણ લીધું કે, મેં વપરાયેલાં ઇન્જેક્શનની સોય ફરીથી વાપરી હતી અને તેનાથી ડઝનબંધ દર્દીઓને હેપેટાઇટિસ સીનો ચેપ લાગ્યો હતો. આને લીધે એક દર્દીએ જીવ પણ ગુમાવ્યો.

ટ્રાવેલિંગ કાર્ડિયેક ટેક્નોલૉજિસ્ટની નોકરી કરતા ક્વિઓત્કોવ્સ્કીને પોતાને 2010માં હેપેટાઇટિસ સીનો રોગ વળગ્યો હતો. તબીબી ક્ષેત્ર સાથે સંકળાયેલો હોવાથી એ સુપેરે જાણતો હતો કે લીવરને નિશાન બનાવતો આ રોગ ક્યારેક જીવ લઈને જ ઝંપે છે. સર્જરીની રાહમાં આશા સાથે જીવતા દર્દીઓની પેઇનકિલર ફેન્ટાનીલની સિરિન્જ ડેવિડ ચોરી લેતો હતો. આ ફેન્ટાનીલનો એ કેફી દ્રવ્ય તરીકે ઉપયોગ કરતો હતો. પછી પોતાના હેપેટાઇટિસ સીના ચેપવાળી સિરિન્જ મૂકીને જતો રહેતો હતો. હા, જતાં અગાઉ એ સિરિન્જમાં સેલાઇન ભરવાનું ચૂકતો નહીં.

હૉસ્પિટલોને સ્ટાફ પૂરા પાડતી એજન્સીમાં કામ કરતા ડેવિડને દેશભરની ઘણી હૉસ્પિટલોમાં મોકલાયો હતો. આનો અર્થ સ્પષ્ટ છે.

સાત રાજ્યની 18 હૉસ્પિટલોમાં કામ કરી ચૂકેલા ડેવિડ ક્વિઓત્કોવ્સ્કીને પાપે ન્યૂ હેમ્પશાયરના 32 દર્દીઓ હેપેટાઇટિસ સીના સીકંજામાં સપડાઈ ગયા. આમાંથી મેરીલૅન્ડના સાત કેસ અને કાન્સાસના છ કેસ મુખ્ય. કાન્સાસના એક દર્દીનું તો મોત થયું.

પરંતુ ક્વિઓત્કોવ્સ્કીના માનવા મુજબ તેણે ન્યૂ હેમ્પશાયરમાં ઓછામાં ઓછી 50 વખત, જ્યોર્જિયામાં ઓછામાં ઓછા 30 વાર અને કાન્સાસમાં ઓછામાં ઓછી 20 વખત સિરિન્જ બદલાવી હતી.

આ કુકર્મમાં કોઈ સાગરિત હતો ખરો? તપાસ અધિકારીઓના આ સવાલના જવાબમાં ડેવિડે કહ્યું, ‘હું એકલો જ છું. આનાથી હું ઘણા માણસોને ખતમ કરી નાખવાનો છું.’

અમેરિકન એટર્ની જોન કાસાવાસ દ્વારા ‘સિરિયલ ઇન્ફેક્ટ’નું ઉપનામ મેળવનારા ડેવિડ ક્વિઓત્કોવ્સ્કીએ હેપેટાઇટિસ સી થયાના નિદાનના દસ મહિના બાદ 2011ના એપ્રિલમાં ન્યૂ હેમ્પશાયરની એક્સટર હૉસ્પિટલમાં કામ

શરૂ કર્યું હતું. વાઇરલ ઇન્ફેક્શન થવા છતાં તેણે પેઇનકિલર ફેન્ટાનીલની સિરિન્જ સાથે ચેડાં કરવાનું છોડ્યું નહોતું.

2012ના જુલાઈમાં ધરપકડ થઈ ત્યાં સુધી ડેવિડ અન્યના આરોગ્ય સાથે ખેલ ખેલતો રહ્યો. સાત કેસ સાથેના 14 ગુના આચર્યાનું તેણે તરત કબૂલી લીધું હતું. અદાલતમાં ફાઇલ કરાયેલા પ્લી એગ્રીમેન્ટ મુજબ તેને 30થી 40 વર્ષની સજા થઈ શકતી હતી. એના પરના આરોપોમાં દવાની ચોરી અને દવા સાથેનાં ચેડાં સંબંધી ગુનાનો સમાવેશ થતો હતો. આ માટે તેને 98 વર્ષ સુધીની સજા થઈ હોત, પરંતુ પ્લી એગ્રીમેન્ટમાં તેણે સ્વીકારી લીધું કે હું 2002થી દવાઓ ચોરતો હતો અને ઘણાં માણસોને મારી નાખતો હતો.

ડેવિડે ક્વિઓત્કોવ્સ્કીને થનારી સંભવિત સજા અંગે મિશ્ર પ્રતિસાદ આવ્યા હતા. ડેવિડને લીધે જ ચેપનો શિકાર બનેલી 71 વર્ષની લીન્ડા ફિકેને કહ્યું હતું કે, 'તેણે ગુનો સ્વીકારી લીધો એ સારી વાત છે, પણ એને ઓછામાં ઓછી આજન્મ કેદ થવી જોઈતી હતી, કારણ કે તેણે તો અમને અકારણ દેહાંતદંડ આપ્યો હતો.' ફિકેનનો ડેવિડ માટેનો અને દવાની ચોરી બદલ નોકરીમાંથી હકાલપટ્ટી છતાં તેને એક નોકરીમાંથી બીજી નોકરીમાં જવા દેવાની વ્યવસ્થા સામેનો રોષ જલદી શમ્યો નહોતો.

શરૂઆતમાં તો ડેવિડ ક્વિઓત્કોવ્સ્કીએ કાગારોળ મચાવી કે મેં કોઈ દવા ચોરી નથી. મને તો ઇન્જેક્શન સોયથી ડર લાગે છે અને મને ફેન્ટાનીલની એલર્જી છે, પરંતુ મેડિકલ રેકોર્ડ બોલતા હતા કે 2011માં તેણે વગર મુશ્કેલીએ ફેન્ટાનીલનો ઉપયોગ કર્યો હતો.

...તો પછી તારી બેગમાંથી મળેલી ફેન્ટાનીલના લેબલવાળી સિરિન્જનું શું? એકદમ નિર્દોષભાવે તેણે જવાબ આપ્યો કે, એ મારી નથી, કોઈ સાથી કર્મચારીએ મૂકી હશે. ડેવિડના સાથીએ એક વાર તેને લાલચોળ ચહેરા, લાલ લાલ આંખ, પરસેવા અને ધ્રુજારી સાથે જોયો. કારણ પૂછતાં ડેવિડે જણાવ્યું કે, 'મારી મમ્મી ગુજરી ગઈ તેથી રાતે ત્રણ વાગ્યા સુધી જાગતો હતો એટલે...' પરંતુ પાછળથી તપાસકારોને જાણવા મળ્યું કે છેલ્લાં થોડાં વર્ષમાં ડેવિડના કોઈ નિકટના સ્વજનનું અવસાન થયું જ

નથી! તેનાં માતાપિતાએ કબૂલ કર્યું કે, ડેવિડ પ્રિસ્ક્રિપ્શનવાળી દવા લેતો હતો. દારૂનો બંધાણી હતો અને વધુ પડતા ક્રોધની સમસ્યા ખરી, પરંતુ તે કોઈ ગેરકાયદે દવા લેતો નહોતો. આ રીતે જ તેને નોકરીએ રાખનારી બે હૉસ્પિટલના સત્તાધીશોએ લાળા ચાવ્યા કે અમે તો નિમણૂક અગાઉ તેનું ડ્રગ ટેસ્ટિંગ કર્યું હતું અને ક્રિમિનલ રેકોર્ડ પણ ચેક કર્યો હતો.

કારણ, બહાનાં, જૂઠાણાં અને બચાવના અનેક ફાંફાં છતાં નિર્દોષ દર્દીઓના જીવ સાથે કોઈ રમત અને એ પણ લાંબી રમત રમી ગયું. આમાં સંબંધિત એક વ્યક્તિ સિવાય સમગ્ર વ્યવસ્થાતંત્ર નિર્દોષ ન જ ગણાય, પરંતુ રાબેતા મુજબ આ ગુનામાં ડેવિડ ક્વિઓત્કોવ્સ્કી સિવાય કોઈ મુશ્કેલીમાં ન મુકાયું એ કેવું વિચિત્ર?

•

20

મૃત પુત્રના લોહીના ડાઘ ધોવા માતાને મોકલાયું બિલ!

ઘણીવાર માણસો સાથે ધારણા બહારનો કલ્પનાતીત અન્યાય થતો હોય છે અને એ પણ ખુદ સત્તાધીશોના હાથે! ઘોર અપરાધથી બદતર એવા અન્યાયમાં નથી હોતો કોઈ તર્ક કે નથી હોતી લેશમાત્ર માનવતા.

વાત છે 2012ની 24મી જૂનની. અમેરિકા સાઉથ કેરોલિના સ્થિત લોરેટ્ટા રોબિન્સનને મળેલા સમાચારે એના મન, મગજ ને હૃદયને જ નહીં, સમગ્ર અસ્તિત્વને એવું હચમચાવી નાખ્યું કે ન પૂછો વાત. લોરેટ્ટા રોબિન્સનને ફોન આવ્યો કે માર્ગ અકસ્માતમાં કચડાઈ જવાથી આપના પુત્રનું અવસાન થયું છે. આ પુત્ર એટલે જસ્ટિન વૉકર, સૌથી મોટો પુત્ર. એક માતા માટે દીકરાની અણધારી-અંતિમ અલવિદાની ખબર જે વજ્રઘાત સર્જી શકે તેનું શબ્દોથી વર્ણન શક્ય નથી. ઈશ્વર કોઈને આવો દિવસ ન બતાવે.

એ મંગળવાર લોરેટ્ટા રોબિન્સન માટે અત્યંત અમંગળ સાબિત થયો. બન્યું હતું એવું કે શ્રીનવીલેના વ્હાઇટ હોર્સ રોડ પર જસ્ટિન વૉકરની કારને એક ટ્રકે ટક્કર મારી દીધી. આ ટ્રક ચલાવતો હતો એક શ્યામવર્ણો. નામ આન્ના ગોન્ઝાલેઝ. અધૂરામાં પૂરું, આન્ના અમેરિકામાં ગેરકાયદે રહેતો હતો અને એ પણ બાર-બાર વર્ષથી. આટલું જ નહીં, સાઉથ કેરોલિનામાં ડ્રાઇવરનું લાઇસન્સ સુધ્ધાં ક્યારેય મેળવ્યું નહોતું.

એક કોડભર્યા યુવાનનું મોત લાઇસન્સ વગરની ટ્રકથી થયું. એ ચલાવે

એક શ્યામવર્ણો જે અમેરિકામાં 12 વર્ષથી ગેરકાયદે રહેતો હતો. ડ્રાઇવિંગ લાઇસન્સ ધરાવતો નહોતો. કેટકેટલા અસંભવ યોગાનુયોગ એકસાથે ભેગા થઈ ગયા આ યુવાનનો જીવ લેવા માટે?

લોરેટ્ટા રોબિન્સન માટે પુત્રના કમોતના આઘાતથી જીવવું એકદમ દુષ્કર થઈ ગયું હતું. કોઈ કામમાં ચિત્ત જ ન ચોંટે. આ વેદનામાંથી થોડીઘણી કળ વળી ન વળી ત્યાં નવો ફટકો પડ્યો જેની ક્યારેય કલ્પના ન થઈ શકે. આ ટ્રેજેડીની વેદનામાં ગરકાવ લોરેટ્ટા રોબિન્સનને સિટી કોરોનર તરફથી ફોન મળ્યો કે તમારે એક બિલ ચૂકવવાનું બાકી છે. બિલ કેટલાનું તો કહે કે 50 ડૉલરનું. બિલ શેનું? અકસ્માત બાદ મરણ પામતી વખતે દીકરા જસ્ટિન વૉકરના શરીરમાંથી નીકળેલા લોહીના ડાઘ રસ્તા પરથી ધોવાના ખર્ચ બદલ!

અદાલતમાં આ એક્સિડન્ટનો કેસ ચાલ્યો. વાતમાં ઝાઝો દમ ન હોવાનું સૌને લાગ્યું હતું. થયું પણ એવું જ. આન્ના ગોન્ઝાલેઝે આંખમાં આંસુ સાથે પોતાનો ગુનો તરત કબૂલી લીધો. તેને કુલ 17 વર્ષની કેદની સજા ફટકારાઈ. આ સાથે જ અમેરિકામાં મંજૂરી વગર ગેરકાયદે રહેતા વસાહતીઓ દ્વારા થતા અપરાધોમાં દેખાયેલી વૃદ્ધિ અંગે વિવાદ ઊભો થયો હતો. આ સાથે જ દારૂ પીને ડ્રાઇવિંગ કરતાં પકડાયેલા ગેરકાયદે વસાહતીને તાત્કાલિક દેશનિકાલ કરવાની સત્તા આપતો ખરડો પણ રજૂ કરાયો હતો. દુભાયેલી માતા રોબિન્સન પણ બોલ્યા વગર ન રહી શકી કે એક દેશ તરીકે આપણે ગેરકાયદે રહેતા અને અપરાધ આચરનારાઓની સમસ્યા ઉકેલવી રહી.

કમોતે મરેલા કમનસીબ જસ્ટિન વૉકરની કોઈ ભૂલ નહોતી છતાં તે કમનસીબે તો જીવ ગુમાવવો જ પડ્યો. લોરેટ્ટા રોબિન્સને અદાલતમાં પોતાની વેદનાને વાચા આપતાં જણાવ્યું ખરું કે, પોતે દીકરાના મોત પછી કેવા કેવા અને કેટલા ખર્ચાનાં બિલ ચૂકવવાં પડ્યાં છે. આમાં જસ્ટિન વૉકરની અકસ્માતનો ભોગ બનેલી કારને હટાવવાનો ખર્ચ, કારને ટોઇંગ કરીને લઈ જવાનો ખર્ચ, રસ્તા પર પડેલા લોહીના ડાઘા ધોવાનો ખર્ચ, કેસ ચાલે ત્યાં સુધી કારને યથાવત્ સાચવી રાખવાનો ખર્ચ. આ બધાં

બિલ લોરેટ્ટા રોબિન્સને ન્યાયમૂર્તિને બતાવ્યાં. સાથે સાથે સવાલ કર્યો કે મારા પુત્રનો કોઈ વાંકગુના વગર જીવ ગયો છતાં આ બિલ મારે ચૂકવવાનાં? શા માટે?

પુત્રને ગુમાવ્યા બાદ મળેલા આવા એક-એક બિલ સામે લોરેટ્ટાએ ભયંકર આક્રોશ વ્યક્ત કરતાં કહ્યું, 'કારને ટો કરવા માટે મેં ચુકવણી કરી, કારને હટાવવા માટે મેં ચુકવણી કરી અને... અરે! દીકરાના લોહીના ડાઘ ધોવા માટે પણ મારે ડૉલર ચૂકવવા પડ્યા...'

હકીકતમાં તો સાઉથ કેરોલિના સ્ટેટ ઑફિસ ઑફ વિક્ટિમ્સ આસિસ્ટન્સ તો તબબી સારવાર, અંતિમવિધિ, કાઉન્સેલિંગ અને મજૂરી કે પગારના વળતર રૂપે કુલ 15 હજાર ડૉલર ચૂકવે છે તો આ રકમ સામે કારને હટાવવા, કારને ટોઇંગ કરવા, કારને સાચવવા અને લોહીના ડાઘ ધોવા જેવા નજીવા ખર્ચ જતા ન કરી શકાય? અથવા 15 હજાર ડૉલરના વળતરમાંથી એ કાપી ન શકાય?

આ સમગ્ર અમાનવીય સરકારી પ્રક્રિયા કે જડ અમલદારશાહીમાં માનવતાનો કચ્ચરઘાણ નીકળી જાય છે, જે રોકવાનું શક્ય છે, એકદમ આસાન છે છતાં થતું કેમ નથી?

●

21

લાસ્ટ પેગની ઇચ્છા ખાઈ ગઈ ખોપડીનો પા ભાગ!

2010ની 20મી એપ્રિલની રાતે અમેરિકાના કેલિફોર્નિયા સ્થિત 'લા બાર લેટિના ટુ' નામના બારમાં મૂળ સ્પેનનો રહેવાસી એવો એન્ટોનિયો લોપેઝ શાઝ ટેન્શન દૂર કરવા માટે સગાંસંબંધી સાથે ડ્રિન્ક પીવા ગયો.

ચાલીસેક વર્ષનો હાઉસ પેઇન્ટર એટલે કે રંગારો પોતાના ભાઈ અને બે ભત્રીજા સાથે મદિરાના પેગ પીને હળવાશ અનુભવવા સાથે નિરાંત-મસ્તી અનુભવતો હતો. રાતના અંધારા સાથે મદહોશી વધતી જતી હતી, પણ ઘડિયાળના કાંટા સ્વસ્થ-મક્કમ ગતિએ પોતાની રોજિંદી ચાલ પ્રમાણે આગળ વધતા હતા. બિચારો એન્ટોનિયો જાણતો નહોતો કે પોતે જે ડ્રિન્ક પી રહ્યો હતો તેનો એક-એક ઘૂંટડો તેને કેવી કલ્પનાતીત આફત ભણી ઘસડી જઈ રહ્યો હતો. ગળામાં નીચે ઊતરતું મદિરાનું એક-એક ટીપું જાણે મહાભયંકર આફતોને આમંત્રણ આપતું હતું.

એન્ટોનિયો અને ભત્રીજા એરિક શાઝે બબ્બે પેગ લગાવ્યા બાદ 'વન ફૉર ધ રોડ' એટલે કે છેલ્લા પેગનો ઑર્ડર આપ્યો અને જાણે કે જામગરીને દીવાસળી ચંપાઈ ગઈ. બાર ટેન્ડરે વધુ ડ્રિન્ક આપવાનો સ્પષ્ટ શબ્દોમાં નનૈયો ભણી દીધો. એક તો નશો, એમાં વધુ એક પેગની ઇચ્છા હોય અને ઇનકાર થાય ત્યારે કેવું લાગે એ તો વ્યવસ્થિત પીનારા જ સમજી શકે. આનાથી ઉશ્કેરાઈને એરિક તો સ્પેનિશ ભાષામાં ગાળો ભાંડવા માંડ્યો.

આખા દિવસનો થાક, મજૂરી અને અપમાન સ્વાભાવિક ગણાય, પણ

મજૂરી, લાચારી, પગાર અને બક્ષિસથી એનો છેદ મોટે ભાગે ઊડી જાય, પરંતુ ગાળ અને અપશબ્દો? એમાંય દારૂડિયાના મોઢે! અસંભવ. ઉશ્કેરાયેલો બાર ટેન્ડર એરિકને આડેધડ ઝૂડવા માંડ્યો. વધુ જોરદાર ફટકો મારવા માટે હાથમાં પહેરવાનું પિત્તળનું ધાતુનું સાધન પહેરીને એરિકની એવી જોરદાર પીટાઈ થઈ કે તે બેફામ-બેરહેમ મારથી બેહોશ થઈ ગયો. આટલી જોરદાર મારપીટ જોઈને એન્ટોનિયો તો ડઘાઈ જ ગયો. માંડ માંડ સ્વસ્થ થઈને તે એરિકને બચાવવા ધસી ગયો. એન્ટોનિયો ધસી ગયો તે ફરજ પર તહેનાત બાઉન્સર ઇમર્સન ક્વિન્ટાનીલાના ધ્યાનમાં આવ્યું.

આ ઇમર્સન નામના બાઉન્સરમાં ઘણી વિશિષ્ટતા હતી. સૌથી મોટી લાયકાત એ કે એની પાસે બાઉન્સર તરીકેની કામગીરી બજાવવાનું લાઇસન્સ નહોતું જે કાયદા મુજબ અનિવાર્ય ગણાય. અધૂરામાં પૂરું, સિક્યોરિટી ગાર્ડ તરીકેની કોઈ તાલીમ સુધ્ધાં લીધી નહોતી. ટૂંકમાં, આપણી મોટા ભાગની હાઉસિંગ સોસાયટીઓના સિક્યોરિટી ગાર્ડ જેવો જ હતો આ ઇમર્સન ક્વિન્ટાનીલા. કાગડા તો બધે જ કાળા.

હા, તો ભત્રીજાને મરતો બચાવવા એન્ટોનિયો લોપેઝ શાઝ દોડી ગયો. એને દોડતો જોઈને બાઉન્સર ઇમર્સન ધસી ગયો. એ હાથમાંના દંડાથી એન્ટોનિયોને ઝૂડવા જ માંડ્યો. માથામાં જ એક-બે વાર નહીં, આઠ-આઠ વાર દંડો ઝીંકી દીધો. આટલું જ નહીં, એન્ટોનિયોનું માથું પકડીને ચાર વખત જમીન સાથે અફળાવ્યું.

ડી.જી.એસ.પી. સિક્યોરિટી ઍન્ડ પેટ્રોલ સર્વિસીઝ માટે નોકરી કરતો ક્વિન્ટાનીલા તો એન્ટોનિયો, એના ભાઈ અને બંને ભત્રીજાને આડેધડ જંગલીની જેમ મારવા-પીટવા માંડ્યો. આવી પાશવી મારપીટ સામે ટકવું અશક્ય છે અને થયું પણ એવું જ. એન્ટોનિયો લોપેઝ લોહીલુહાણ દશામાં બેહોશ થઈને ઢળી પડ્યો. આ પછી પણ ક્વિન્ટાનીલાએ એને મારવાનું બંધ ન કર્યું. એન્ટોનિયાના ભત્રીજાએ વચ્ચે પડવાનો પ્રયાસ કર્યો, પણ એ જરાય ફાવ્યો નહીં. બીજી તરફ એન્ટોનિયો લોપેઝ શાઝની હાલત એટલી બધી ખરાબ હતી કે ન પૂછો વાત. એના મગજમાં અત્યંત ગંભીર ઈજા થઈ હતી. એનો જીવ બચાવવાનું આસાન નહોતું. ભયંકર મારપીટથી

અત્યંત આઘાતગ્રસ્ત એન્ટોનિયોને બચાવી લેવા માટે કાઉન્ટી-યુએસ.સી. મેડિકલ સેન્ટરના ડૉક્ટરોએ વધુ નુકસાનને રોકવા માટે તેના મગજ અને ખોપડીનો ભાગ દૂર કરવો પડ્યો. માંડ માંડ જીવ બચી ગયો, પણ તેણે 24 અઠવાડિયાં આઇ.સી.યુ.માં રહેવું પડ્યું. પછી વધુ 18 અઠવાડિયાં હૉસ્પિટલમાં વિતાવવા પડ્યાં.

પછી એન્ટોનિયો લોપેઝ શાઝની ખોપડી સફરજનની એક બાજુનો ભાગ છરીથી કાઢી લીધો હોય એવી દેખાવા માંડી. હજી વધુ સર્જરીની જરૂર. સતત 24 કલાક નર્સની દેખરેખ હેઠળ રહેવાનું. વધુ મોટો ફટકો પડ્યો કે એન્ટોનિયોની વાચા હણાઈ ગઈ. પીડા અનુભવવાની, વેદના સહન કરવાની પણ કોઈ સમક્ષ વ્યક્ત કરવાનું અશક્ય. ઓછા શબ્દોમાં કહીએ તો જિંદગી માંડ માંડ બચી, પણ કારકિર્દી પર લગભગ પૂર્ણવિરામ. લાચારીનો સતત સાથ, છતાં હૈયે હામ એટલે જીવી જવાય.

પરંતુ રડીને લાચારીવશ સહન કરી લેવાને બદલે એન્ટોનિયોએ જાણીતા વકીલ ફર્નાન્ડો ચાવેઝની મદદ માગી. આ ફર્નાન્ડો એટલે અમેરિકાના નામાંકિત સિવિલ રાઇટ્સ એક્ટિવિસ્ટ સીઝર ચાવેઝનો પુત્ર. એન્ટોનિયોએ વધુ એક જાણીતા વકીલ ફેડેરિકો કાસ્ટેલાન સાયરેની પણ મદદ લીધી. આ વકીલ સાયરેએ 1991માં લોસ એન્જેલસ પોલીસ ખાતા વિરુદ્ધ રોડની કિંગના બહુ ગાજેલા કેસમાં ઝળહળતી સફળતા મેળવી હતી.

જંગલ બાઉન્સર ઇમર્સન ક્વિન્ટાનીલાને નોકરી પર રાખનારી ડી.જી.એસ.પી. સિક્યોરિટી એન્ડ પેટ્રોલ સર્વિસીઝ સામે અદાલતમાં કેસ કરાયો. બંને કાબેલ વકીલ! ચાવેઝ અને સાયરેએ એન્ટોનિયો શાઝને થયેલી પીડા અને સંભવિત ભાવિ પીડા, સારવારના ખર્ચા, આવક ગુમાવવા ઉપરાંત ઘટેલી આવરદાને લીધે થયેલા અસાધારણ નુકસાનને સાબિત કરાવવાના ભરપૂર, પૂરેપૂરા અને લગભગ સફળ કહી શકાય એવા પ્રયાસો કર્યા. આ બધાને જ્યુરીએ 12-0થી સર્વાનુમતે ચુકાદો આપ્યો. સિક્યોરિટી કંપનીને દંડરૂપે એન્ટોનિયો શાઝને 5,77,48,022 (પાંચ કરોડ સિત્તોતેર લાખ અડતાલીસ હજાર અને બાવીસ) ડૉલર ચૂકવવાનો આદેશ આપ્યો. જ્યુરીએ સ્પષ્ટ શબ્દોમાં કહ્યું, 'એના બાકીના જીવનનું બરાબર ધ્યાન રહે

એ વાતની અમે પૂરેપૂરી ખાતરી ઇચ્છતા હતા!'

અમેરિકાના ઇતિહાસમાં કોઈ એક વ્યક્તિને અપાયેલું આ સૌથી મોટું વળતર હતું. ટોરાન્સ સુપિરિયર કોર્ટે મૂળ ગ્વાટેમાલાના વતની એવા એન્ટોનિયો લોપેઝ શાઝની તરફેણમાં શુક્રવાર તા. 28મી જૂન, 2013ના રોજ આ ચુકાદો આપ્યો. આ પછી પહેલી જુલાઈએ લોસ એન્જેલસમાં એન્ટોનિયો શાઝ પોતાના બંને વકીલ સાથે પત્રકાર પરિષદમાં હાજર થયો. અહીં તેણે માથા પરથી કેપ ઉતારી તો ખોપડીનો આકાર જોઈને ઘણાના મોઢા આઘાતથી ખુલ્લાં જ રહી ગયા.

વકીલ સાયરેએ પત્રકારોને જણાવ્યું હતું કે, એન્ટોનિયોની 25 ટકા ખોપડી કાપી નાખવી પડી. આ અત્યંત ક્રૂર અને નિંદનીય મારપીટ એવા માણસે કરી છે કે જેને ત્યાં નોકરી કરવાનો કોઈ હક જ નથી. એ માણસ પર ગાંડપણ સવાર થઈ ગયું હતું.

વકીલે સ્પષ્ટ કર્યું હતું કે હજી શાઝને વધુ સર્જરીની જરૂર પડી શકે. એણે 24 કલાક નર્સની દેખરેખમાં જ રહેવું પડશે.

જોકે એન્ટોનિયો લોપેઝ શાઝ અને તેના વકીલો જાણતા હતા કે મસમોટા વળતરના ચુકાદાને હજી અદાલતમાં પડકારાશે. કદાચ અદાલતની બહાર સમાધાન કરવાની નોબત આવવાની શક્યતા પણ ખરી.

કદાચ એન્ટોનિયો લોપેઝ શાઝ મનોમન વિચારતો હશે કે 20મી એપ્રિલની એ કમબખ્ત રાતે એક છેલ્લા પેગની ઇચ્છા ન થઈ હોત તો? જીદ ન કરી હોત તો?

•

22

લવ, સેક્સ ઔર ધોખે પે ધોખા

અમેરિકાનું મિશિગન 51 વર્ષીય ડેવિડ ડીન સ્મિથને ઝડપથી ભૂલી શકવાનું નથી. 2011ના ડિસેમ્બરના છેલ્લા અઠવાડિયામાં તેણે પોતાની ગર્લફ્રેન્ડને એસ.એમ.એસ. કર્યો, 'મારી જાતને કાનૂનને હવાલે કરવાથી મારું જીવન પૂરું થઈ જશે. તારું ધ્યાન રાખજે. તને સદૈવ પ્રેમ કરનારો.'

આવો પ્રેમાળ મૅસેજ મોકલ્યા પછી કોઈ માણસ શું કરી શકે? ડેવિડ ડીન સ્મિથે જે કર્યું એ અભૂતપૂર્વ, અકલ્પ્ય અને અક્ષમ્ય છે. ડેવિડ ડીન સ્મિથે મિશિન પોલીસ સ્ટેશનમાં જઈને કબૂલાત કરી, 'મને એચ.આઇ.વી. - એઇડ્સ હોવાની જાણ છતાં મેં છેલ્લાં કેટલાંક વર્ષોમાં ત્રણેક હજાર સ્ત્રી અને પુરુષો સાથે કૉન્ડોમ વગર જાતીય સંબંધ બાંધીને તેમને ચેપ લગાવ્યો છે.'

લેશમાત્ર અફસોસ વગર તેણે બડાશ મારી કે લોકોને મારી નાખવા માટે મેં આ રોગ ફેલાવવાનો પ્રયાસ કર્યો છે. આટલેથી જ ન અટકતાં તેણે વિકૃત માનસિકતાનું પ્રદર્શન કરતાં ઉમેર્યું કે, મારી ફેન્ટસી તો ગળું દાબીને મહિલાને મારી નાખવાની અને પછી તેની લાશ સાથે સેક્સ માણવાની છે.

ડેવિડ ડીન સ્મિથના આ એઇડ્સ-બૉમ્બથી અમેરિકા અને ખાસ તો મિશિગનનો સમાજ હચમચી ગયો. આ ગંદા-ઘૃણાસ્પદ કબૂલાતનામા અગાઉ ડેવિડનો એસ.એમ.એસ. મેળવનારી ગર્લફ્રેન્ડે ભારોભાર નફરત સાથે કહ્યું કે, 'આ (કબૂલાત) તો તેણે વર્ષો અગાઉ કરવાની જરૂર હતી. હવે જે કર્યું એ માટે ડેવિડની પીઠ થાબડવાની જરૂર નથી.'

ડેવિડે આ ગર્લફ્રેન્ડ પાસે બણગાં તો ફૂંક્યાં જ હતાં કે, મારી પાસે

જોરદાર અનુભવ છે. મેં ત્રણેક હજાર સ્ત્રી-પુરુષ સાથે સેક્સ માણ્યું છે. આ યુવતીએ નારાજગી અને ક્રોધમાં કહ્યું કે, 'ડેવિડ પતીત છે, ચંચળ છે, વિકૃત છે, તે યુવતીઓની મારઝૂડ કરતો હતો. હું સમજું છું ત્યાં સુધી એ યુવાનોની પણ મારપીટ કરતો હતો.'

મિશિગનમાં એઇડ્સગ્રસ્ત વ્યક્તિ દ્વારા પૂરતી સુરક્ષા વગર જાતીય સંબંધ દેહાંતની સજાને પાત્ર મહાઅપરાધ ગણાય, પણ આ સજ્જડ સામાજિક માન્યતાને કાયદાનું નક્કર સ્વરૂપ મળવાનું બાકી હતું.

ડેવિડના કારનામાનો ભોગ બનેલી યુવતીએ અદાલતમાં જેટલો ઠલવાય એટલો બળાપો ઓછા, પણ સચોટ શબ્દોમાં ઠાલવ્યો જેની સાથે હું જીવન જીવવાનાં સપનાં જોતી હતી, તેણે મને આપ્યો એચ.આઇ.વી. વાયરસ.

2008માં એચ.આઇ.વી.નો શિકાર બનેલી આ કોડીલી કન્યા ગ્રાન્ડ વેલી સ્ટેટ યુનિવર્સિટીમાં સોશિયલ વર્કમાં માસ્ટર્સ માટે અભ્યાસ કરતી હતી. તેણે બરાબર જ કહ્યું, 'એક જ રાતમાં ડેવિડે મારાં સપનાં, મારી બધી આશાઓ આંચકી લીધી. મને અને અન્ય કેટલાંયને એચ.આઇ.વી.નો ચેપ આપવાનું તેનું એકદમ સ્વાર્થી કૃત્ય દર્શાવે છે કે તે સાવ બાયલો છે.'

કેન્ટ કાઉન્ટી સર્કિટ કોર્ટના જજ જ્યોર્જ બુથ સમક્ષ આ છોકરીએ માગણી કરી કે ડેવિડનો અપરાધ વાયોલન્ટ સેક્સ ક્રાઇમ ગણાવો જોઈએ.

અદાલતમાં ઉપલબ્ધ કરાવાયેલા દસ્તાવેજો મુજબ ડેવિડ ડીન સ્મિથે પોતાના વિસ્તાર ગ્રાન્ટ રેપિડ્સ એરિયા ઉપરાંત બહારના હજારો સાથે જોખમી જાતીય સંબંધ બાંધીને એઇડ્સની ગુપ્ત-અનિચ્છનીય ભેટ આપ્યાનો ભય છે. બહારના આ બધા લોકો સાથે ઇન્ટરનેટ થકી સંપર્કમાં આવ્યો હતો.

આ ત્રણેક હજારને અંધારામાં રાખીને ડેવિડે એઇડ્સનો ચેપ આપ્યો અને આ કમનસીબોએ અજાણતાં ન જાણે કેટલા લોકો સુધી એઇડ્સનો ચેપ પહોંચાડ્યો હશે? આ એચ.આઇ.વી. વાયરસની સાઇકલની ઝડપની કલ્પનામાત્રથી બધા ખૂબ જ ચોંકી ગયા હતા. સત્તાધીશોએ અપીલ બહાર પાડી કે ભલે તમે આ આરોપીના સંપર્કમાં-સંસર્ગમાં આવ્યા હો કે ન આવ્યા હો, પણ લેશમાત્ર શંકા જાગે તો પ્લીઝ એચ.આઇ.વી. ટેસ્ટ જરૂર કરાવી લો.

શરૂઆતમાં તો માત્ર બે જ કેસ બદલ ડેવિડ સામે કાનૂની કાર્યવાહી શરૂ થઈ. એક લાખ ડૉલરનો બોન્ડ ન ભરી શકતાં તેને કેન્ટ કાઉન્ટી જેલમાં રહેવું પડ્યું હતું.

'યાહુ'ની સોશિયલ વેબસાઇટ થકી ડેવિડ ડીન સ્મિથના સંપર્કમાં આવેલી એક યુવતીએ કબૂલ કર્યું કે, મને એઇડ્સનો રોગ ડેવિડ થકી જ લાગ્યો હોવો જોઈએ. આ વ્યક્તિ સામાજિક કલંક છે, જંગલી જાનવર છે.

આવી આઘાતજનક કબૂલાત કરનાર ડેવિડ ડીન સ્મિથ પર ફીટકાર વરસાવનારને બદલે સૌ પ્રથમ એ તપાસ કરાવાઈ કે આ માણસ પાગલ તો નથી ને? અને કાનૂની કાર્યવાહી સમજી શકે - સહન કરી શકે એટલો માનસિક સ્થિર છે કે નહીં? સ્વાભાવિક છે કે બધા મેડિકલ ટેસ્ટમાં એ 'ડાહ્યો' સાબિત થયો. ભૂતકાળમાં એકાદ વખત ડેવિડે આપઘાતનો પ્રયાસ કર્યો હતો. આ સ્યુસાઇડ્સ ટેન્ડેન્સીને લીધે પાઇનરેસ્ટ ક્રિશ્ચિયન મેન્ટલ હેલ્થ સર્વિસિસની હૉસ્પિટલમાં તેને કાઉન્સેલિંગ માટે રખાયો હતો.

આ તબીબી પરીક્ષણોમાં એક મહત્ત્વની બાબત બહાર આવી કે મહિલાઓને ઈજા પહોંચાડીને ડેવિડ જાતીય ઉત્તેજના અનુભવે છે.

ડેવિડનાં જ નામ, સરનામાં અને ફોટા સાથેના ફેસબૂક એકાઉન્ટથી પોલીસે શોધી કાઢ્યું કે તે 1978માં લાન્સિંગની હેરી હાઈસ્કૂલમાંથી ગ્રૅજ્યુએટ થયો હતો. ત્યારબાદ ફિનિક્સ યુનિવર્સિટીમાં ઑનલાઇન કોર્સ કર્યો હતો. તે અનેક ટેલિકોમ્યુનિકેશન્સ કંપનીઓમાં નોકરી કરી ચૂક્યો હતો.

ડેવિડે ડિસેમ્બરમાં કરેલા ધડાકા અગાઉ 30મી નવેમ્બરથી આ ફેસબૂક એકાઉન્ટ પર કંઈ જ પોસ્ટ કરાયું નહોતું. હા, 5મી નવેમ્બરે તેણે લખ્યું હતું, 'મારા માટે અતિ મહત્ત્વની વ્યક્તિએ કૌભાંડી-ઠગ લોકો વિશે મને સવાલ પૂછ્યો. મહેરબાની કરીને મને જણાવો કે આ વિશે તમે શું માનો છો? તમે યુવાન હો ત્યારે માનો છો કે તમે ઇચ્છો એ પ્રમાણે લોકો તમને પ્રેમ કરશે અને આવા ઠગ-બદમાશોને નજરથી દૂર રાખશો, પરંતુ ઉંમર વધવા સાથે તમને ભાન થાય કે મોટા ભાગના બધા ઠગ-કૌભાંડી-ધુતારા છે એટલે તમે કોઈના પર વિશ્વાસ ના મૂકો, પણ તમારા માટે બહુ ખાસ હોય, જે તમારી દરકાર-કાળજી રાખતા હોય એને જ નજરમાં વસાવો.'

ડેવિડનો આ પછીનો મૅસેજ હતો, 'જે બધાને હું ઓળખું છું તેમને (ઈશ્વરના) આશીર્વાદ મળે એ માટે પ્રાર્થના કરું છું. મારી ખામી-ત્રૂટીઓ માટે તેમની માફી માગું છું. એટલું કહીશ કે બધાને મેં શક્ય એટલો વધુ પ્રેમ કર્યો છે.'

ખુદ ડેવિડે પોલીસ સમક્ષ કબૂલ કર્યું કે મને ત્રણ વર્ષ અગાઉ એઇડ્સ થયો હતો. ત્યારબાદ મેં શક્ય એટલાં વધુ સ્ત્રી-પુરુષ સાથે સહશયન કર્યું છે. હું યાહુ પર્સનલ એડ્સ (જાહેરખબર) થકી વધુ ને વધુ લોકોના સંપર્કમાં આવતો હતો અને શેરીઓમાં રઝળપાટ દરમિયાન પણ ઘણાની નીકટતા કેળવતો હતો. આથી સ્મિથનો આતંકનો વિસ્તાર મિશિગનની બહાર પણ વિસ્તર્યાની શક્યતા પોલીસ અને પ્રેસે વ્યક્ત કરી હતી. આરોગ્ય અધિકારીઓને એક જ વાતની ફિકર હતી કે ડેવિડે સેંકડોને ચેપ લગાવ્યો હોય કે હજારોને, પણ એ બધાં અજાણતાં ન જાણે કેટલાય ભાગીદારોને આ રોગનો ચેપ ફેલાવતા હશે?!

અંતે 2012ના જૂનમાં તેને એચ.આઇ.વી. પૉઝિટિવ હોવાની જાણ કર્યા વગર જાતીય સંબંધ બાંધવા બદલ 17 મહિનાની કેદની સજા થઈ હતી.

અદાલત પાસે આ કેસમાં અનુકરણ માટે અગાઉનો કોઈ ચુકાદો નહોતો. ડેવિડના ગાંડપણનો શિકાર બનેલી યુવતીએ તેને શક્ય એટલી વધુ સજા કરવાની માગણી કરી હતી, પણ પ્લી એગ્રીમેન્ટ મુજબ ડેવિડે ગુનો કબૂલી લીધો અને તેમાં ઝીરોથી 17 મહિનાની કેદ થઈ શકે એમ હતી. આથી જજે 17 મહિનાની કેદ ફટકારી. આ સાથે જજે સ્પષ્ટ શબ્દમાં ડેવિડ ડીન સ્મિથની વર્તણૂકને અત્યંત ઠપકા-સજાને પાત્ર ગણાવી.

ડેવિડ ડીન સ્મિથ પોતાને થયેલા એઇડ્સનું વેર વાળવા ભૂરાયો થયો હતો કે એ મનોરોગી હતો? અને ખુલ્લેઆમ જઈને પોલીસ સમક્ષ કબૂલાત કરી કેમ? આવા અનેક સવાલો અનુત્તર રહ્યા, પરંતુ ઇન્ટરનેટ થકી બહુ દૂર રહેનારાઓથી ખૂબ નજીક જવાનાં ભયસ્થાનો નીચે ડેવિડ ડીન સ્મિથ લાલ લીટી દોરી આપે છે - જો આપણે જોવી હોય તો.

●

23

રાજકારણીઓને હચમચાવ્યા મહિલાની બેફામ હિંમતે

સામાન્ય માન્યતા એવી ખરી કે ઓછું ભણેલા કે અભણ લોકો ગુનાખોરીના માર્ગે વધુ વળે. સમજશક્તિ, તર્કબુદ્ધિ અને વિવેકભાનનો અભાવ આ માટે જવાબદાર હોવાની દલીલ થઈ શકે, પરંતુ આંકડા આનાથી એકદમ વિપરીત અને ચોંકાવનારી હકીકત રજૂ કરે છે.

2012માં કેરળ 90 ટકાથી વધુ સાક્ષરતા સાથે દેશભરમાં બીજા ક્રમે હતું. એ જ વર્ષે ગુનાખોરીમાં તો કેરળ પહેલા ક્રમે હતું. નેશનલ ક્રાઇમ રેકોર્ડ્સના આંકડા મુજબ કેરળના એક હજાર નાગરિક દીઠ ગુનાખોરીના 455.8 કેસ નોંધાયા - ન નોંધાયેલા કેવી રીતે ભુલાય? કેવો માની ન શકાય એવો વિરોધાભાસ?

આ વિરોધાભાસનું જીવતુંજાગતું અને બોલકું ઉદાહરણ એટલે 2013માં ખૂબ ગાજેલો સરિતાનો કેસ. એ સમયે લગભગ 30 વર્ષની સરિતા એસ. નાયરે કેરળના રાજકારણમાં ઊથલપાથલ મચાવી દીધી હતી. આ છૂટાછેડા લીધેલી મહિલાએ 2013ની 23મી જૂને પોલીસમાં નોંધાવેલી ફરિયાદથી રાજકીય ભૂકંપ આવ્યો હતો. જનતા દળ (એસ)ના 63 વર્ષીય વિધાનસભ્ય જોસ થેટ્ટાયિલ વિરુદ્ધ પોતાનું જાતીય શોષણ કર્યાની સરિતાએ ફરિયાદ કરી હતી. સરિતાના દાવા મુજબ જોસે પોતાના પુત્ર સાથે લગ્ન કરાવવાનું વચન આપીને તેનું શોષણ કર્યું હતું. જોસના પુત્રે પણ પોતાનું જાતીય શોષણ કર્યું હતું. જોકે ત્યારબાદ બંનેએ લગ્નના વચનમાંથી પીછેહઠ કરી હતી.

સરિતા નાયર માત્ર ફરિયાદ કરીને જ અટકી ન ગઈ, પણ તેણે પોલીસ સમક્ષ ચોંકાવનારા પુરાવા રજૂ કર્યા હતા. પોતાના જ બેડરૂમમાં ફિલ્માવાયેલી એક વીડિયો ફિલ્મ આપતા સરિતાએ દાવો કર્યો હતો કે આ થેટ્ટાયિલે કરેલા મારા જાતીય શોષણની સાબિતી છે. આ વીડિયો ક્લિપમાં ચહેરા સ્પષ્ટ નહોતા છતાં સ્થાનિક ચૅનલ પર એનું પ્રસારણ થયું હતું. પિતા-પુત્ર બંને પોતાને છેતરી રહ્યા હોવાની જાણ થયા બાદ પોતે 2012ના નવેમ્બરમાં આ ફિલ્મ શૂટ કરાવ્યાનું સરિતાનું કહેવું હતું.

પોલીસે પિતા અને પુત્ર સામે બળાત્કારની ફરિયાદ નોંધી હતી, પણ થેટ્ટાયિલે આ આરોપને 'નર્યું બ્લેકમેઇલ' ગણાવતાં યાદ કરાવ્યું હતું કે સરિતા કમ્પ્યૂટરમાં નિપુણ છે. આનો અર્થ સ્પષ્ટ થાય છે કે વીડિયો ફિલ્મ બનાવટી હોઈ શકે.

એ સમયે જોસ થેટ્ટાયિલ રાજ્યના વિરોધ પક્ષના મોરચા લેફ્ટ ડેમોક્રેટિક ફ્રન્ટ (એલડીએફ)ના સભ્ય હતા. આને લીધે શાસક મોરચા યુનાઇટેડ ડેમોક્રેટિક ફ્રન્ટ (યુડીએફ)ને નિરાંત જ ન થઈ, પણ ખૂબ જલસો પડી ગયો.

હા, અગાઉ આ સરિતા નાયરને લીધે યુડીએફની સરકાર ભારે મૂંઝવણમાં મુકાઈ હતી. રેલો ખુદ તત્કાલીન મુખ્ય પ્રધાન ઉમેન ચાંડીના પગ નીચે આવી પહોંચ્યો હતો.

હાઈ સોસાયટીના આગેવાનોને સંડોવતા સનસનાટીભર્યા મામલામાં સેક્સ, અનૈતિકતા, બ્લેકમેઇલ, સોદાબાજી, ભ્રષ્ટાચાર અને રાજકીય ગંદકી ઊભરાય છે. હકીકતમાં તો 2013માં કેરળમાં સોલાર પેનલ સ્કેમથી ઘણા દાઝી ગયા હતા.

પહેલાં જાણીએ કે શું હતું કેરળ સોલાર પેનલ સ્કેમ? અને એમાં સરિતા નાયરની શી ભૂમિકા હતી?

બીજુ રાધાકૃષ્ણન્ અને સરિતા એચ. નાયરે મળીને ધ ટીમ સોલાર ઍનર્જી કંપનીની સ્થાપના કરી હતી.

આ બંને સત્તાવારપણે કંપનીના ડાયરેક્ટર હતા, પણ બંને લીવ ઇન પાર્ટનર હોવાનો ઘટસ્ફોટ થયો હતો.

સમગ્ર કેરળનાં અખબારોની હેડલાઇન બની ગયેલું મોટુંમસ કૌભાંડ

આચરનારી આ કંપની સંભવિત રોકાણકારોને પોતાના ભાગીદાર બનાવવાનો ગોળ કોણીએ ચીપકાવીને ચૂનો લગાડતી હતી. કોઈને બિઝનેસ પાર્ટનર બનાવવાનું પ્રૉમિસ અપાયું હતું, તો કોઈને વૈકલ્પિક ઊર્જા મેળવવાની સામગ્રી આપવાનું વચન. પોતાની વિશ્વસનીયતા ઊભી કરવા અને પ્રસાર માધ્યમોમાં ચમકવા માટે આ કંપનીએ રાજ્યના આગેવાનોને 'વર્જીન અર્થ ગોલ્ડન ફિધર એન્વાયર્નમેન્ટ ઍવૉર્ડ' સુધ્ધાં આપ્યા હતા. આ હથકંડાથી કંપનીએ રોકાણકારોના કરોડો રૂપિયા અંદર કરી લીધાનો અંદાજો મુકાયો હતો.

જોકે મોટા ભાગનાં કૌભાંડ વહેલાં-મોડાં બહાર આવે જ. સોલાર ઍનર્જી મેળવવા માટેના ઇન્સ્ટોલેશન માટે મોટી રકમ ચૂકવનારાને લાંબી પ્રતીક્ષા બાદ કંઈ જ થતું ન દેખાયું ત્યારે તેમણે કંપની સામે ખટલો માંડ્યો હતો.

આને પગલે એક પછી એક ચોંકાવનારાં સત્યો બહાર આવવા માંડ્યાં. કંપનીએ અનેક લોકોનું કરોડો રૂપિયાનું કરી નાખ્યું હતું. આવા રોકાણકારોને લલચાવવા માટે એક એક્ટ્રેસને કંપનીની બ્રાન્ડ ઍમ્બેસેડર બનાવાઈ હતી.

એક ઉદ્યોગપતિએ ટેલિવિઝન પર આપેલા ઇન્ટરવ્યૂમાં કંપનીએ ઠગાઈ કર્યાનું સાફ શબ્દમાં જાહેર કર્યા બાદ વિરોધનું વાવાઝોડું શરૂ થયું હતું. રાજ્યભરમાં દેખાવો થવા માંડ્યા અને આમાં આગેવાની લીધી ડાબેરી યુવા જૂથોએ.

આ ઉગ્ર વિરોધ અને દેખાવોનું મુખ્ય કારણ એ હતું કે પૈસા ગુમાવનારા સમાજનાં મોટાં માથાં હતાં. એક તો પૈસા ગુમાવ્યાનો ગુસ્સો અને મૂરખ બની ગયાની ચીડ.

મીડિયાને તો આ કૌભાંડમાં ખૂબ મસાલો મળ્યો હતો, પણ આમાં હજી એટલું બહાર આવવાનું હતું કે ન પૂછો વાત. કેરળ ખૂબ શિક્ષિત રાજ્ય છે, પણ બાકી બધી બાબતમાં અન્ય રાજ્યો જેવું હતું એ સૌરઊર્જા કૌભાંડથી સાબિત થવાનું હતું.

*

કેરળ સોલાર પેનલ સ્કેમ, સરિતા એસ. નાયર. આ કૌભાંડે અનેક વ્યક્તિઓ, કેરળના મીડિયા અને રાજકારણને બરાબરનું ભરડામાં લઈ લીધું

હતું. કૌભાંડમાં વધુ ધડાકો એ થયો કે આ કંપનીએ પોતાના રાજકીય સંપર્ક બનાવવા અને જાળવવા માટે બે મહિલાઓને કામે લગાડી હતી. આ વુમન પાવરની પહોંચ મુખ્ય પ્રધાન કાર્યાલય સુધી હોવાની સનસનાટીભરી માહિતી બહાર આવી હતી.

આ કૌભાંડની વધુ ચર્ચા એટલા માટે થઈ કે છેતરાયેલાઓમાં ઘણાં સફળ, ધનવાન અને બેડ કૉન્ટેક્ટ ધરાવનારા હતા. એ સમયના તત્કાલીન મુખ્ય પ્રધાન ઉમેન ચાંડીની ઑફિસમાંથી ત્રણ અધિકારીએ સરિતાનો ફોન પર સંપર્ક સાધ્યાનું બહાર આવ્યું હતું. કોઈ પણ સરકારને ક્ષોભમાં મુકાવા માટે આ પૂરતું હતું. આ મોકો જોઈને ડાબેરી પક્ષોએ જોરદાર હોબાળો મચાવી દીધો હતો. કૌભાંડ કૌભાંડ હોય અને ખોટું તો ખોટું જ હોય, પરંતુ કાગનો વાઘ કરીને મુખ્ય પ્રધાનના રાજીનામાની માગણી સુધ્ધાં કરાઈ હતી. આ ફોન કરનારા ત્રણમાંથી બે અધિકારીએ તો હોદ્દા ગુમાવવાનો વારો આવ્યો હતો.

વાત આટલેથી જ પૂરી ન થઈ. સરિતા નાયર અને મુખ્ય પ્રધાનના અંગત સહાયક ટેની જોસેપ સહિત પાંચ જણાની ધરપકડ કરાઈ હતી. રાજ્ય સરકારના જાહેર સંપર્ક ખાતાના નિયામકને આ કૌભાંડી ટીમ પાસેથી પાંચ લાખ મળ્યાનું બહાર આવ્યું. આ સાથે જ સાહેબ સસ્પેન્ડ થયા અને તાબડતોબ ભૂગર્ભમાં સરકી ગયા હતા. આ ઉપરાંત બીજુ રામકૃષ્ણનૂને પણ જેલભેગો કરાયો. મીડિયાને સૌથી વધુ રસ પડ્યો એક્ટ્રેસ - ડાન્સર શાલુ મેનનની સંડોવણીમાં.

આ શાલુ મલયાલમ ફિલ્મ અને ટેલિવિઝનની અભિનેત્રી છે. શરૂઆતમાં શાલુએ નનૈયો ભણ્યો છતાં આ સાબિત થઈ જ ગયું કે તે અન્ય મહત્ત્વના આરોપી બીજુ રાધાકૃષ્ણ સાથે ગાઢ સંબંધ ધરાવતી હતી. બંને સાથે પોઝ આપી રહ્યાં છે અને બીજુ શાલુને ગાડીની ચાવી આપી રહ્યો છે એવા ફોટા બહાર આવ્યા હતા. આ બધાને લીધે કૌભાંડમાં તેની સંડોવણીનો દાવો કરીને પોલીસે ધરપકડ કરી હતી, પણ 2013ના ઑગસ્ટમાં જામીન મળ્યા હતા.

હકીકતમાં આ ટીમ સોલાર રિન્યુએબલ એનર્જી કંપનીની ડિરેક્ટર

સરિતા નાયરનું નામ વધુ ચર્ચાયું હતું. એક વ્યક્તિની છેતરપિંડી કરવા માટે આર્થિક અપરાધ શાખાએ સરિતા નાયરની ધરપકડ કરી હતી. 2014ના ફેબ્રુઆરીમાં સરિતાને જામીન મળ્યા અને 2014ના જ ઑક્ટોબરમાં તેના પ્રધાનશ્રી સાથેના વિવાદાસ્પદ વીડિયોએ સોશિયલ મીડિયામાં હોબાળો મચાવ્યો હતો.

કેરળના મુખ્ય પ્રધાન ઉમેન ચાંડીના અંગત સહાયક ટેની જોસેપની ધરપકડ આ કૌભાંડમાં થઈ હતી. ટેની પર એક વેપારી શ્રીધરન નાયરની ઠગાઈ કરવામાં સરિતા અને બીજુને મદદ કરવાનો આક્ષેપ હતો. ટેનીને પણ જામીન મળી ગયા હતા.

એ. ફિરોઝ નામના અન્ય એક સરકારી કર્મચારી પર સરિતા અને બીજુ સાથે મળીને એક બિલ્ડરને 40 લાખનો ચૂનો ચોપડવાનો આરોપ હતો. ફિરોઝને તો નોકરીમાંથી સસ્પેન્ડ કરાયો હતો.

આ કૌભાંડનો સરિતા જેટલો જ મહત્ત્વનો આરોપી બીજુ રાધાકૃષ્ણન અન્ય એક ગંભીર કેસમાં પણ સંડોવાયેલો હતો, એની પત્ની રશ્મિના ખૂન કેસમાં. અખબારી અહેવાલો મુજબ મર્ડર કેસમાં બીજુ વિરુદ્ધ પૂરતા પુરાવા હોવા છતાં તેની ધરપકડ થઈ નહોતી. આ વાત આગળ જતાં સાચી પણ પડી હતી, કારણ કે ધરપકડ બાદ કોલ્લામ ક્રાઇમ બ્રાન્ચ સમક્ષ તેણે કબૂલાત કરી હતી કે રશ્મિના દારૂમાં ઝેર મેળવીને મેં તેની હત્યા કરી હતી.

આ કૌભાંડમાં રાજ્ય સરકારના અનેક કર્મચારીઓ ઉપરાંત કેરળ રાજ્યના ત્રણ કેબિનેટ પ્રધાન, ત્રણ વિધાનસભ્ય અને કેન્દ્રના જુનિયર પ્રધાનની સંડોવણી બહાર આવી હતી. માથાકૂટ એ થઈ કે કર્મચારીઓની સંડોવણીને લીધે મુખ્ય પ્રધાન ઉમેન ચાંડી સામેય આંગળી ચીંધાઈ હતી. મુખ્ય પ્રધાનની કચેરીના કર્મચારીઓ ખોટા ફોન કરવા અને બનાવટી પત્રો લખવામાં સંડોવાયા હોય એનો અર્થ શું કરવો?

પરંતુ મામલો આટલેથી અટકી જવાને બદલે વકર્યો હતો. શ્રીધરન્ નાયર નામના ખાણમાલિકે ધડાકો કર્યો હતો કે હું સરિતા સાથે મુખ્ય પ્રધાનને મળ્યો હતો. સીએમ સાહેબે જ આ રિન્યુએબલ ઍનર્જી કંપનીમાં

રોકાણ કરવા માટે મને પ્રોત્સાહન આપ્યું હતું. લો કરો વાત.

જોકે ચાંડીસાહેબે તો વિધાનસભામાં નાયરને ક્યારેય મળ્યાનો નનૈયો ભણી દીધો હતો, પરંતુ વિધાનસભાના સીસીટીવી કે રેકોર્ડમાં ક્યાંય આ માણસની પધરામણીનો ઉલ્લેખ કે નોંધ નહીં હોય? આ મામલે ચાંડી સરકારને ઘેરીને જમીનદોસ્ત કરવા માટે ખૂબ પ્રયાસ થયા હતા. આને માટે ખુદ ભૂતપૂર્વ વડા પ્રધાન એચ. ડી. દેવેગોવડા અને ડાબેરી નેતા પ્રકાશ કરાત થિરૂવનંતપુર પહોંચી ગયા હતા. ડાબેરીઓની ન્યાયિક તપાસની માગણી સમક્ષ સરકાર ઝૂકી એ પછી જ સચિવાલયનો ઘેરો ઉઠાવી લેવાયો હતો.

આ જ્યુડિશિયલ પેનલ સમક્ષની જુબાનીમાં મુખ્ય આરોપી બીજુ રાધાકૃષ્ણને ધડાકો કર્યો કે મુખ્ય પ્રધાન ચાંડીએ મારી પાસેથી રૂપિયા સાડા પાંચ કરોડની લાંચ લીધી હતી. ચાંડીએ અમારી કંપનીને 70 એકર જમીન ફાળવવાની ખાતરી આપી હતી. આ બદલ મુખ્ય પ્રધાનને કંપનીના નફામાંથી 40 ટકા મળવાના હતા. આટલું જ નહીં, બીજુએ એવો આરોપ પણ મૂક્યો કે ચાંડી અને એમની નિકટના પાંચ માણસોના સરિતા સાથે સંબંધ હોવાના તસવીરી પુરાવા પણ મારી પાસે છે, પરંતુ આ ધડાકો થયો કે તરત જ સરિતા મુખ્ય પ્રધાનની વહારે આવી હતી. તેણે ચાંડીને પિતાતુલ્ય ગણાવતાં કહ્યું હતું કે, હું બીજુ સામે કાનૂની ખટલો માંડવાની છું.

વિચાર કરો કે કૌભાંડનો એક આરોપી મુખ્ય પ્રધાન સામે આરોપ કરે અને બીજો એનો બચાવ કરે. ભારતીય કાનૂની વ્યવસ્થા અને રાજકારણ વચ્ચે આ કૌભાંડનો જે, જ્યારે અને જેવો ચુકાદો આવે એ પણ સત્ય બહાર આવ્યું એના કરતાં અનેકગણું વધુ છે, ભયંકર ગંદું છે.

●

24

ક કતલનો ક

બાન્દ્રાના 13 વર્ષ જૂના હિટ ઍન્ડ રન કેસમાં સેશન્સ કોર્ટે સુપર સ્ટાર સલમાન ખાનને સદોષ મનુષ્યવધ બદલ ગુનેગાર ઠેરવીને પાંચ વર્ષની સજા ફટકારી. પછી સલ્લુની ફિલ્મની જેમ અનેક ટર્ન્સ ઍન્ડ ટ્વીસ્ટ બાદ સલમાન બાન્દ્રાના વૈભવી નિવાસસ્થાને રિલેક્સ થયો. મનોરંજનની દુનિયાના મહારથીઓ માટે જેલવાસની એકદમ નવાઈ નથી. સંજય દત્ત, શાઈની આહુજા, મોનિકા બેદી, કેતન આનંદ વગેરે તરત જ યાદ આવતાં નામો છે.

બોલીવૂડની સરખામણીમાં હોલીવૂડમાં રીલ લાઇફના હીરોની રિયલ લાઇફમાં અપરાધબાજીના ઘણા કિસ્સા છે. ઉન્માદ, આવેશ, ગાંડપણ, આયોજન કે અકસ્માત. કારણો જે હોય તે પણ મેકઅપ, પટકથા, સંવાદ, કેમેરા અને લાઇટ વગર ઘણા જેલવાસ અને કાનૂની આંટીઘૂંટીમાં સપડાયેલા નામવંત કલાકારોના કિસ્સા પર નજર નાખીએ.

જ્હોન વિલ્કેસ બૂથ. આ રંગમંચ કલાકારે અમેરિકાનો ઇતિહાસ બદલી નાખતો પર્ફોર્મન્સ આપ્યો. રંગમંચના આ લોકપ્રિય અભિનેતાને અબ્રાહમ લિંકનની ગુલામી નાબૂદીની ઝુંબેશ સામે સખત ચીડ. જ્હોન અને કેટલાક સાથીઓએ આ વિરોધને ન મનમાં સંઘરી રાખ્યો કે ન બોલીને વ્યક્ત કર્યો, પણ બધાએ મળીને રચ્યું ભયંકર કાવતરું. મૂળ ષડયંત્ર તો પ્રમુખ લિન્કન, ઉપપ્રમુખ એન્ડ્રુ જ્હોન્સન અને ગૃહપ્રધાન વિલિયમ સીવર્ડનું કાસળ કાઢી નાખવાનું હતું. બધાને અલગ અલગ જવાબદારી સોંપાઈ હતી. હકીકતમાં તો લિંકનનું અપહરણ કર્યા બાદ ખૂન કરવાનો વિચાર

હતો, પરંતુ કિડનેપિંગ શક્ય ન બનતાં અપનાવાયો સીધો બીજો તબક્કો.

1965ની 14મી એપ્રિલે ગુડ ફ્રાઇડે હતો. સવારે બૂથ પોતાના પત્રો લેવા વૉશિંગ્ટનના ફોર્ડ્સ થિયેટર પહોંચ્યો ત્યારે ખબર પડી કે પ્રેસિડેન્ટ લિંકન સપરિવાર અને મિત્રો સાથે સાંજે નાટક 'અવર અમેરિકન કઝીન' જોવા આવવાના છે. રાતે દસ વાગે વિલ્કેસ બૂથ પ્રમુખના બૉક્સમાં ઘૂસી ગયો. તેણે .44 કેલિબરની ડેરિન્જર રિવૉલ્વરથી લિંકનના માથાને નિશાન બનાવ્યું. પછી 'આઇ હેવ ડન ઇટ'ની ચીસ પાડીને મહાપરાણે ભાગી છૂટવામાં સફળ થયો. આ સનસનાટીભરી હત્યાના બાર દિવસ બાદ વર્જિનિયાના પોર્ટ રૉયલ ખાતેના અનાજના કોઠારમાં વિલ્કેસ સંતાયો હોવાની માહિતી મળી. અમેરિકી સૈનિકોએ કોઠારને આગ ચાંપી દીધી. આ આગ વચ્ચે કોઠારમાં જીવ બચાવવા ભાગદોડ કરતા હત્યારાને સૈનિકોએ ઠાર માર્યો. આજેય એવું માનનારા છે કે એને જીવતો પકડવાની જરૂર હતી અને એ એકદમ શક્ય હતું, પરંતુ કાવતરાની વિગતો, સાથીદારો અને બધી માહિતી પોતાની સાથે લઈને જ્હોન વિલકેસ બૂથ (10 મે, 1838થી 26 એપ્રિલ, 1865) જીવનના રંગમંચ પરથી એક્ઝિટ કરી ગયો.

કેટલાકે લિંકનની હત્યાને વર્ણવતાં કહ્યું, 'બૂથની પ્રકૃતિનાં બધાં તત્ત્વો એકસાથે બહાર આવ્યાં - સરકાર માટેનો તિરસ્કાર, મુક્તિ માટેનો પ્રેમ, રંગમંચ માટેની ઉત્કટતા, સેન્સ ઑફ ટાઇમિંગ અને અમર થઈ જવાની પ્રબળ ઇચ્છા.'

જ્હોન વિલ્કેસ બુથના જીવલેણ શો બાદ આવા ઘણા માની ન શકાય એવા મહત્ત્વના કિલિંગ પર્ફોર્મન્સ જોઈએ :

* 'ડૉગ ધ બાઉન્ટી હન્ટર્સ' ગ્રૂપના મિત્રોએ મારીજુઆના ખરીદતી વખતે જેરી ઓલીવરને ઠાર માર્યો હતો. એ સમયે અમેરિકન ટીવી સ્ટાર ડુઆન 'ડૉગ' ચેપમૅન કારની અંદર રાહ જોતો બેઠો હતો છતાં એના પર કાનૂની કાર્યવાહી થઈ હતી. ફર્સ્ટ ડિગ્રી મર્ડર બદલ દોષિત થયા બાદ તેને પાંચ વર્ષની કેદ થઈ હતી. આમાંથી તેણે 18 મહિનાની કેદ ભોગવી હતી. બ્રિટનમાં પ્રવેશવાની ચેપમૅનને મનાઈ પણ ફરમાવાઈ હતી.

* લેખક-અભિનેતા વિલિયમ એસ. બરોસનો કિસ્સો અચંબિત કરી મૂકનારો છે. 1951માં વિલિયમે પોતાની પત્ની જઆન વૉલ્વરને ગોળીથી ઠાર મારી હતી, પરંતુ આ હત્યા બદલ વિલિયમ વિરુદ્ધ કામ ચલાવાયું નહોતું, કારણ કે પતિ-પત્નીની રમતગમતમાં આ મોત થયાનું પ્રતિપાદિત કરાયું હતું!
* 'ગૉડફાધર'ના દંતકથા સમાન અભિનેતા માર્લોન બ્રાન્ડોના પુત્ર અને એક્ટર ક્રિસ્ટિયન બ્રાન્ડોએ પોતાની પિતરાઈ બહેન ચેઇનેના બોયફ્રેન્ડ ડેગ ડ્રોલેટને ઠાર માર્યાનો આરોપ અંતે સ્વીકારી લીધો હતો. જોકે 1990ના મે સુધી ક્રિસ્ટીયન દાવો કરતો રહ્યો કે ઘર્ષણ દરમિયાન આ બની ગયું હતું. 10 વર્ષની કેદમાંથી પાંચ વર્ષની કેદ ભોગવી હતી. 50 વર્ષની ઉંમરે ક્રિસ્ટિયનનું ન્યૂક્રિનિયાથી મોત થયું. ખૂનના મહિના બાદ ચેઇનેએ ડ્રલેટના પુત્રને જન્મ આપ્યો અને પછી તેણે ગળાફાંસો ખાઈને જીવ આપી દીધો.
* અમેરિકન અભિનેતા મેથ્યુ બ્રોડેરીક અને તેની તત્કાલીન ગર્લફ્રેન્ડ કમ એક્ટ્રેસ જેનીફર ગ્રે 1987માં વૅકેશન માટે આયર્લૅન્ડ ગયાં હતાં. બ્રોડેરીકે ભૂલથી રસ્તાની ખોટી બાજુએ ગાડી હંકારી અને સામેથી આવતી ગાડીને ટક્કર મારી. આથી કમનસીબ કારના ડ્રાઇવર અને પ્રવાસી બંનેના જીવ ગયા. આ ઘટનાને પગલે જેનીફર ક્યારેય ફરી નૉર્મલ ન બની શકી. 27 વર્ષની ઉંમરે જ તે કારકિર્દીમાંથી રસ ગુમાવી બેઠી.
* 'ધ વાયર'ની એક્ટ્રેસ ફેલીસિયા પિયર્સન માત્ર 14 વર્ષની હતી ત્યારે ઓકિયા તુમરના મોતના કેસમાં સેકન્ડ ડિગ્રી મર્ડર બદલ દોષિત ઠરી હતી. તેને આઠ-આઠ વર્ષની કેદની બે સજા થઈ હતી, પણ માત્ર 6.5 વર્ષમાં મુક્તિ મળી ગઈ હતી.
* અમેરિકન મૉડેલ અને અભિનેત્રી રેબેક્કા ગેહાર્ટે 2001માં પોતાની કારથી નવ વર્ષની બાળકીને ટક્કર મારી હતી. સારવાર દરમિયાન ઈજાગ્રસ્ત છોકરીએ પ્રાણ ત્યજી દીધા. છેવટે રેબેક્કા વિરુદ્ધ વાહન અકસ્માત થકી માનવવધનો આરોપ પણ સાબિત થયો હતો. અભિનેતા-

નિર્માતા અને દિગ્દર્શક જ્હોન હ્યુસ્ટને પોતાની કારથી એક મહિલાને અડફેટે લીધી હતી અને તેનો જીવ ગયો હતો છતાં આ અકસ્માત બદલ હ્યુસ્ટન સામે કાનૂની કાર્યવાહી થઈ નહોતી.

* 'સન્સ ઑફ અનાર્કી'માં ચમકેલો અમેરિકન ફિલ્મ અને ટીવી સ્ટાર જ્હોની લેવિસ 81 વર્ષની વૃદ્ધા કેથરીન ડેવિસના ઘરમાં ઘૂસી ગયો. તોડફોડ કરી અને તેની હત્યા કરી હતી. સાક્ષીઓના દાવા મુજબ તો જ્હોની ઘરની દીવાલ કૂદીને ભાગ્યો, પાડોશીઓ પર હુમલો સુધ્ધાં કર્યો હતો પછી છત પરથી કૂદવા ગયો કે અકસ્માતે પડી ગયો અને તે મૃત્યુ પામ્યો હતો.
* 'ધ ટ્વાઇલાઇટ ઝોન'ના ડિરેક્ટર જ્હોન લાન્ડીસ સામે ત્રણ જણના મોત બદલ કેસ થયો હતો. આ ફિલ્મના સેટ પર અભિનેતા વિક મોરો અને એક્સ્ટ્રા તરીકે કામ કરતા બે બાળકોનાં મોત થયાં હતાં. લાન્ડીસ આ ત્રણેના મોતના આરોપમાંથી છૂટી ગયો, પણ ત્રણેય મૃતકના પરિવારને 20-20 લાખ ડૉલર ચૂકવવા પડ્યા હતા.
* અભિનેતા ગીગ યંગ અને તેની પત્ની 1978માં પોતાના જ ઘરમાં મૃત અવસ્થામાં મળી આવ્યાં હતાં. પોલીસની તપાસમાં બહાર આવ્યું હતું કે 65 વર્ષના યંગે પત્નીની હત્યા કર્યા બાદ પોતાને ગોળી મારી દીધી હતી.
* 2014માં 51 વર્ષના અભિનેતા માઇકલ જેસની લોસ એન્જેલસમાં ધરપકડ થઈ હતી. 'ધ શીલ્ડ'ના અભિનેતા માઇકલ સામે પોતાની 40 વર્ષની પત્ની ઍપ્રિલ (હા, એ જ નામ છે)ને ઠાર મારવાનો આરોપ હતો. એટલું જ નહીં પછી ઇમર્જન્સી નંબર 911 ડાયલ કરીને પોલીસ બોલાવીને તેણે હત્યાની કબૂલાત સુધ્ધાં કરી લીધી હતી. આ ઘરેલુ હિંસાના સમયે બે સંતાનો ઘરની અંદર જ હતાં. માઇકલ સામે હત્યાનો આરોપ મુકાયા બાદ 20 લાખ ડૉલરના બોન્ડ પર છોડાયો હતો.
* કોમેડિયન તરીકે ખૂબ લોકપ્રિય રોસ્ક 'ફેટ્ટી' અર્બકલે સામે વર્જિનિયા રાપે નામની મહિલાના કથિત બળાત્કાર દરમિયાન મોત નિપજાવવાનો આરોપ મુકાયો હતો. અર્બકલના હોટલ રૂમમાં જ વર્જિનિયા લઠ્ઠો પીધા

બાદ મૃત અવસ્થામાં મળી આવી હતી. એક મિત્રે પોલીસને ફરિયાદ કરી કે અર્બકલે બળાત્કાર પણ કર્યો હતો. પોલીસ એવા તારણ પર આવી કે આ એકદમ જાડિયા અદાકારના વજનને લીધે વર્જિનિયાનું મોત થયું હોઈ શકે. ત્રણ-ત્રણ ખટલા બાદ અર્બકલનો છુટકારો થયો, પણ હોલીવૂડનો એકાદ દાયકા સુધી જાકારો મળ્યો હતો.

* 'ધ સોપ્રાનોસ'ના કલાકાર લીલો બ્રાન્કાટો અને બ્રોન્કસર ટેલ (જુનિયર)ની 2005માં પોલીસ ઑફિસરની હત્યા બદલ ધરપકડ થઈ હતી. મર્ડરનો આરોપ સાબિત ન થયો, પણ ઘરફોડીના પ્રયાસ બદલ લીલોને 10 વર્ષની સજા થઈ હતી. 2013ની 31મી ડિસેમ્બરે લીલોનો પેરોલ પર છુટકારો થયો હતો.
* 2001માં અભિનેતા લેન ગેરીસન પર દારૂ પીને વાહન હંકારવાનો, અકસ્માત કરવાનો અને પોતાના સહપ્રવાસીનું મોત નિપજાવવાનો કેસ થયો હતો. ગુનો સ્વીકારી લેનારા લેનના લોહીમાં દારૂ ઉપરાંત કોકેઈનના પણ નમૂના મળ્યા હતા.
* 1965માં પતિની હત્યાનો આરોપ અભિનેત્રી ફે ડેવિટ પર મુકાયો હતો. તેણે પત્ર ખોલવાની છરીથી આ હત્યા કર્યાનું કહેવાયું હતું.
* 16 વર્ષના ચાહક સ્ટીવ થોમસની લુસિયાનોની નાઇટ ક્લબમાં મારપીટ થઈ અને પછી ગોળી મરાઈ. આ બદલ અભિનેતા રેપર 'સી મર્ડર'ના કોરી મિલરને જન્મટીપની સજા ફટકારાઈ હતી.

અભિનેતા-અભિનેત્રીઓના મર્ડર અને કોર્ટ ડ્રામા સામાન્યજનોથી ઘણાં અલગ અને હાઈપ્રોફાઇલ હોય છે, એના વધુ પુરાવા આપવાની જરૂર ખરી? અને આના અભ્યાસ પરથી લાગે કે કાયદો બધા માટે સમાન હોવાના દાવામાં કુછ તો ગરબડ જરૂર હૈ.

●

25

પાકિસ્તાનમાંનું બ્રાહ્મણાબાદ હતું હિન્દુ રાજાઓનું કેન્દ્ર

કટ્ટર મુસ્લિમવાદથી ખદબદતા પાકિસ્તાનના સિંધમાં એક સમયે બ્રાહ્મણાબાદ હતું અને એના પૌરાતાત્ત્વિક અવશેષો એટલે કે પુરાવો પણ છે.

આ સાથે જ બ્રાહ્મણાબાદ વિશેની વિગતોના ખાંખાખોળાં શરૂ થઈ ગયાં. આ બ્રાહ્મણાબાદનાં ખંડેરોમાં આરબ યોદ્ધા મોહમ્મદ બિન કાસીમના આગમન પૂર્વેના નગર અને વસાહતના અવશેષ ઇતિહાસની છાતી ફાડીને બહાર આવ્યા. અલબત્ત, અગાઉ ઐતિહાસિક સંદર્ભોમાં આ સ્થળનો અલપઝલપ ઉલ્લેખ મળતો હતો, પણ એની ભૂગોળ વિશે સૌ અંધારામાં હતા, પરંતુ પાકિસ્તાનની શાહ અબ્દુલ લતીફ યુનિવર્સિટીના પુરાતત્ત્વ વિભાગના નિષ્ણાતોએ વૈજ્ઞાનિક પદ્ધતિ થકી સિદ્ધ કરી દીધું કે મળેલા અવશેષો ત્રીજી સદીની આબાદીના જ છે.

આમ તો બહુ જૂજ ભારતીય નાગરિકો પાકિસ્તાન જઈ શકે અથવા જવા માગતા હોય, પરંતુ ઇતિહાસની વાત છે એટલે ઊંડાણપૂર્વક સમજ્યા વગર હાંકે ન રખાય. કરાચીથી ટ્રેનમાં લાહોર તરફ જતી વખતે શાહદાદપુર સ્ટેશન આવે. એનાથી લગભગ અઢારેક કિલોમીટરના અંતરે આ બ્રાહ્મણાબાદ કે મંસુરા નામના જૂના શહેરનાં નિશાન મોજુદ છે.

અહીંની એક રસપ્રદ બાબત સ્તૂપની હાજરી છે. આને ત્યાંના કેટલાક ઇતિહાસકાર બૌદ્ધ સ્તૂપ કે પૂજાસ્થળ તરીકે ઓળખાવે છે. સ્તૂપની આસપાસ લાલ ઈંટોના ઢગલા છે જે ચાર કિલોમીટરથી વધુ વિસ્તારમાં

પ્રસરેલા છે. આમ છતાં પુરાતત્ત્વ વિભાગે દાવો કર્યો છે કે આ ઉપખંડમાં મુસલમાનોનો પહેલો મજબૂત ગઢ હતો. નદીની વચ્ચે હોવાથી એ એક ટાપુ જેવું શહેર હતું.

આ સ્થળની હકીકત ભલે મોડેથી ચર્ચાવા માંડી, પણ એનું ખોદકામ ઘણા લાંબા સમય અગાઉ થયું હતું. છેક 1854માં બેલાસીસ અને રિચાર્ડ્સને અહીં ખોદકામ શરૂ કર્યું હતું, જે હેન્રી કેઝિંઝે આગળ ધપાવ્યું હતું. પછી કામની પ્રગતિ એકદમ મંથર થઈ ગઈ હતી. ભારતના વિભાજન બાદ 1962માં પાકિસ્તાનના પુરાતત્ત્વ મંત્રાલયે ખોદકામ હાથ ધર્યું હતું. આનો આરંભિક કે અધકચરો રિપોર્ટ મુકાયો હતો, પણ સંપૂર્ણ અહેવાલ આજ સુધી કોઈએ જોયો નથી.

આ આરંભિક અહેવાલમાં એફ. એ. ખાનને ટાંકવામાં આવ્યા હતા કે અહીં મંસુરા શહેરના અવશેષ છે અને મસ્જિદના અંશ મળ્યા છે. જોકે ઇસ્લામ પૂર્વેના કોઈ અવશેષ મળ્યાનો તેમણે ઇનકાર કરી દીધો હતો.

જોકે પછી શાહ અબ્દુલ લતીફ યુનિવર્સિટીના પુરાતત્ત્વ વિભાગના અધ્યક્ષ ડૉ. ગુલામ મોહમ્મદ મોહીઉદ્દીન વીસર લાળા ચાવે છે કે એ રિપોર્ટમાં ઇમારતની ખંડેર હાલત જોઈને એની અવધિ કે કાળ વિશેની કોઈ વાત જ કરાઈ નથી.

ડૉ. વીસરની આગેવાનીમાં 20 શિક્ષક અને વિદ્યાર્થીઓના જૂથે તાજેતરમાં બ્રાહ્મણાબાદના પ્રાચીન સ્થળ પર સંશોધન હાથ ધર્યું છે. આરંભિક તબક્કામાં છ સ્થળે કામકાજ ચાલતું હતું, જેનું ભવિષ્યમાં વિસ્તરણ થવાનું હતું. ડૉ. વીસરનું કહેવું છે કે, અહીં મોહમ્મદ બિન કાસીમ આવ્યાની ધારણા છે. એ સમયે આબાદી વસી હતી ખરી, એની ચોકસાઈ થઈ રહી છે. આ ઇમારતની અવધિ, પ્રકાર અને ત્યાંથી મળેલાં માટીનાં વાસણો પરથી એનો સમય અને સદી નક્કી થઈ શકે.

ઐતિહાસિક નોંધ મુજબ બગદાદના સુલતાન હજાજ બિન યુસુફના આદેશનું પાલન કરીને મોહમ્મદ બિન કાસીમે ઇસ્લામિક સન 712 હિઝરીમાં સિંધ પર આક્રમણ કર્યું હતું ત્યારે અહીં રાજા દાહિરનું શાસન હતું.

ડૉ. વીસર ફેરવી-તોળીને એમેય કહે છે કે, અગાઉના સંશોધનપત્રમાં

અહીં એક મસ્જિદ હોવાનો ઉલ્લેખ છે ખરો. એટલે મસ્જિદ મનાતી ઇમારતની આસપાસ 15 ફૂટ ઊંડા ચાર ખાડા ખોદાયા હતા. આમાંથી જાણવા મળ્યું કે, જે શહેર હોવાના પુરાવા મળ્યા એ અગાઉ પણ અહીં એક આબાદી વસાહત હતી.

અહીં મળેલી ઇમારત અને માટીનાં વાસણોમાં પણ અંતર દેખાઈ આવે છે. એ ઇસ્લામિક કાળ અને એ પૂર્વેના કાળ (હિન્દુ) સમયના હોઈ શકે. અહીં મળેલાં વાસણોમાં ત્રીજી સદીનાં વાસણો જેવી સમાનતા છે. એ ઇસ્લામ પૂર્વેના ઈરાનના અંતિમ બાદશાહી યુગના હોઈ શકે. અગાઉ આવાં વાસણો ભાંભુરના પુરાતત્ત્વ ખજાનામાંય મળ્યાં હતાં. આના આધારે અહીં ત્રીજી સદીમાં શહેર વસ્યું હોવાનું કહી શકાય. આ જોઈને કહી શકાય કે મોહમ્મદ કાસીમે આ શહેર જીતી લીધું એના ઘણા લાંબા સમય અગાઉ પણ પ્રજા અહીં વસતી હતી.

બ્રાહ્મણાબાદની શોધ બાદ નવી હકીકત પ્રકાશમાં આવી કે આ શહેર આર્થિક પ્રવૃત્તિનું મહત્ત્વનું કેન્દ્ર હશે. અગાઉના ખોદકામ અને અભ્યાસમાં અહીં સિક્કા અને અન્ય કલાકૃતિઓ મળી આવી હતી, પણ એ બધું પાકિસ્તાનની સ્થાપના અગાઉ બ્રિટન અને મુંબઈ મોકલી દેવાઈ હતી. હાલના ખોદકામમાં માટીનાં વાસણો ઉપરાંત મૂલ્યવાન પથ્થરો, નીલમ, રૂબી અને પન્ના પણ મળી આવ્યાં હતાં. આ બધાને ચમકાવવા માટેનાં ઓજાર અને સંચા પણ હાથ લાગ્યા હતા. આ એક સંકેત છે કે અહીં આ બધાનો ઉદ્યોગ હશે. આ સિવાય હાથીદાંતનાં ઘરેણાં, શેલ (એક પ્રકારનો નરમ પથ્થર) અને સિક્કા મળ્યા હતા.

એટલું જ નહીં, મોહેં-જો-દડો અને ભાંભુરની જેમ બ્રાહ્મણાબાદમાં ય પાણીનાં કૂવા મળ્યા છે, પણ એ એકદમ અલગ છે. વધુ રસપ્રદ એ છે કે માટીનાં વાસણોની ભઠ્ઠીમાં બનેલા પાઇપની એક લાઇન જમીનની સપાટીથી 15 ફૂટ નીચેથી મળે છે. જમીનના ભૂગર્ભમાંથી પાણી મેળવવા માટે આ અનોખી પાઇપ સિસ્ટમ એટલે કે ડ્રેનેજ સિસ્ટમ છે. આરબ પર્યટક અલ-બેરુનીના મતાનુસાર બ્રાહ્મણાબાદનું નામ બહમનવા છે. મુસલમાનોનું શાસન આવવા અગાઉ એ બ્રાહ્મણાબાદ તરીકે ઓળખાતું હતું. સંભવતઃ

લાંબો સમય સિંધમાં બ્રાહ્મણોનું વર્ચસ્વ રહ્યું હશે. સિંધના ઇતિહાસકાર એમ. એચ. પનહુર પણ કહે છે કે, સોમનાથના મંદિર પર હુમલો કર્યા બાદ મહમૂદ ગજનીએ મંસુરા એટલે બ્રાહ્મણાબાદ પર હુમલો કર્યો હતો, પરંતુ મુલ્લા અને લશ્કરના ધર્માંધ દેશના હિન્દુ સંસ્કૃતિના આ અવશેષને માન્યતા કે રક્ષણ મળશે?

•

26

બાળકી, ભૂખમરો અને ગીધ

ચોમાસાનું આગમન થઈ ચૂક્યું હતું. એના આ હાશકારા વચ્ચે મેઘધનુષ, દરિયાકિનારો, જ્યાદા લીંબુવાલા ગરમ મકાઈ બુટ્ટા, મસાલેદાર ચા, જીભ દાઝે છતાં જલસો પડી જાય એવાં ભજિયાં, સ્કૉચ વ્હિસ્કી અને... એકદમ ટેસડો પડી જાય એવું બધું શરૂ થઈ ચૂક્યું હતું. ફરી એક વાર પાણીની અછત ને થોડે દૂર હાહાકાર મચાવનારો દુકાળ અને ખેડૂતોએ કરેલી આત્મહત્યા ભુલાઈ ગયાં હતાં. ફરી એકવાર ચાલુ એ.સી.એ બારી ટ્રેનનો દરવાજો થોડો ખોલીને હાથ ભીના કરી લીધાની મસ્તી. પછી હેન્ડવોશથી હાથ ક્લીન કરીને તાજાં તળેલાં પાંચ-સાત ભજિયાં ખાધા બાદ ડીશમાં પડેલાં ઠંડા પડી ગયેલાં ભજિયાં કચરા-ટોપલીમાં નાખતા પહેલાં વાત કરવી જોઈએ કેવિન કાર્ટરની.

વર્લ્ડ ફેમસ સાઉથ આફ્રિકન ફોટોજર્નાલિસ્ટ કેવિન કાર્ટર (13 સપ્ટેમ્બર, 1960 - 27 જુલાઈ, 1994) એટલે ફરજ, ભૂખ, નામના અને વેદનાનો આઘાતજનક સરવાળો. માત્ર 33 વર્ષના આયખામાં એ સમગ્ર પૃથ્વીના આત્માને હચમચાવી ગયો. એક મૅસેજ આપી ગયો, 'પ્લીઝ, ખાવાનું ન વેડફો, ભલે સ્વાદ ગમે તેવો હોય, પેટ ગમે તેટલું ભરેલું હોય, પણ અન્નનો બગાડ ન કરો.'

સવાત્રણ દાયકામાં કેવિન ભરપૂર જીવી ગયો, પામી ગયો, પણ હારી ગયો છતાં જીતી ગયો. હારી ગયો ને જીતી ગયો! એ કઈ રીતે ભલા? ટૂંકમાં પણ મુદ્દાસર જાણીએ. સાઉથ આફ્રિકામાં 1960માં જન્મ. એ જ વર્ષે

નેલ્સન મંડેલાની આફ્રિકન નેશનલ કૉંગ્રેસ પર પ્રતિબંધ મુકાયો. કેવિનનાં માતાપિતા રોમા અને જેરીએ રંગભેદને નાછૂટકે સ્વીકારી લીધો હતો, પણ બાળકને ઘણા સવાલો થવા માંડ્યા હતા. અશ્વેતો પરના અમાનુષી પોલીસ અત્યાચારથી એ ઊકળી ઊઠે. મમ્મી-પપ્પાને પ્રેમ કરે, પણ બાળપણ સુખી નહીં.

ટીનએજર તરીકે મોટરસાઇકલ દોડાવવામાં રોમાંચ અનુભવે ને રેસ કાર ડ્રાઇવર બનવાના સપનામાં મહાલે. 1976માં સ્કૂલ પૂરી થયા બાદ ફાર્મસીમાં ગયો ને અધવચ્ચે ભણતર છોડી દીધું. કાયદા પ્રમાણે લશ્કરમાં ફરજિયાતપણે જોડાયો, પણ રંગભેદી શાસનમાં અશ્વેત વેઇટરની તરફેણ કરવાના ગુનામાં સપડાયો. 'નીગરલવર' કહીને સાથી સૈનિકોએ ઢોરમાર માર્યો. એક દિવસ ભાગી છૂટ્યો.

હવે? ડરબનમાં મોટરસાઇકલ દોડાવતો રહ્યો ને બની ગયો ડિસ્કો જૉકી. નવું નામ ડેવિડ. ઘરે જવાની અદમ્ય ઇચ્છા, પણ મોઢું બતાવવાની શરમે રોકી રાખ્યો. ડીજેની નોકરીય ગઈ. થોકબંધ સ્લીપિંગ પિલ્સ, પેઇન કિલર્સ અને ઉંદરડા મારવાની દવા ગટગટાવીને સૂઈ ગયો, પણ બચી ગયો. ફરી પાછો ધકેલી દેવાયો લશ્કરમાં.

આર્મીમાં પરાણે ફરજ બજાવતી વખતે 1983માં પ્રિટોરિયામાં બૉમ્બધડાકો થયો. 19 મરી ગયા, પણ કેવિન ઈજા સાથે બચી ગયો. લશ્કર છોડ્યા બાદ કૅમેરાની દુકાનમાં નોકરી મળી ને એમાંથી તસવીરી પત્રકારત્વ ભણી વળ્યો. શરૂઆત કરી વીકએન્ડ સ્પોર્ટ્સ ફોટોગ્રાફર તરીકે. 1984માં અશ્વેતોના નગરોમાં રમખાણ શરૂ થતાં કેવિન જોહાનિસબર્ગ પહોંચી ગયો.

અહીં એ રંગભેદની પરવા કર્યા વગર શ્વેતો દ્વારા કરાતા શોષણ અને અત્યાચારનો પર્દાફાશ કરવા તત્પર એવા તરવરિયા વ્હાઇટ પ્રેસ ફોટોગ્રાફર્સના ઝુંડમાં જોડાઈ ગયો. હવે રોજેરોજ જોખમ, ધરપકડ, પથ્થરમારા સામે ઝઝૂમવાનું, પણ પાછા હટવાનું નહીં. 1990માં આંતરવિગ્રહ ચરમસીમાએ પહોંચ્યો, ત્યારે કેવિન કાર્ટર અન્ય ત્રણ મિત્ર કેન ઓસ્ટરબ્રોક, ગ્રેક મેરીનોવિક અને જોઓ સિલ્વા સાથે રમખાણગ્રસ્ત સોવેટો અને તોકોઝામાં ભટકવા માંડ્યો. હિંસા વચ્ચે હિંમતભેર ફરજ બજાવતી આ

ટીમને નામ અપાયું, 'ધ બેંગ બેંગ ક્લબ'. કોઈ ગોળી મારતું હોય, કુહાડી વીંઝતું હોય, કોઈને વાહન ચલાવીને કચડી નાખતું હોય એવી જીવન અને મોત વચ્ચેની નિર્ણાયક ઘડીને કેદ કરી લેવાની કપરી-જોખમી કામગીરી બજાવતી હતી આ ક્લબ. કામ આસાન નહોતું. ક્યારેક દુર્લભ ક્ષણ ઝડપી લીધાનો આનંદ થાય, ગર્વ થાય, પણ અંદર પોતે થોડા થોડા મરતા જાય.

1991માં મોરીનોવિકને પુલિત્ઝર એવૉર્ડ મળ્યો, ઝૂલુ નાગરિકની આંદોલનકારીઓ દ્વારા છરો ભોંકીને કરાતી હત્યાના યુનિક ફોટો બદલ મિત્રના સન્માન બદલ આનંદ થવા સાથે કેવિન દબાણ અનુભવવા માંડ્યો કે આપણે કંઈક કરી બતાવવું પડશે યાર. આ વચ્ચે એક પ્રેમ-પ્રકરણથી બીજામાં કૂદાકૂદ કરતો કેવિન વગર લગ્ને દીકરીનો પપ્પા બની ગયો.

1993માં વધુ સારો ફોટો ઓપોર્ચ્યુનિટી માટે કેવિન દુકાળગ્રસ્ત સુદાન પહોંચી ગયો. ઑફિસમાંથી રજા લીધી ને પ્લેનની ટિકિટ માટે લોન. એ અયોદ પહોંચી ગયો. અહીં સંયુક્ત રાષ્ટ્રસંઘનું અન્ન સહાય કેન્દ્ર હતું. દુકાળને લીધે અન્ન માટે તરફડતાં, ભૂખે મરતાં જીવતાં હાડપિંજરોના એ ફોટા પાડી રહ્યો હતો. આટલો ભયંકર ભૂખમરો, લાચારી, ડૂસકાં ભરતી માનવતા અને જીવજંતુની જેમ મરતા માણસો. શું આ માત્ર પ્રોફેશનલ ફોટો ઓપોર્ચ્યુનિટી હતી?

વિચારમગ્ન અવસ્થામાં કેવિન કાર્ટર સુકાઈ ગયેલા વનપ્રદેશમાં ટહેલવા માંડ્યો. અચાનક કાન સરવા થઈ ગયા. એકદમ તીણો છતાં ગળામાંથી માંડ માંડ નીકળતો હોય એવો કરુણ અવાજ સંભળાયો. પાછું વળીને જોયું તો એક કૃશકાય બાળકી ભાંખોડિયા ભરીને યુનોના ફીડિંગ સેન્ટર ભણી ઢસડાતી જતી દેખાઈ. કેવિને કૅમેરાનો લેન્સ એ બાળકી પર ફોકસ કર્યો, ત્યાં ફ્રેમમાં એક ગીધ ઘૂસી ગયું. અન્નના અભાવે બાળકી અંતિમ શ્વાસ લે એ અગાઉ એનો કોળિયો કરવા ગીધડાં આવી ગયાં! અનબિલિવેબલ મોમેન્ટની બેસ્ટ ફ્રેમ મેળવવા કેવિન ચૂપચાપ રાહ જોતો રહ્યો. મરવા પડેલી બાળકી પર ત્રાટકવા માટે ગીધ પાંખ ઉઘાડે એ પળની રાહ જોઈ. વીસ મિનિટ એ જરાય હલનચલન કર્યા વગર ઊભો રહ્યો. એક પળ બાળકીને જુએ, બીજી પળે ગીધને, પરંતુ ગીધ બાળકીને જોઈ રહ્યું. મોતના પગરવ

નજીક ન સંભળાતાં એ પંખીએ અમસ્તા-અમસ્તા પાંખ ખોલવાની નકામી મહેનત ના કરી. નાછૂટકે કેવિને બાળકી-ગીધ એક જ ફ્રેમમાં દેખાય એવો ફોટો પાડી લીધો. પછી ગીધને ઉડાડી મૂક્યું. બાળકી ફરી સંઘર્ષ કરતી આગળ વધવા માંડી. કેવિન એક વૃક્ષ નીચે બેસી પડ્યો. સિગારેટ સળગાવી. ઈશ્વર સાથે વાત કરવા માંડ્યો અને રડી પડ્યો. પોતાની દીકરી યાદ આવી ગઈ, એને છાતી સરસી લગાડવા માટે એ તલપાપડ થઈ ગયો.

સુદાનના દુકાળના સારા ફોટા છાપવા માગતા અમેરિકન અખબારે કેવિન કાર્ટનો આ ફોટો ખરીદી લીધો. 1993ની 26મી માર્ચે 'ધ ન્યૂયૉર્ક ટાઇમ્સ'માં પ્રગટ થયો. એ ફોટો આફ્રિકાની વેદનાનું બોલતું પ્રતીક બની ગયો. આ ફોટો લોકોના હૃદયને સ્પર્શી ગયો. એક જ ફોટામાં ભૂખ, લાચારી, મોત જાણે માનવતાનો ધ્વંસ. ઘણાંની સવારની કૉફીનો સ્વાદ બગાડી ગયો.

હજારો વાચકોએ અખબારને ફોન કર્યો કે પછી એ બાળકીનું થયું શું? દુનિયાભરનાં અખબારો એ ફોટો ફરી છાપતાં રહ્યાં. કેવિન કાર્ટર માટે આ ન સમજાય એવી ઘડી હતી. મિત્રો-ચાહકો તરફથી અભિનંદનનો મારો થતો રહ્યો. પ્રશંસાનાં ફૂલ સાથે ટીકાનાં ઢેખાળા ફંગોળાતા રહ્યા. કોઈકે બાળકીને બચાવવાને બદલે ફોટો પાડવા બદલ 'સ્વાર્થી, પાષાણહૃદય, માનવતા વગરનો અને બાળક પાસે હાજર બીજા શિકારી' અને ન જાણે કેટકેટલા શબ્દોથી નવાજ્યો એને. બુમરાણ એટલી બધી મચી ગઈ કે 'ન્યૂયૉર્ક ટાઇમ્સ' તરફથી અકલ્પ્ય પ્રતિસાદરૂપે તંત્રીને નોંધ લખવી પડી, 'ફોટોગ્રાફરના કહેવા મુજબ ગીધને ઉડાડી મુકાયા બાદ એ બાળકી ફરી પોતાની મંઝિલ ભણી આગળ વધતી દેખાઈ હતી. જોકે એ ફીડિંગ સેન્ટર સુધી પહોંચી કે નહીં એની માહિતી નથી.'

બહુ ઓછાં વરસોમાં કેવિને સંખ્યાબંધ હત્યા, છરાબાજી, ગોળી છોડવા, કચડી નાખવા, નેકલેસિંગ (લાચાર માનવીના ગળામાં તેલ-કેરોસીનવાળું ટાયર બાંધીને આગ ચાંપી દેવી, જીવતા સળગાવી મારવાની જંગલિયત) જેવા કિસ્સા જોયા હતા. ફોટા પાડ્યા હતા, સંતોષ મેળવ્યો હતો, વાહવાહી જીતી હતી, પણ હતાશા, નિરાશા, આત્મવિશ્વાસનો અભાવ અને આર્થિક

સંક્રમણ એને એક અંધારિયા કૂવામાં ઊંડે ને ઊંડે ધકેલતા હતા. આ બધાથી બચવા એ દારૂ, કેફી દ્રવ્યોની લતે ચડી ગયો. પ્રોફેશનનો પડકાર અને પરફેક્શનનો તલસાટ પણ ખૂબ પજવતા હતા. કેવિન કાર્ટરના એ સૌથી જાણીતા ફોટાને કેમેરાની શોધ પછીનો સૌથી ભયાનક તસવીર દસ્તાવેજ ગણાવાયો.

1994ની 12મી એપ્રિલે 'ન્યૂયૉર્ક ટાઇમ્સ'ની ફોરેન પિક્ચર એડિટર નેન્સી બુસ્કીએ ગુડ ન્યૂઝ આપવા માટે ફોન કર્યો, તો કેવિન પોતાના પ્રૉબ્લેમ્સ અંગે બડબડાટ કરવા માંડ્યો. નેન્સીએ જોશપૂર્વક એને રોક્યો, 'કેવિન, તને પુલિત્ઝર મળ્યું છે. પુલિત્ઝર. હવે તારી આ સમસ્યાઓનું જરાય મહત્ત્વ નહીં રહે.'

18મી એપ્રિલે કેવિન કાર્ટર પુલિત્ઝર ઍવૉર્ડ જીતવા બદલ ઇન્ટરવ્યૂ આપી રહ્યો હતો ત્યારે જોહાનિસબર્ગથી 10 માઈલ દૂર આવેલા ટોકોઝા શહેરમાં ફાટી નીકળેલી હિંસા કવર કરવા ગયેલો એનો મિત્ર મેરીનોવિક ઘવાયો. ઓસ્ટરબ્રોક ઠાર મરાયો. કેવિન હચમચી ગયો. એને લાગ્યું કે પોતાના બદલે દોસ્ત ગયો અને... હકકીતમાં એ ગોળી મને લાગવી જોઈતી હતી. વ્યાવસાયિક સફળતા અને સ્વીકૃતિના સંતોષ છતાં અજંપો જંપવા દેતો નહોતો. પ્રોફેશનલ દોડધામ વચ્ચે ક્યાંય નિરાંત નહોતી, શાતા નહોતી.

લોહી, હિંસા, ખૂન, પાશવીપણું, હત્યા, દુકાળ, ભૂખમરો, ઈર્ષા, મિત્રનું અણધાર્યું મોત. 27મી જુલાઈએ બુધવાર હતો. કેવિન બપોર સુધી હોટેલની રૂમમાં પડ્યો રહ્યો. બહારથી ખુશખુશાલ લાગતો હતો. એક મૅગેઝિને માગેલો ફોટો ઑફિસમાં આપી આવ્યો. ત્યાં એક જૂના સાથીને પોતાની સમસ્યાઓ કીધી, તો તેણે એક થેરાપિસ્ટનો ફોન નંબર આપીને તાત્કાલિક સંપર્ક સાધવાનો આગ્રહ કર્યો. આગોતરી જાણ કર્યા વગર એ ઓસ્ટરબ્રોકની વિધવા મોનિકાને મળવા પહોંચી ગયો. ત્રણ વર્ષ અગાઉ પતિને ગુમાવી ચૂકેલી મોનિકા તો એને કેવી રીતે સધિયારો આપે? સાંજે સાડા પાંચે બંને છૂટાં પડ્યાં.

રાતે નવ વાગે કેવિન પહોંચી ગયો પાર્કમોર વિસ્તારમાં આવેલી નદી પાસે. અહીં એ બાળપણમાં રમ્યો હતો. એ પોતાની રેડ નિસાન પિકઅપ

ટ્રકમાં બેઠો હતો. એન્જિન ચાલુ કર્યું. વોકમૅન પર મ્યુઝિક શરૂ કર્યું. થેલાનું ઓશીકું બનાવીને ઊંઘી ગયો કાયમ માટે. દુનિયાભરની વેદના, હિંસા અને ભૂખમરા સાથે જીવવાની હિંમત એ હારી ગયો. પુલિત્ઝર ઍવૉર્ડ વિજેતાએ 33 વર્ષે જીવનના કૅમેરામાંથી આશાનો અને શ્વાસનો રોલ ફંગોળી દીધો, કાયમ માટે. કેવિન કાર્ટરનો બહુ જાણીતો સુદાનનો ફોટો ઇન્ટરનેટ પર જોઈને હું, તમે અને આપણે સૌ અન્ન ન વેડફવાની પ્રતિજ્ઞા લઈ શકીએ તો મૃત કૅમેરામૅનના મરણોત્તર અજંપામાં કદાચ થોડો ઘટાડો થશે.

●

27

લગ્નનાં 50 વર્ષનો આંચકાજનક અંત

ઈસવીસન 2005ના માર્ચ મહિનાની 19મી તારીખની વાત છે. ઇંગ્લૅન્ડના લંડન શહેરમાં નૉર્થ વેલ્સ લંડન સ્થિત ગોલ્ડર્સ ગ્રીનમાં 81 વર્ષના લીઓનાર્ડ મેન્ડેલ વધતી ઉંમર છતાં પગમાં હોશ અને આંખમાં ચમક સાથે ઘરભણી આગળ વધી રહ્યાં હતાં. ટપાલ ખાતાના આ નિવૃત્ત અધિકારી પાસે એક ગુડ ન્યૂઝ હતા, જે તેઓ પત્નીને આપવા તલપાપડ હતા.

2011ની વસતિ-ગણતરી મુજબ 18,818ની વસતિ ધરાવતું પરગણું ગોલ્ડર્સ ગ્રીન 19મી સદીના અંતે વિકસ્યું હતું. એક સમય મિડલ સેક્સનો ભાગ ગણાતું ગોલ્ડર્સ ગ્રીન 20મી સદીના આરંભે ટ્યૂબ સ્ટેશન બનવાને લીધે વિકસતું ગયું હતું. એક જમાનામાં અહીં રહેતા ગોડેર ફૅમિલી પરથી ગોલ્ડર્સ નામ આવ્યું. મોટે ભાગે યહૂદી વિસ્તાર તરીકે ઓળખાય, કારણ કે એડોલ્ફ હિટલરના ઉદય બાદ અહીં યહૂદી વસાહતીઓ આવી વસ્યા હતા. આ ઉપરાંત જાપાનીઓ અને એશિયનોની વધતી જતી વસતિ ય ખરી. યુગાન્ડાના સરમુખત્યાર ઈદી અમીને હાંકી કાઢેલા નાઇજીરિયાના આફ્રિકનો અને યુગાન્ડાના નિરાશ્રિતો પણ ગોલ્ડર્સ ગ્રીન આવીને રહ્યા હતા. આ પરાના અર્થતંત્રનો મુખ્ય આધાર હોટેલ અને રેસ્ટોરાં. દુનિયાભરની વાનગીઓ અહીં મળે. ઇન્ડિયન, થાઈ, જાપાનીઝ, ચાઈનીઝ, કોરિયન, ઇટાલિયન અને કોશેર ફૂડ.

મૂળ ઇઝરાયલના આ યહૂદી કપલે વૅકેશન ગાળવા માટે ઇઝરાયલ જવાનું નક્કી કર્યું હતું. 84 વર્ષની પત્ની એની આ પ્રવાસ માટે વધુ

ઉત્સુક હતી. આજકાલના બટકણી પેન્સિલ જેવા લગ્નજીવનના યુગમાં આ દંપતીએ ખરેખર કમાલ કરી બતાવ્યું હતું. બંને 50-50 વર્ષથી પરણેલાં હતાં, સાથે હતાં અને સુખી હતાં.

મેન્ડેલ યુગલ ખરેખર ખૂબ જ સુખી હતું. પત્ની એની દેખવામાં એકદમ સામાન્ય લાગે. સફેદ વાળ અને ચાર ફૂટ દસ ઇંચની ઊંચાઈ અને નજીવું વજન, પરંતુ વ્યક્તિત્વ એકદમ પ્રભાવશાળી. પાંચ દાયકાનું લગ્નજીવન પૂરેપૂરું પતિને અને કુટુંબને સમર્પિત. સેવા માટે તત્પર અને મદદ કરવા ખડે પગે રહે. કોઈનેય સહાય કરવા માટે ગમે તેટલું દૂર જવાનું હોય તો પણ ચહેરા પરની કરચલીમાં ક્યાંય ઝાંખી ઝાંખી નારાજગી ન દેખાય.

કૌટુંબિક સુખ ભારોભાર. મેન્ડેલ કપલને બે સંતાન. એમના થકી કુલ 14 પૌત્ર અને પ્રપૌત્ર. સાચા અર્થમાં ભર્યોભર્યો અને હર્યોભર્યો પરિવાર. એની મેન્ડેલે બીજા વિશ્વયુદ્ધ વખતે લશ્કરમાં કામગીરી બજાવી હતી. ખાસ તો પોતાના પૂર્વ લંડનના વિસ્તારમાં જર્મન બૉમ્બરોને શોધવામાં મદદરૂપ થતા હતા. આજીવન બીમાર સ્નેહી, પાડોશી અને મિત્રોને મળવા જાય. પોતે ઓળખતા હોય એવા સૌના ચહેરા પર સ્મિત લાવવાનું એમને ગમે. ખૂબ ગમે. અરે કોઈ સાવ અજાણ્યાના મોઢા પર મુસ્કાન લાવવા માટે જરૂર પડ્યે લાંબા થવામાં લેશમાત્ર ખચકાટ નહીં.

કદાચ વતનની મહેક હોય કે પુત્રી માટેનો પ્રેમ હોય, પણ છેલ્લા થોડા સમયથી લીઓનાર્ડ મેન્ડેલ દીકરી સાથે રહેવા માટે ઇઝરાયલ જતા રહ્યા હતા. હવે તેઓ જીવનસંગિની એનીને સાથે લઈ જવાની કલ્પનાથી એકદમ ખુશખુશાલ હતા. બંને ઇઝરાયલ જવાની ટિકિટ અને વિઝાની માથાકૂટભરી પ્રક્રિયા પર પૂર્ણવિરામ મૂકીને પાછાં ફરી રહ્યાં હતાં. તેઓ બમણાં આનંદમાં હતા. એક તો પત્નીની ઇઝરાયલ જવાની ઇચ્છા પૂરી થવાની, બીજો આનંદ પોતાને ખૂબ વહાલી એનીની સાથે ફરીથી રહેવાનો.

ફરીથી સુખના દરવાજા ખૂલવાની કલ્પના અને આશા સાથે લીઓનાર્ડોના વયોવૃદ્ધ હાથે ઘરનો ફ્રન્ટડોર ઉઘાડ્યો. કપડાંના ઢગલાંની વચ્ચોવચ એની પડી હતી. અગાઉ આવું ક્યારેય બન્યું નહોતું, પણ એની એટલી વ્યવસ્થિત કે લીઓનાર્ડને ફરિયાદ કરવાને બદલે ફિકર થઈ. થોડી નારાજગી સાથે

મોઢામાંથી શબ્દો નીકળી પડ્યા, 'એની સમજતી નથી. હવે પહેલાં જેવો સમય નથી. આમ હૉલની વચ્ચોવચ, કંઈ ફરશ પર આડા પડાતું હશે? દરવાજો તો વ્યવસ્થિત બંધ કરવો જોઈએ જ. બધા પર કેટકેટલો વિશ્વાસ મૂકવાનો... ક્યારેક ભારે ન પડી જાય...'

લીઓનાર્ડો ધીમા પગલે એની ભણી આગળ વધ્યા, તેઓ પ્રિય પત્નીને આજના ગુડન્યૂઝ એક ગોલ્ડન કિસ સાથે આપવા માગતા હતા. એનીની નજીક વધતાં તેમની નજરમાં કંઈક આવ્યું. પગ એકદમ જકડાઈ ગયા. આસપાસ નજર કરી તો હૉલમાં રખાયેલા ટેલિફોનના વાયર કપાયેલા હતા અને... અને... પેલી દીવાલ પર ડાઘા શેના લાગે છે? બુઢ્ઢી થયેલી આંખો ગભરાટ સાથે ભીંતની નજીક ગઈ... દેખાતું એ માનવામાં ન આવ્યું... ચશ્માં કાઢી... આંખો ચોળી... રૂમાલ કાઢીને ચશ્માં સાફ કર્યા... ધ્રૂજતા હાથે ચશ્માં પહેર્યાં અને ફરી જોયું... ના, ના... ભલે લાલ લાગે, પણ કંઈ લોહી ન હોય... ન જ હોય.

લીઓનાર્ડને કંઈક અમંગળ બની ગયાની ધાસ્તી લાગી. તેઓ એનીની પાસે ધસી ગયા. મોઢામાંથી અવાજ તો ન નીકળ્યો, પણ વૃદ્ધ હાથોથી એનીનું માથું ઊંચકીને કિસ ઑફ લાઇફ આપવાનો ભરપૂર પ્રયાસ કર્યો, પરંતુ એની રિસાઈ ગઈ હતી. આદત પ્રમાણે તેણે લીઓનાર્ડને ધક્કો મારીને મીઠો છણકો ન કર્યો, ન ચુંબનમાં સામો પ્રતિસાદ આપ્યો કે ન આંખો ખોલી.

લીઓનાર્ડનું હૃદય વધુ ઝડપે ધબકવા માંડ્યું. તેણે ધ્યાનથી જોયું તો એનીનો પાયજામો અને પીન્ક ડ્રેસિંગ ગાઉન લોહીલુહાણ હતું. લીઓનાર્ડ મેન્ડેલને પોતાનું સર્વસ્વ લૂંટાઈ ચૂક્યાની લાગણી થઈ. દુનિયા ધ્રૂજી જાય એટલી જોરદાર ચીસ પાડવી હતી, પણ બધું ગળામાં જ રોકાઈ ગયું. પોક મૂકીમૂકીને રડવું હતું, પણ ન ગળાએ સાથ આપ્યો, ન આંખે. નજીકના સોફા પર તેઓ એકદમ ફસડાઈ પડ્યા. મટકું માર્યા વગર દૂર દૂર જોઈ રહ્યા. એમને જ ખબર નહોતી કે પોતે શું જોઈ રહ્યા છે અને શા માટે? હોશહવાસ અને સાનભાન વગર બેઠા હોવા છતાં લીઓનાર્ડ મેન્ડેલ પર પોતે અનાથ, અપંગ અને એકલા પડી ગયાની લાગણી કબજો જમાવતી ગઈ.

50 વર્ષના લગ્નજીવન પર કુઠારાઘાત થયો હતો. લોહિયાળ પૂર્ણવિરામ મુકાઈ ગયો હતો. 84 વર્ષના એની મેન્ડેલે કોઈનું શું બગાડ્યું હોય કે આ રીતે તેમની હત્યા કરવાની નોબત આવી હશે?

*

નામ કેમી એડેયુલા.

એમાંય લંડનની રહેવાસી ને પાછી સત્તર વરસની ટીનએનજર.

ઉપરથી મિલિયોનર પપ્પાની એકમાત્ર પુત્રી. ધનવાનોને જ પરવડે એવી સ્કૂલમાં ભણે. આવી કિશોરી માટે કેવાં ભવ્ય સપનાં હોય? કેવી અદ્ભુત શક્યતા દેખાય? મોજમજા, જલસા, પાર્ટી, પિકનિક કે ફોરેન ટૂર... ક્યારેય કોઈ કમી ન હોય અને આ છોકરીએ ઉકાળ્યું શું? કર્યું શું? અને પહોંચી ક્યાં?

ના. ના. વાત આડે પાટે નથી ચડી ગઈ. ના, નથી ભુલાઈ લંડનના ગોલ્ડર્સ ગ્રીનમાં 84 વર્ષની એની મેન્ડેલની થયેલી ઘાતકી હત્યા કે નથી વિસરાઈ ગયો 81 વર્ષના પતિ લીઓનાર્ડ લેન્ડેલ પર થયેલો વજ્રઘાત. એની મેન્ડેલના મર્ડરની તપાસમાં પોલીસે નાઇજેરિયન વસાહતી કેમી એડેયુલાની ધરપકડ કરી.

એકદમ રમવા-માણવા-જીવવાની ઉંમરે કેમી એડેયુલાએ શા માટે એની મેન્ડેલનો જીવ લીધો? કઈ લાચારી હતી? કયાં અને કેવાં કારણો હતાં? અજાણતા હત્યા થઈ કે ભૂલમાં? ઓચિંતા બની ગયું કે ક્ષણિક આવેશમાં?

કેમી એડેયુલાની તપાસ, પૂછપરછ, કબૂલાત અને પોલીસે કરેલી જાહેરાત વધુ ચોંકાવનારી અને એકદમ સ્તબ્ધ કરી મૂકનારી નીકળી. એ જાણે 'આવ પાણા પગ પર પડ'ના પ્રેમમાં હતી. હકીકતમાં કેમી એડેયુલા ગુનાહિત ભૂતકાળ ધરાવતી હતી. ચોરીચપાટી કરવાની બંધાણી હતી. હજી થોડા સમય અગાઉ જ દુકાનમાં હાથચાલાકી કરવા બદલ એને બાળસુધાર કેન્દ્રમાં રહેવું પડ્યું હતું. એને સજા તો છ મહિનાની થઈ હતી, પણ ત્રણ મહિનાના ભોગવટા બાદ બહાર આવી ગઈ હતી.

આ મુક્તિના ચાર મહિના બાદ કેમી એડેયુલાએ વયોવૃદ્ધ એની મેન્ડેલની એકદમ પાશવી હત્યા કરી નાખી. આ મર્ડર એકદમ આયોજનબદ્ધ રીતે

કરાયું હતું. કેમી માટે એનીનું ખૂન કંઈ ખૂન નહોતું. આ તો એના આગામી ભયાનક કુકર્મનું રિહર્સલ માત્ર હતું.

જેલમાં ગાળેલા ત્રણ મહિના દરમિયાન કેમી એડેયુલાએ ખાસ્સો અભ્યાસ કર્યો હતો. હોમવર્ક કર્યું હતું અને પોતાના ભાવિ માટેની રૂપરેખા ઘડી કાઢી હતી અને ધ્યેય નિશ્ચિત કરી લીધા હતા. તેણે જેલમાં એક ડાયરી લખી હતી, 'પ્રિઝન એન્ડ આફ્ટર : મેકિંગ લાઇફ કાઉન્ટ ફ્રોમ 20 ઑગસ્ટ - 20 નવેમ્બર, 2004.'

શું હતું કેમીના આ વિઝન ડોક્યુમેન્ટમાં? એનું સપનું 30 લાખ ડૉલર કમાવાનું, પોતાની મેળે અને પોતાની માટે. કેવી રીતે આટલી બધી કમાણી કરવાની? વયોવૃદ્ધ, લાચાર, શાંત અને એકદમ ધનવાન મહિલાનું ખૂન કરીને? આ શેતાની વિઝનમાં ધનવાન વૃદ્ધ મહિલાને કેવી રીતે શોધી કાઢવી એની સવિસ્તાર માહિતી નોંધાયેલી હતી.

પોતાની ફેન્ટસીની દુનિયામાં જીવતી આ છોકરડીને ધનવાન બનવું હતું. એકદમ ફટાફટ અને ગમે તે ભોગે. આ સપનું સાકાર કરવામાં લાગણી, અનુકંપા, માનવતા કે સહાનુભૂતિ માટે લેશમાત્ર સ્થાન નહોતા. 30 લાખ ડૉલર પોતાના ઘરમાં, ગજવામાં કે બૅન્કમાં લાવવા માટે કેમી ગમે તે હદની ક્રૂરતા આચરવા તૈયાર હતી. શહેરના અપમાર્કેટ વિસ્તારમાં એકલીઅટૂલી રહેતી ધનવાન અને અશક્ત મહિલાઓને મારી નાખવાનું પરફેક્ટ પ્લાનિંગ તેણે કાગળ ઉપર ઉતાર્યું હતું. માજી પર હુમલો કરવાનો, પછી કેફી દ્રવ્યનું ઇન્જેક્શન આપીને સેફ, ક્રેડિટકાર્ડ અને બૅન્ક અકાઉન્ટના કોડ પાસવર્ડ કે પીન નંબર મેળી લેવાના. માલમત્તા પર કબજો મેળવી લીધા બાદ એના શરીરના ટુકડેટુકડા કરીને ક્યાંક ફગાવી દેવાના.

જો ધનવાન-વૃદ્ધ-એકલી મહિલાને શોધવામાં બહુ વાર લાગે કે કંટાળો આવે તો? પ્લાન બી પણ તૈયાર કર્યો.

નાણાં પડાવી લીધા બાદ પોતાના શિકાર મહિલાને કારમાં બેસાડવાની, એનું ગળું કાપી નાખવાનું, એની કારને આગ ચાંપી દેવાની અને કોઈ પહાડના ખૂણેથી ખીણમાં ધકેલી દેવાની.

આ મહિલાઓ સુધી પહોંચવું કેવી રીતે? છઠ્ઠા ધોરણની વિદ્યાર્થિનીનો

ગણવેશ પહેરવાનો, હોમવર્ક માટે પૂછપરછ કરવાને નામે ઘરમાં ઘૂસવાનું, ઘરોબો કેળવવાનો અને પછી...

જાહેરમાં પોતાની મમ્મીને પ્રેમાળ અને પ્રેરણારૂપ માનમારી કેમીએ વિઝન ડોક્યુમેન્ટમાં એને 'નકામી ડુક્કર' ગણાવી હતી. ખુદને ખૂબ ટેલેન્ટેડ, ક્રિએટિવ અને અદ્ભુત અભિનેત્રી માનતી કેમી એડેયુલા નામની ટીનએજરે જીવનના મંચ પર કેટલો ભયંકર રોલ ભજવ્યો એ જાણીને દુનિયા સ્તબ્ધ થઈ જવાની હતી.

*

વયોવૃદ્ધ છતાં સૌને મદદરૂપ થવા માટે તત્પર એની મેન્ડેલની અત્યંત ઘાતકી હત્યા બદલ ટીનએજર કેમી એડેયુલા સુધી પોલીસ પહોંચી એ આખા સમાજ માટે આઘાતરૂપ ઘટના હતી.

ત્યારબાદ બહાર આવેલી સનસનાટીભરી વિગતો મુજબ કેમી એડેયુલા ત્રણ મહિનાની જેલમાંથી છૂટ્યા બાદ શિકારની શોધ કરવા રઝળપાટ કરતી હતી. એકદમ છૂટાછવયા, શહેરથી દૂર આવેલા લખપતિઓના ઘર-બંગલોની તલાશ રહેતી હતી. યોગાનુયોગે નજર એની મેન્ડેલ પર પડી. ભૂતકાળમાં કેમી થોડો સમય એની મેન્ડેલની નજીક રહી હતી. એટલે પાડોશી હોવાને ધરમે બંને એકમેકને બરાબર ઓળખતાં હતાં. કેમી બરાબર જાણતી હતી કે એની ધનવાન છે, વૃદ્ધ છે, એકલાં છે અને પ્રતિકાર કરવા અશક્તિમાન છે. બિચારાં એનીબા તો જૂની પાડોશણ છોકરીને જોતાંવેંત ખુશખુશાલ થઈ ગયાં. પરાણે વહાલ ઊભરાઈ આવ્યું બચ્ચીને જોઈને. હા, હકીકતમાં કેમી 2002ના ફેબ્રુઆરીથી 2003ના જુલાઈ વચ્ચે એની મેન્ડેલના ટૅરેસ હોમની બાજુના ફ્લૅટમાં રહી હતી.

2006ની 27મી જૂને કેમી એડેયુલાને હત્યા બદલ અદાલતે 20 વર્ષની સજા ફરમાવી હતી. જજ રિચાર્ડ હોનેએ કેમીની જેલડાયરીને 'બ્લુ પ્રિન્ટ ફૉર મર્ડર' ગણાવતા આકરા શબ્દમાં કહ્યું હતું, 'ગુનેગાર એકદમ કઠોર, ક્રૂર અને ઠંડે કલેજાવાળી હત્યારણ છે. તેનું મુક્ત રહેવું સમાજની સલામતી માટે જોખમી છે. મને લાગે છે કે ઠંડે કલેજે હત્યા કરવાથી કેવી લાગણી થાય તેનો કેમીને અનુભવ કરવો હતો. આ અનુભવ પણ

એટલા માટે લેવો હતો કે તેના વિશે લખી શકાય. ડંફાશ મારી શકાય અને તેનું પુનરાવર્તન કરી શકાય.'

સજાની સુનાવણી થઈ ત્યારે કેમી એડેયુલા 18 વર્ષની થઈ ચૂકી હતી. સ્વાભાવિકપણે કેમી પોતે ગુનેગાર ન હોવાનું ગાણું આલાપતી રહી, પણ જ્યુરીએ દસ વિરુદ્ધ બે મતની બહુમતીથી તેને દોષિત જાહેર કરી હતી. અદાલતના ચુકાદા બાદ મિલિયોનેર વેપારી બોલા એડેયુલાએ કેમીને 'રાક્ષસ' ગણાવતા રોષ ઠાલવ્યો હતો કે હવે હું તેને મારી દીકરી માનતો નથી.

આ સાંભળીને ઘણાંને બોલા એડેયુલા માટે માન ઊપજી આવ્યું, પણ એ વધુ સમય ટકી ન રહ્યું. 'ઈવનિંગ સ્ટાન્ડર્ડ' નામના અખબારે ધડાકો કર્યો કે ખુદ પિતા બોલા પણ ગુનાહિત ભૂતકાળ ધરાવે છે અને ભૂતકાળમાં જેલની સજા પણ કાપી ચૂક્યો છે. બોલા સામે કેફી દ્રવ્યોના ધંધામાં મૂડીરોકાણ કરવાના આરોપો સાબિત થયા હતા. આ ઉપરાંત ભાડાના મામલે પણ આર્થિક ગોટાળા કરવા બદલ બોલાને પર્દાફાશ કરાયો હતો.

કેમી એડેયુલાના અપરાધ બદલ સીધી રીતે બોલાને દોષિત ન ઠેરવી શકાય, પણ એક પિતાની ભૂમિકા ભજવવામાં તે સાંગોપાંગ પાર પડ્યો નહોતો એ નિશ્ચિત છે.

હકીકતમાં તો કેમી સાથે પાંચ વર્ષથી બોલાને કોઈ સંબંધ કે બોલવાનો વ્યવહાર સુધ્ધાં નહોતો. કેમીની માતા અને ભૂતપૂર્વ પત્ની મેક સાથે સંબંધ બગડ્યા બાદ બોલાએ મા-દીકરીને એકેય ફદિયો પરખાવવાનો નનૈયો ભણી દીધો હતો. બોલા સામે મેક છૂટાછેડાના કેસમાં જીતી ગઈ હતી અને 30 લાખ પાઉન્ડ સ્ટર્લિંગ મેળવ્યા હતા, પરંતુ આ નાણાં ન જાણે એવી રીતે વેડફી નાખ્યા કે એ બેઘર થઈ ગઈ અને એક-એક પૈસાની મોહતાજ થઈ ગઈ, પરંતુ આની સીધી અસર કેમીના મન, મગજ, વર્તન, વ્યવહાર અને જબાન પર પડી જ.

બોલા એડેયુલાએ દાવો કર્યો કે મેં કેમીને મદદ કરવાના પ્રયાસ કર્યા, પણ તેણે મારું માન જાળવ્યું નહોતું. એટલું જ નહીં, કેમીને વર્તન સુધારવાની સલાહ અપાઈ તો તેણે પોતાની ટીનએજ ફ્રેન્ડ્સ સાથે મળીને પપ્પાની ઑફિસમાં રાચરચીલાની તોડફોડ કરી હતી. આ કારણસર કેમી

કંઈ પણ કરી નાખે તો પોતાને આશ્ચર્ય નહીં થાય એવું જાહેર કરનારા બોલાને એ વાતની તો સ્વપ્નેય કલ્પના નહોતી કે તે ઘાતકી હત્યા કરી નાખશે. એટલે તો એની મેન્ડેલની હત્યા કરાયેલી લાશની તસવીર છાપામાં જોઈને બોલાની આંખમાં આંસુ આવી ગયાં હતાં.

કેમીની મમ્મી સાથે છૂટાછેડા લીધા બાદ 11 વર્ષથી પોતે માતા-દીકરીના સંપર્કમાં ન હોવાની કબૂલાત કરનારા બોલાએ જાહેર કર્યું હતું કે આમ છતાં કેમીનાં નાના-નાનીને હું દીકરીનાં ખબરઅંતર પૂછવા સાથે આર્થિક મદદ પણ નિયમિતપણે મોકલતો હતો.

કેમી 16 વર્ષની થઈ ત્યારે એકવાર શેરીમાં પપ્પાની બાજુમાંથી પસાર થઈ ગઈ, પણ બંને એકમેકને ઓળખી ન શક્યા. એ તો કેમીને એના નાના-નાનીના ઘરે જોઈ ત્યારે જ બોલાને ખબર પડી કે આ છોકરી તો મારી દીકરી છે. બોલાએ તેમને રહેવા માટે ફ્લૅટ સુધ્ધાં આપ્યો હતો, પરંતુ ત્રણ મહિના રહેવા માટેની મંજૂરીની મુદત પૂરી થઈ ગયા બાદ તેમણે બોલાની સલાહ માનવાને બદલે ઘર છોડી દીધું હતું. બોલાએ કહ્યું હતું, 'મને લાગે છે કેમીને મારા માટે માન નથી, તેને કદાચ કોઈનાય માટે માન નથી.'

બોલાએ પોતાની કડવાશ કાઢતાં એક કિસ્સો કહ્યો હતો. કેમી, તેની મમ્મી અને નાના-નાની માટે બોલાએ રાખેલો ફ્લૅટ છોડીને નૉર્થ લંડનના અપમાર્ક વિસ્તાર બેલસાઇઝ સ્ક્વેરમાં મહિને 800 પાઉન્ડના ભાડાનો ફ્લૅટ રાખ્યો હતો. પોતે 'એસ્કોર્ટસ ઑન ડેટ' તરીકે અઠવાડિયે પાંચ હજાર પાઉન્ડ કમાતી હોવાનો દાવો કર્યો હતો. આ વાતને વાહિયાત ગણાવતાં બોલાએ ગુસ્સો વ્યક્ત કર્યો હતો કે, કેમી, અઠવાડિયે પાંચ હજાર તો શું, પાંચ ડૉલર કમાવાને લાયક નથી.

કેમી, તેની બહેનોને અને મિત્રોમાંથી કેટલાક દુકાનોમાંથી ચોરી કરવાના બંધાણી હતા. કેમીને વજન ઘટાડવું હતું.

કેમી એડેયુલા આપણા સૌથી બહુ દૂર હોવાનો સંતોષ માનવાની જરૂર નથી. ઝડપથી બદલાતા સમય અને સંજોગો વચ્ચે એ ક્યાંક આસપાસ હોઈ શકે, સાબદા રહેજો.

●

28

એકલતાએ કરાવી જીવતાની શોકસભા

મોબાઇલ ફોન. આ ટચૂકડા સાધને આપણી પાસેથી કેટકેટલું છીનવી લીધું? ઘડિયાળ, કૅમેરા, ડાયરી, કૅલેન્ડર, દરિયાકિનારે ટહેલવાનું, હોટેલમાં જમવા જવાનું, નાટક જોવા જવાનું, થિયેટરમાં ફિલ્મ જોવા જવાનું, બગીચામાં તાજી હવા ખાવાનું અને પોતીકાઓ. આ સાધન ભલે સાવ મારી નાખતું નથી, પણ જીવનને જીવવા જેવું રહેવા દીધું છે ખરું? અલબત્ત, એમાં વધુ વાંક આપણા સૌનો જ છે.

આ મોબાઇલ ફોનમાં વૉટ્સએપ, ફેસબૂક, ઇન્સ્ટાગ્રામ, ટ્વિટર, લિન્કડઇન, મેઈલ અને ઢગલાબંધ ઓટીટી પ્લૅટફૉર્મને લીધે માનવી સગા, સ્નેહી અને મિત્રોથી કટ-ઑફ થવા માંડ્યો છે. અમુક દિવસે, અઠવાડિયે કે મહિને દોસ્તો, સ્વજનો કે પરિચિતોને મળવા જવાની કે મોઢું બતાવવાની પ્રથા મૃતઃપ્રાય બની રહી છે.

માણસે પોતાને સાવ એકલો પાડી દીધો છે. આનાં કેટલાં ભયંકર પરિણામ આવશે એનો આપણને જરાય અંદાજ નથી. આપણે મેદસ્વિતા, હતાશા અને એકલતાને આમંત્રણ આપી રહ્યા છીએ. આ બધા શારીરિક અને માનસિક બીમારીના કળણમાં ખેંચી જશે એમાં બેમત નથી.

તાજેતરની બે ઘટના આગામી દિવસોનું ચોંકાવનારું ટ્રેલર બનીને સામે આવી છે. ડેવિડ બાર્નેટનું નામ ગૂગલ પર સર્ચ કરવાથી ખબર પડશે કે તેઓ જાણીતા યુ-ટ્યૂબર છે. થોડા સમય અગાઉ તેમની દીકરીએ સોશિયલ મીડિયામાં મૂકેલી પોસ્ટથી સ્નેહીઓ અને ઓળખીતાને એકદમ

આઘાત લાગી ગયો. શું હતું એ પોસ્ટમાં? પિતા ડેવિડ બાર્નેટને શ્રદ્ધાંજલિ આપતી પોસ્ટમાં પુત્રીએ લખ્યું હતું: "જીવન આટલું અન્યાયી કેમ છે? તમે જ શા માટે? તમે દાદા બનવાના હતા. અને હજી તો તમારી સામે આખી જિંદગી પડી હતી. આઇ લવ યુ, વી લવ યુ. અમે તમને ક્યારેય ભૂલી નહીં શકીએ."

પછી 45 વર્ષના ડેવિડ બાર્નેટની અંતિમવિધિ વીક એન્ડમાં યોજાઈ ત્યારે અનેક મિત્રો અને કૌટુંબિક સભ્યો કાળાં વસ્ત્રોમાં આખરી અલવિદા કહેવા પહોંચી ગયા હતા. સૌ શોકાતુર ચહેરે અને ભીની આંખે અંતિમવિધિ શરૂ થવાની રાહ જોઈ રહ્યા હતા, ત્યાં એકદમ આશ્ચર્ય સર્જાઈ ગયું.

એક હેલિકૉપ્ટરમાંથી 'મૃત' ડેવિડ બાર્નેટ કૅમેરા ટીમ સાથે ઊતર્યો. તેમણે બધા શોકાતુરને આવકાર્યા, 'મારી અંતિમવિધિમાં આપ સૌનું સ્વાગત છે.' મરેલા માનેલા દોસ્તને જીવતો જોઈને ઘણાએ દોડીને એને છાતીસરસો ચાંપ્યો. અમુક લોકો એટલા હતપ્રભ થઈ ગયા હતા કે શું કરવું કે બોલવું એ જ સમજાતું નહોતું. અમુકના ભવાં ચડી ગયાં કે મોતના નામે અમારી સાથે આવી ક્રૂર રમત, અમારા સમયનો આવો વેડફાટ?

જોકે ડેવિડ બાર્નેટે હકીકત જણાવી ત્યારે બધા વિચારમાં પડી ગયા. આવું આત્યંતિક પગલું ભરવાના કારણમાં ડેવિડે વ્યક્ત કરેલી વેદના કંઈક આવી હતી, 'મારા પરિવારમાં જે કંઈ જોતો હતો એનાથી મારી લાગણીને ઠેસ પહોંચતી હતી. મને કોઈ સમારંભમાં આમંત્રણ અપાતું નહોતું. મને કોઈ મળવા આવતું નહોતું. આપણે એકમેકથી વિખૂટા પડી ગયા છીએ. આપણે એકમેકને આવકારતા નથી. પ્રશંસા કરતા નથી. આથી મારે બધાને જીવનભર યાદ રહી જાય એવો પાઠ ભણાવવો હતો કે કોઈકને મળવા જવા માટે એના મોત સુધી રાહ જોવાની જરૂર નથી.'

જોકે આ ઘટના બાદ 16,50,000 ફોલોઅર ધરાવતા ડેવિડ બાર્નેટને મળવા માટે ઘણાં સગાંસંબંધી આવી ગયા. જે ન આવી શક્યા તેમણે બહુ જલદી મળવાનું વચન આપ્યું. ક્યારેક સમય કાઢીને જોવાની જરૂર છે કે આપણે ડેવિડ બાર્નેટ બની ગયા છીએ? કે આપણી આસપાસ કોણ-કોણ અને કેટલા ડેવિડ બાર્નેટ છે?

ડેવિડ બાર્નેટે તો જીવનનાં ઘણાં વર્ષો કાઢ્યાં હતાં, પણ નાનાં-નાનાં બચ્ચાંઓ પણ માની ન શકાય એટલાં બધાં એકલાંઅટૂલાં પડી ગયાં છે. અમેરિકાના મિશિગનમાં રહેતા છ વર્ષના બાળકે શું કર્યું એ જાણો છો? તેણે ઑનલાઇન ઑર્ડર આપ્યો, ખાવા-પીવાની વાનગીઓનો. કેટલી રકમનો? પૂરા 1000 ડૉલરનો ભારતીય રૂપિયામાં લગભગ 84-85 હજારનો.

કોથ સ્ટોન ચાઉસ અને છ વર્ષના દીકરો મેસન મસ્ત ટાઇમપાસ કરી રહ્યા હતા. મેસને પપ્પાની મંજૂરીથી અડધો કલાક રમવા માટે એમનો મોબાઇલ ફોન લીધો. કાંઈ રમવાને બદલે તેણે ઑનલાઇન ફૂડ ઑર્ડર કરી દીધું. પછી ડાહ્યાડમરો થઈને સૂવા જતો રહ્યો. ત્યારે પપ્પાને નવાઈ લાગી. પરંતુ એક પછી એક ડિલિવરી બોય ફૂડ આઇટમ આપવા આવવા માંડ્યા ત્યારે ડેડીશ્રીને આઘાત લાગ્યો. કીથને સમજાતું નહોતું કે ગુસ્સે થવું કે હસવું?

પરંતુ આ બહુ જોખમી છે. નાની ઉંમરના છોકરાને મોબાઇલ ફોન આપે, તો એ ગમે તે ઑર્ડર કરી શકે. ઑનલાઇન માર્કેટમાંથી એની ઉંમર માટે અયોગ્ય ચીજવસ્તુથી લઈને ડાર્ક વેબ પરથી રિવૉલ્વર, આર.ડી. એક્સ, હાથબૉમ્બ કે ડ્રગ્સ મંગાવી લે તો વાંક કોનો?

આ બધાં ટ્રેલર ખૂબ ડરામણાં છે. એને ફૂલ ફલેજ્ડ ફિલ્મ બનતા આપણે જ રોકી શકીએ. એ કરવાનો સમય છે કે તમે પણ મોબાઇલ ફોનમાં વ્યસ્ત છો?

●

29

ટ્રાફિક જામનો જવાબ બનશે ડ્રોન ટૅક્સી

પોતાની કાર હોય કે ભાડાની ટેક્સી, મુંબઈ સહિતનાં મહાનગરોમાં રોડ ટ્રાવેલ એટલે માથાનો દુખાવો. ટ્રાફિક એટલો ભયંકર હોય કે સમય, પૈસા, પેટ્રોલ અને માનસિક શાંતિની બરબાદી. વધતી વસતિ સાથે હરીફાઈ કરતા વાહનોના ટ્રાફિક જામનો ઉકેલ ગમે તેટલા વધુ રસ્તા, પુલ કે અન્ડરગ્રાઉન્ડ રોડ બનાવવાથી આવે તેવું લાગતું નથી. અલબત્ત, આ સમસ્યા આપણા મુંબઈ, અમદાવાદ, દિલ્હી, કોલકત્તા કે ચેન્નાઈની નથી, દુનિયામાં સર્વત્ર આ જ બૂમાબૂમ ચાલે છે.

રોડ ટ્રાફિકને ટાળવા માટે મેટ્રો રેલવે, મોનો રેલ, બુલેટ ટ્રેન, ટ્રામ ટ્રેન, રેક રેલવે વગેરે પ્રયોગો થયા છે. આમાંથી મોટાભાગના સફળ થયા છે, પણ ટ્રાફિકની સમસ્યા તો ભ્રષ્ટાચાર અને મોંઘવારીની જેમ અણનમ છે, અડીખમ છે. રસ્તા પર વાહનવ્યવહારની ગીચતા ઓછી કરવા માટે જળ વાહનવ્યવહારમાં વધારો કરાય છે, સાથોસાથ આકાશ પર પણ નજર મંડાય છે.

વિમાન, હેલિકૉપ્ટર બાદ ઊડતી મોટરનો વિચાર હેનરી ફૉર્ડે છેક આઠ દાયકા અગાઉ રજૂ કર્યો હતો. ત્યાર બાદ આ દિશામાં વિશ્વભરના આગેવાન દેશોએ ખૂબ પ્રયોગો કર્યા. ક્યાંક નિષ્ફળતા મળી, ક્યાંક મોતનો સામનો કરવો પડ્યો ને અમુકમાં સફળતાય મળી. ઊડતી મોટર કે હવાઈ ટૅક્સી વરસોથી ઊડું ઊડું કરે છે, પણ હજી એનો ધંધાદારી ઉપયોગ શરૂ થયો નથી.

દુનિયાની જરૂરિયાત અને ટેક્નિકલ પ્રગતિ એટલી ગતિએ થઈ રહી છે કે હવે કદાચ ફ્લાઇંગ કારને બદલે ડ્રોન ટેક્સી પહેલાં કાર્યરત થઈ જાય તો નવાઈ નહીં.

અલબત્ત, ડ્રોન મોટર, ડ્રોન કાર કે ડ્રોન ટૅક્સી નવી સંકલ્પના નથી. એક દાયકાથી ભારત સહિત જગતભરમાં ડ્રોન કાર માટે સંશોધન અને પ્રયોગ થયા કરે છે. 2023ના જ જૂન મહિનામાં ઇઝરાયલના વાહનવ્યવહાર પ્રધાન મિરિ રેગોવે દાવો કર્યો છે ટ્રાફિક સમસ્યાનો ઉકેલ શોધ્યાનો. આ માટે ડ્રોન ટૅક્સીનો ઇઝરાયલે કરેલો પ્રયોગ દુનિયામાં પહેલો સફળ પ્રયોગ ગણાય છે.

થોડું વિગતવાર સમજીએ. ડ્રોન ટૅક્સી એટલે ઊડતું વાહન અને એ પણ ડ્રાઇવરરહિત. પહેલી નજરે આ વ્યવસ્થા ગમે. ડ્રાઇવર કોઈ પણ સમયે ગમે ત્યાં જવાનો ઇનકાર ન કરી શકે. મહિલા પ્રવાસીની છેડતીની શક્યતાનો છેદ ઊડી જાય અને કટોકટીમાં વધુ પડતા પૈસા પડાવવાની ઠગી ન થઈ શકે. આ તો મધમીઠી શક્યતા થઈ, જે આપણા મનને તરંગિત કરી નાખે છે.

વાસ્તવિકતા શું છે? 2019માં ઇઝરાયલના ડ્રોન ઇનિશિએટિવ દ્વારા શરૂ કરાયેલો પ્રયોગ છેક 2023માં સફળતાપૂર્વક હાથ ધરાયો. જમીન કે કોઈ પણ સપાટ સ્થળથી ટેક ઑફ કરી શકતી ડ્રોન ટૅક્સીની ક્ષમતા ૨૨૦ કિલો સુધી વજન વહન કરવાની છે. આમાં વધુમાં બે પ્રવાસી બેસી એટલે કે ઊડી શકે છે.

અલબત્ત, રોડ ટૅક્સી માટે અપાય છે, એવા રોડ, લાઇસન્સ અને પરમિટ માત્રથી ડ્રોન ટૅક્સી નહીં ઊડે. આકાશમાં એક ડ્રોન ટૅક્સી બીજા સાથે ન અથડાય એ માટે અલાયદી વ્યવસ્થા કરવી પડશે. આ ડ્રોન ટૅક્સીનું સંચાલન તો જમીન પરના કંટ્રોલ સેન્ટરમાંથી જ થશે, એવું માનવું રહ્યું.

માત્ર 22,145 ચોરસ કિલોમીટર અને એક કરોડથી ઓછી વસતિ ધરાવતા ઇઝરાયલે કરેલી આ પ્રગતિ નોંધપાત્ર અને ક્રાંતિકારી છે. ઇઝરાયલે ડ્રોન ટૅક્સી માટે અલાયદો એરિયલ રૂટ બનાવ્યો છે, જેના પર એક જ સમયે એકસાથે અનેક ડ્રોન ઉડ્ડયન કરી શકશે. માત્ર પહેલા પ્રયોગમાં

સફળતાથી ઇઝરાયલ સંતોષ પામીને બેસી રહેવાનું નથી. આવતાં બે વર્ષ સુધી ઇઝરાયલના અલગ અલગ સ્થળે દર મહિને એક અઠવાડિયું આવી ડ્રોન ટેક્સી ઉડાડાશે. હાલ તો આ ડ્રોન ટેક્સીની ક્ષમતા એકસાથે 160 કિલોમીટરનું અંતર કાપવાની છે.

મુંબઈગરાની સમજ માટે કહી શકાય કે આટલા અંતરમાં બોરીવલીથી ચર્ચગેટ અને ચર્ચગેટથી બોરીવલી એમ બે રિટર્ન મુસાફરી થઈ શકે. ડ્રોન ટેક્સીના પ્રથમ જાહેર ઉડ્ડયન અગાઉ ઇઝરાયલે પૂરા 19 હજાર પ્રયોગ કર્યા હતા. આ ટેક્સી દ્વારા મુસાફરો ઉપરાંત જરૂરી દવા અને માલસામાનની ઝડપી હેરફેર પણ આસાન બનશે. જરૂર પડ્યે ગંભીર દર્દીને કટોકટીના સમયે હૉસ્પિટલ સુધી ઝડપભેર પહોંચાડી શકશે.

ઇઝરાયલને ઘરઆંગણે ડ્રોન ટેક્સીનો ઉપયોગ તો કરવો જ છે, પણ સાથોસાથ જેટ ઝડપે ધસમસતી ડ્રોન માર્કેટ અને ખાસ તો ડ્રોન ટેક્સીની આંતરરાષ્ટ્રીય માર્કેટમાં કિંગ બનવા તત્પર છે.

અલબત્ત, ડ્રોન ટેક્સીની જાગતિક બજારમાં ઇઝરાયલે મોટી અને આકરી સ્પર્ધા કરવી પડશે. ચીન, ફ્રાંસ, બ્રિટન અને અમેરિકા સહિતના ઘણા દેશો આ ક્ષેત્રે પોતાનો એક્કો ઉતારવા તલપાપડ થઈ રહ્યા છે. ગયા વર્ષે પેરિસના આકાશમાં ડ્રોન ટેક્સીઓ ઘણી દેખાઈ હતી. આવતા વર્ષે એટલે કે 2024માં પેરિસમાં ઑલિમ્પિક રમતોત્સવનું આયોજન થાય ત્યારે ઍર ટેક્સી સાથે ઇલેક્ટ્રિક હેલિકૉપ્ટર શરૂ કરવાની ફ્રાંસની ગણતરી છે.

આ તો થઈ ડ્રોન ટેક્સીના સફળ પ્રયોગો અને એના ફાયદાની વાતો. એમાંય જોખમ ઓછાં નથી. જો ડ્રોન ટેક્સી આવે તો ધનવાનો પોતાની માલિકીની ડ્રોન કાર વહેલામોડા ખરીદી જ શકવાના. આ બધામાં આતંકવાદી તત્ત્વોને ભાંગફોડિયા પ્રવૃત્તિ માટે મોકળું મેદાન ન મળી જાય એની ખાસ તકેદારી રાખવી પડશે.

દુનિયાભરમાં કદાચ આઠ-દસ વર્ષમાં ડ્રોન ટેક્સી ઊડતી થઈ જવાની આશા છે, પણ ભારતમાં કેવોક સિનારિયો છે? ભારતમાં ડ્રોન ઉદ્યોગ ઝડપભેર વિકસી રહ્યો છે. બે વર્ષમાં આ ઉદ્યોગ રૂપિયા પંદર હજાર કરોડનો થઈ જશે. ગયા વર્ષના મે મહિનામાં નવી દિલ્હીમાં ડ્રોન ફેસ્ટિવલ

યોજાયો હતો, જેમાં પૅસેન્જર ડ્રોનના નમૂના રજૂ કરાયા હતા. બે પ્રવાસીને સમાવવાની કેપિસિટી ધરાવતી ડ્રોન ટૅક્સી આ વર્ષના અંત સુધીમાં બની જશે અને આવતા વર્ષે અર્થાત્ 2024માં ભારત દ્વારા તેનું પ્રાયોગિક ઉડ્ડયન હાથ ધરાવાની ગણતરી છે.

ડ્રોન ઇન્ડસ્ટ્રીના નિષ્ણાતોના મત મુજબ ચોક્કસપણે આપણા આકાશમાં ડ્રોન કાર ઊડતી દેખાશે. સ્વદેશી ઉત્પાદનના આરંભ અગાઉ પણ ભારતમાં ડ્રોન કારની આયાતથી ટૅક્સીઓ ઊડતી થઈ શકે છે, પરંતુ હજી આપણે ત્યાં લગ્નમાં ફોટોગ્રાફી સિવાય ડ્રોનનો ઉપયોગ ભાગ્યે જ ક્યાંય દેખાય છે. ગીચ વસતિ, વધતાં બહુમાળી મકાનો અને જ્યાં-ત્યાં સંવેદનશીલ સંરક્ષણલક્ષી બાંધકામને લીધે આપણે ક્યાં, કેટલા વિસ્તારમાં ડ્રોન વાહન માટે સ્કાય રૂટ ફાળવી શકીશું?

સૌથી મહત્ત્વનો પ્રશ્ન એ છે કે શું ડ્રોન વાહન આમ માનવીને પરવડી શકશે કે એ ધનવાનોની જ મોનોપોલી બનીને રહી જશે? જોકે આજે મુંબઈ, દિલ્હીમાં મેટ્રો રેલના વધતા ઉપયોગ અને લોકપ્રિયતા જોઈને ડ્રોન ટૅક્સી માટે પૉઝિટિવ આશા જાગે છે.

●

30

લશ્કરમાં બકરાઓને હોદ્દા, માનપાન અને બઢતી

વિજ્ઞાનની પ્રગતિના આપણે સાક્ષી છીએ. એના લાભાલાભ પણ મેળવીએ છીએ. સગવડો વધી છે અને એની ઘણી આડઅસરો પણ થઈ રહી છે. અમુક માઠાં પરિણામ ભવિષ્યમાં જોવા મળશે.

જો કે વિજ્ઞાન અને તર્કથી પર એવું ઘણુંબધું બને છે. માત્ર ભારતમાં જ નહીં, દેશભરમાં એવી ઘટના આકાર લે છે કે પહેલાં તો ટાઢા પહોરનું ગપ્પું લાગે કાં મસાલેદાર ગોસિપ. એમાં ભારતીય લશ્કરના ઉલ્લેખ સાથે જ ગંભીરતા અને વિશ્વસનીયતાનું તત્ત્વ તરત ઉમેરાઈ જાય તો?

લશ્કર અને જવાનો માટે આપણા મનમાં અનહદ માન હોય એ સ્વાભાવિક છે અને જરૂરી પણ છે. આની વચ્ચે તમે કલ્પના કરી શકો ખરા કે કોઈ ચોપગા અને અબોલ પ્રાણીને ભારતીય લશ્કરમાં હોદ્દો અને અન્ય સૈનિકો જેવા માનપાન મળે? માનવામાં ભલે ન આવે, પણ એ હકીકત છે, સૂરજના ઊગવા અને આથમવા જેવી.

છેક 1965થી મસ્તાના નામનો બકરો ભારતીય લશ્કરમાં હવાલદાર છે. ઘણાના મનમાં સવાલ ફૂંફાડા મારશે કે બકરાની ઉંમર તો 18 વર્ષની હોય જ ક્યાંથી? મજાક રહેવા દો. આ સવાલનો તર્કબદ્ધ અને સડસડાટ ગળે ઊતરી જાય એવો જવાબ આગળ મળવાનો છે. જવાંમર્દી સાથે ભિડાયેલી મુઠ્ઠીમાં મોતને હરપળ સાથે રાખતા જવાંમર્દોના દિલમાંય લાગણી હોય છે, પરિવારની ફિકર હોય છે. મા-બાપ-પત્ની-ભાઈ-બહેન-દીકરા-દીકરીનો

વિરહ અને કાળજી હોય છે. સતત હુમલા, ગોળી, તોપ, સુરંગ અને જોખમના વિચારો વચ્ચે ઘરથી હજારો માઈલ દૂર આપણા માટે ઝઝૂમતા દેશના સૈનિક ભાઈઓમાં ભારોભાર દયાભાવ અને કદરદાની હોય છે. એનું ચોપગુ બેં-બેં કરતું ઉદાહરણ છે આ મસ્તાના!

1965માં પાકિસ્તાન સાથેના યુદ્ધમાં ભારતની એક બટાલિયન સુરંગ બિછાવેલા વિસ્તારમાં સપડાઈ ગઈ. આવા સંકટ સમયે ભલભલાની શ્રદ્ધા જાગે અને આસ્થા સાંભરે. આપણા જવાનોએ સ્થાનિક દેવી જ્વાલાદેવી-અગ્નિની દેવીની પ્રાર્થના કરી. અચાનક ન જાણે ક્યાંથી આ સુરંગવાળા વિસ્તારમાં એક બકરો ઊગી નીકળ્યો કે છોડની જેમ ફૂટી નીકળ્યો. સૌને એકદમ નવાઈ લાગી, પરંતુ આ બકરો આગળ ચાલવા માંડ્યો. એને કંઈ નુકસાન ન થયું એ જોઈને જવાનો પણ એને પગલે-પગલે ચાલવા માંડ્યા. આ બકરાની પાછળ ચાલીને બધા જવાન જમીનમાં દાટેલી સુરંગનો શિકાર બનવામાંથી બચી ગયા. જવાનોને લાગ્યું કે જરૂર આ બકરો જ્વાલાદેવીનો દૂત છે, જે આપણને બચાવવા આવ્યો હતો.

ભારતીય જવાનોએ આ બકરાને નામ આપ્યું મસ્તાના, એને હવાલદારનો હોદ્દો જ નહીં અને લશ્કરી માનપાન પણ આપ્યાં. મૂળ મસ્તાના અવસાન પામ્યા બાદ તેઓ અન્ય બકરો લાવ્યા અને એનેય એ જ નામ અને માનપાન આપ્યાં. આ પરંપરા આજ સુધી ચાલી રહી છે.

આવું જ એક નામ છે સતવીર, જે છ દાયકાથી ભારતીય લશ્કરમાં સેવારત છે. ભારતીય લશ્કરની સાતમી કુમાઉ રેજિમેન્ટના સતવીરની હાજરી પાછળ પણ રસપ્રદ ઘટના છે. ઇન્ડો-તિબેટ સરહદના ઊંચાઈવાળા વિસ્તારમાંથી નાની ઉંમરનો બકરો રેજિમેન્ટમાં સામેલ થયો હતો. ૧૯૬૩માં આ રેજિમેન્ટની લૉંગ રેન્જ પેટ્રોલ (એલ.આર.પી.) ટુકડી એકદમ ઊંચાઈ પર ગઈ હતી. એકદમ સીધા પર્વતથી નીચે ઊતરવાનું એકદમ જોખમી હતું. એ સમયે એક બકરો એકદમ સ્વસ્થતાથી નીચે ઊતરતો હતો. એનું અનુકરણ કરીને જવાનો સલામતપણે નીચે આવી ગયા પછી રેજિમેન્ટે આ બકરાને દત્તક લઈ લીધો.

એટલું જ નહીં, એના નામકરણ માટે એક સમિતિ બનાવાઈ. પછી એને

નામ અપાયું સતવીર. આ નામના સ્પેલિંગમાં સાતમી કુમાઉ બટાલિયન, એના ધ્યેય, કમાન્ડિંગ ઑફિસર અને ત્રણ બહાદુરોના નામના પ્રથમ અક્ષર સામેલ છે. 1965માં સતવીરે રેજિમેન્ટમાં નાઈક તરીકે સૈનિકની સેવા શરૂ કરી. 1971માં એને હવાલદાર બનાવાયો. આ સતવીરને લશ્કરના બધા કાર્યક્રમમાં સામેલ કરાય અને જવાન તરીકેના બધાં માનપાન મળે. ઉંમરવાન થતાં એને માનભેર નિવૃત્તિ અપાય. એના સ્થાને નવા સતવીરને રેજિમેન્ટમાં સ્થાન મળે. માનવ અફસર અને સૈનિકો આવનજાવન કરતા રહેશે, પણ સતવીર તો સાતમી કુમાઉ રેજિમેન્ટમાં કાયમ રહેવાનો.

હવે એકદમ અલગ કિસ્સો જોઈએ, હવાલદાર મુન્નાનો. મિલિટરી મેડિકલ કોરની સેરેમની પરેડમાં એક બકરો ભાગ લે છે, જેનું નામ હવાલદાર મુન્ના છે. ઇતિહાસ મુજબ 1951ની 16મી એપ્રિલે ગ્વાલિયરના મહારાજા જીવાજીરાવ સિંધિયાએ લશ્કરને એક બકરો ભેટ આપ્યો હતો. આ બકરાનો સમાવેશ સેનાની બ્રિગેડમાં કરાયો. એને નામ અપાયું મુન્નો. આ પ્રજાતિના બકરાની સરેરાશ ઉંમર બાર વર્ષની મનાય છે. ત્યાર બાદ બાડમેરથી નવો મુન્નો લઈ અવાય. જુનિયર કમિશન્ડ ઑફિસરનો હોદ્દો ધરાવતા મુન્નાનો પગાર તો નથી, પણ અન્ય જવાનો જેવી બધી સુવિધા-સવલત એને મળે છે.

અને મીઠુ નામના ચોપગાની વાત સૌથી દિવ્યસ્પર્શી છે. આ બકરાને રેશનના ભાગરૂપે મોકલાયો હતો. ટૂંકમાં, તેણે જીવતા કપાઈ જઈને જવાનોની પેટપૂજાનો હિસ્સો બનવાનું હતું. પરંતુ ‘રામ રાખે તેને કોણ ચાખે’નો પરચો અહીં જોવા મળ્યો. એ રસોડા સુધી પહોંચે એ અગાઉ શ્વાને બચકું ભર્યું. હવે એ સાજો ન થાય ત્યાં સુધી એને ન ખવાય. પછી સારવાર દરમિયાન એ અચુક લશ્કરના એક-એક કાર્યક્રમ સ્થળે પહોંચી જાય અને જવાનો પરેડ કરે ત્યારે પાછળ પાછળ દોડે. ધીરે-ધીરે જવાનો આ ચોપગાના પ્રેમમાં પડવા માંડ્યા. એને મારી નાખવાનો, ખાવાનો વિચાર જ હવામાં ઓગળી ગયો.

એને નામ અપાયું મીઠું. આ સાથે જ એને લશ્કરના બૅન્ડનો સભ્ય બનાવી દેવાયો. એના માટે જાઝ યુનિફૉર્મ સિવડાવાયા. એના માટે જાઝ

ટીમમાં વિશેષ સ્થાન ઊભું કરાયું! એના પગમાં ઘૂંઘરુ પહેરાવાયાં. થોડી તાલીમ બાદ એ જરૂર હોય ત્યાં યોગ્ય સમયે જ હલનચલન કરીને ડ્રમ સાથે ઘૂંઘરુના અવાજ કરતો હતો.

લાંબો સમય સંતાનોથી દૂર રહેનારા જવાનોએ એને પ્રેમ, વ્હાલ આપ્યાં. આયખું પૂરું થતા માનદ હવાલદાર મીઠુ સ્વર્ગે સિધાવ્યા ત્યારે લશ્કરી માનપાન સાથે અંતિમ વિદાય અપાઈ.

વર્દીધારી જવાનોનાં દિલ કેટલાં મોટાં અને કેવા સંવેદનશીલ હોય છે એ આ બધાથી સાબિત નથી થતું?

●

31

‘થ્રી ઇડિયટ્સ’ જેવી રિયલ લાઇફ સ્કૂલ

બહુ ઓછી ફિલ્મ લાંબા સમયનો પ્રભાવ, મગજ, હૃદય અને સમાજ પર છોડી જતી હોય છે. આવી એક ફિલ્મ એટલે 2009ની ફિલ્મ ‘થ્રી ઇડિયટ્સ’. આપણી બોજારૂપ શિક્ષણપદ્ધતિને ભાંડતી અને વૈકલ્પિક શક્યતા ભણી આંગળી ચીંધતો નાયક રણછોડદાસ ચાંચડ ઉર્ફે ‘રાંચો’ રાતોરાત યુવાનોમાં પ્રિય થઈ ગયો હતો.

ઓડિસાના 24 વર્ષીય યુવાન અનિલ પ્રધાને ‘થ્રી ઇડિયટસ’ જેવી સ્કૂલ પોતાના ગામમાં બનાવી. મેડિકલ, એન્જિનિયરિંગ અને સાયન્સના ગાડરિયા પ્રવાહ સામે લાલબત્તી ધરતી આમીર ખાનની ફિલ્મે ઘણાની આંખ ઉઘાડી હતી. લગભગ આવી જ સ્કૂલ કટકથી 12 કિલોમીટરના અંતરે બની છે. અહીં એક ટાપુઓના સમૂહ પર થોડાં ગામ છે, જે ‘42 મોઉજા’ તરીકે ઓળખાય છે. અહીંના બાળકો માટે અનિલ પ્રધાન કોઈ આમિર ખાન કે ‘રાંચો’થી કમ નથી. અનિલે પોતાના ગામમાં એક અનોખી સ્કૂલ શરૂ કરી છે, ‘ઇન્ટરનેશનલ પબ્લિક સ્કૂલ ફૉર રૂરલ ઇનોવેશન’. આ સ્કૂલમાં અનોખું ભણતર મળે અને એ પણ સાવ મફતમાં. અહીં બાળકોને ટેક્નિક અને સંશોધન શીખવાડાય છે. અહીં ભણતર માત્ર ગોખણપટ્ટી કે માર્ક્સ મેળવવાનું સાધન નથી, પણ રોજબરોજના જીવનમાં ઉપયોગમાં લેવાનું સાધન છે.

અનિલે આ સ્કૂલ ખોલી એનું કારણ બાળપણના અનુભવો છે. એને સ્કૂલે પહોંચવામાં ખૂબ તકલીફ પડતી હતી, પરંતુ સી.આર.પી.એફ.માં

કામ કરતા પપ્પા અને શિક્ષિકા માતા દીકરાના શિક્ષણ અંગે એકદમ સજાગ. એ સમયે અનિલે ગામથી 12 કિલોમીટર દૂર ભણવા જવું પડતું. એ સાઇકલ પર જાય. ઘણીવાર સાઇકલ બગડે એટલે તકલીફ પડે, પણ એ નવા રસ્તા-ઉપાય શોધી લે. એનીય જાણ બહાર ઘરગથ્થું ઉપાયો અને નિતનવા પ્રયોગ માટેનો પ્રેમ મનમાં ઘર કરતો ગયો.

સ્કૂલનું ભણતર પતાવ્યા બાદ અનિલે સિવિલ એન્જિનિયરિંગ કર્યું. અહીં ડિગ્રીના ભણતર સાથે રોબોટિક્સ સોસાયટીમાં સક્રિય થયો અને ઘણા પ્રોજેક્ટ્સમાં ભાગ લીધો. આ ઉપરાંત યુનિવર્સિટીની સ્ટુડન્ટ સેટેલાઇટ ટીમમાં જોડાયો. આ ટીમે હીરાકુંડ બંધને મોનિટર કરવા માટે એક સેટેલાઇટ બનાવ્યો. પોતાની ટીમ સાથે તેમણે એવો રોબો બનાવ્યો કે જે વીજળીના થાંભલા પર ચડીને વાયરનું સમારકામ કરી શકે. કૉલેજના મિત્રોએ અનિલનો આત્મવિશ્વાસ વધાર્યો. મહેનત કરીએ તો કંઈ પણ અશક્ય નથી એવું મનમાં ઠસી ગયું. માત્ર સિવિલ એન્જિનિયરિંગ કરવાને બદલે અનિલ સાથે સાથે મેકેનિકલ, ઇલેક્ટ્રોનિક્સ અને પ્રોગ્રામિંગ પણ શીખ્યો. યુનિવર્સિટીમાં જ તેણે એક એવું સાધન વિકસાવ્યું કે જેની મદદથી ઘર અને કારખાનાની વીજળીની વપરાશ 60 ટકા ઘટી શકે. આ સાધનને ખૂબ માન્યતા અને સ્વીકૃતિ મળી. અનિલને આ બધા પ્રયોગ અને શોધ બદલ ઘણાં માન-અકરામ પણ મળ્યાં.

જીવનમાં પોતે કરેલી પ્રગતિનું શ્રેય માતા-પિતાને આપનારો અનિલ કહે છે કે, ગામમાં સ્કૂલ ખોલવાની પ્રેરણા મમ્મીએ જ આપી. એમના જીવનના સંઘર્ષ જોઈને મને સામાન્ય માનવીઓ માટે કંઈક કરવાની ઇચ્છા જાગી. ભણતર અને અનેક સિદ્ધિ બાદ અનિલ માટે મલાઈદાર વિકલ્પો ઘણા હતા, પરંતુ એ તો ગામ પાછો આવી ગયો.

મમ્મીના સૂચન બાદ તેણે નક્કી કર્યું કે ગામમાં જ રૂરલ ઇનોવેશન માટે સેન્ટર ઊભું કરવું. પોતે ગામમાં જ ભણ્યો-ઊછર્યો અને સ્કૂલ માટે ઘણું દૂર જવું પડતું હતું, પરંતુ હવે અનિલને થયું કે ભણતર કે સારા શિક્ષણ માટે કોઈ બાળકે શા માટે દૂર જવું જોઈએ? આ બધી સગવડ ગામમાં જ મળવી જોઈએ.

એ મક્કમપણે માનતો કે સ્કૂલમાં જે કંઈ ભણાવાય છે એ બાળકોને અભ્યાસક્રમના બોજ હેઠળ કચડી નાખે છે. આનાથી તેમની સર્જનાત્મક કાબેલિયત કુંઠિત થઈ જાય છે. અનિલને એવા બાળકો તૈયાર કરવા હતા જે સમસ્યા વિશે નહીં, ઉકેલ-સમાધાન વિશે વિચારે. આ રૂરલ સેન્ટરનો વિચાર તેણે સૌ પ્રથમ મમ્મી સુનિતા સામે મૂક્યો, જે એક સમયે સ્કૂલમાં પ્રિન્સિપાલ હતાં. પોતાના અનુભવને આધારે તેમણે દીકરાને સમજાવ્યું કે કયા કયા મુદ્દા પર ધ્યાન આપવું જોઈએ. ત્યાંનો સિલેબસ ઘડવામાંય મમ્મીએ મદદ કરી.

આરંભિક ભંડોળ માતા-પિતાની મદદથી અને સ્કૉલરશિપ-ઍવૉર્ડ્સની રકમમાંથી મળી રહ્યું. 2017માં પરિવારની માલિકીની અઢી એકર જમીન પર સ્કૂલનું કામકાજ શરૂ થયું. પ્રિન્સિપાલ તરીકેની જવાબદારી મમ્મીએ સંભાળી. વિજ્ઞાન, ઉદ્યોગ અને ઍપ બનાવવામાં રસ ધરાવનારા વિદ્યાર્થીઓને તૈયાર કરવાની નેમ હતી, પણ આમાં સમસ્યા અનેક હતી. સરકારી સ્કૂલમાં બાળકોને જમવાનું અપાતું હતું, જે અનિલને પરવડે એમ નહોતું. છતાં ડાયેટ ચાર્ટ બનાવાયા અને બાળકોને ટિફિન પણ અપાય કે જેથી તેઓ આરોગ્યપ્રદ ખોરાક ઘરેથી લાવી શકે.

આ સ્કૂલમાં વિજ્ઞાન, ઉદ્યોગ અને ઍપ જેવા માધ્યમોથી વાસ્તવિક સમસ્યાઓના ઉકેલ પર ધ્યાન અપાય છે. બાળકોને જરાય ખટકે નહીં કે બોજરૂપ ન લાગે એવી નવી શિક્ષણપદ્ધતિ અપનાવાઈ છે. જટિલ વિષયો સરળ અને રચનાત્મક શૈલીથી શીખવાડાય છે. દરેક બાળક માટે એકસરખું શિક્ષણ નથી. જેમ દરેક બાળક અલગ છે અને અલગ સિદ્ધ કરવાની ક્ષમતા ધરાવે છે એમ જ અલગ-અલગ વસ્તુ શીખવવાની વ્યવસ્થા છે. વિવિધ પ્રયોગોનો એક સેટ તૈયાર કરાયો છે, જે બાળકની કોઈ વિશેષ ક્ષેત્રની ક્ષમતાને સમજવામાં મદદરૂપ થાય. અહીં કોઈ પરીક્ષા લેવાતી નથી. વિદ્યાર્થીઓને સવાલ પૂછીને એક ચાર્ટ તૈયાર થાય જેનાથી એમના શૈક્ષણિક સ્તરમાં વધ-ઘટનો અંદાજો મળે.

શરૂઆતમાં તો માતા-પિતા પોતાનાં બાળકોને આ સ્કૂલમાંય મોકલવા તૈયાર નહોતાં. માંડ ત્રણ વિદ્યાર્થીથી સ્કૂલના શ્રીગણેશ થયા. હાલ અહીં

પ્રિ-નર્સરીથી છઠ્ઠા ધોરણમાં 250થી વધુ બાળકો છે. આ ભગીરથ કાર્યમાં અન્ય લોકોય નાની-નાની મદદ કરે છે, પણ રાજ્ય સરકારે હજી કોઈ સહાય કરી નથી.

પ્લાસ્ટિકના પુનઃ ઉપયોગથી લઈને અનેક વ્યવહારુ કામકાજ બાળકોને શીખવાડાય છે. ભવિષ્યમાં અન્ય રાજ્યોમાં આવી સ્કૂલ ખોલવાની અનિલ પ્રધાનની નેમ છે. ઓડિશામાં વધુ અનેક રેસિડેન્શિયલ સ્કૂલ ખોલવાનુંય અનિલનું સપનું છે.

●

32

અસલી તારાસિંહ નિકલા ગટ્ટી લે કે...

દેશદાઝ બતાવવામાં આમ માનવી પાછો ન પડી શકે. દેશપ્રેમ કે શૌર્ય માત્ર વર્દીધારી જવાનોની જ ફરજ શા માટે? વતન માટે સાચો પ્રેમ હોય તો માણસ કેવું અદ્ભુત પરાક્રમ કરી શકે એનું દુર્લભ ઉદાહરણ એટલે કમલ નયન મલેરકોટલા. એકદમ સામાન્ય માનવી. ઝાઝું ભણતર નહીં. વ્યવસાયે ટ્રક-ડ્રાઇવર.

ભાગલા બાદ આજ સુધી પાકિસ્તાન ક્યારેય સખણું બેઠું નથી. ૧૯૬૫ના ઑગસ્ટ-સપ્ટેમ્બરમાં કાશ્મીરના નામે પાડોશીએ વધુ એક લશ્કરી ઊંબાડિયું કર્યું હતું. ભારતના તત્કાલીન વડા પ્રધાન લાલ બહાદુર શાસ્ત્રી અને પાકિસ્તાનના અયુબ ખાનના નેતૃત્વમાં લડાઈ જામી રહી હતી. બન્ને પક્ષ પાસે મોટી સંખ્યામાં સૈનિકો અને શસ્ત્રો હતાં, એમાં કોઈ ટ્રક-ડ્રાઇવરે કેવી કામગીરી બજાવી હોય એવો સવાલ થાય. એટલે સીધી મુદ્દાની વાત કરીએ.

1965ની 30મી ઑગસ્ટ. એ સોમવારની રાતે આઠેક વાગ્યાના સુમારે પી.એન.આર. 5317 જેવો નંબર ધરાવતી ટ્રક પંજાબથી દિલ્હી જઈ રહી હતી. ઘઉંની 90 બોરી(ગૂણ) અંદર લાદેલી હતી. ટ્રક અમ્બાલા સુધી પહોંચી કે પોલીસ અને લશ્કરે એને રીતસર ઘેરીને રોકી લીધી. 28-30 વર્ષના ડ્રાઇવર કમલ નયનને નવાઈ લાગી કે વાત છે શું? યાદ રહે કે એ વખતે ઇન્ટરનેટ, મોબાઇલ ફોન કે ટેલિવિઝન નહોતાં. રેડિયોય બધાને પરવડતા નહોતા. એટલે સરહદ પર જે ચાલતું હોય એની લેટેસ્ટ જાણકારી ન હોય.

લશ્કર અને પોલીસે ઘણી ટ્રકને રોકી હતી. બધા ડ્રાઇવરને ભેગા કરીને લશ્કરી અધિકારીઓએ સંબોધન કર્યું, 'પાકિસ્તાન સામે આપણું યુદ્ધ શરૂ થઈ ગયું છે અને અમને તમારી જરૂર છે. બોલો, તમારામાંથી કોણ મદદ કરશે?'

બધા મોઢું વકાસીને એકમેક સામે જોઈ રહ્યા. કોઈ ન હા બોલે કે ન ના બોલે, પણ કમલ નયનની આંખમાં ચમક આવી ગઈ. કેમ ન આવે! બાળપણથી જ લશ્કરમાં જવાની ઇચ્છા, દેશ માટે કંઈક કરી છૂટવાની હામ. અતીતમાં ધરબાઈ ગયેલું અને લગભગ મૃતઃપ્રાય થયેલું સપનું આળસ મરડીને સામે આવીને ઊભું રહી ગયું. કમલ નયન હોશભેર આગળ આવ્યા, ને જોશભેર જવાબ આપ્યો, 'મૈં તૈયાર હૂં. બોલો કરના ક્યા હૈ?'

લશ્કરવાળા કમલ નયન મલેરકોટલાનો ઉત્સાહ જોઈને ખુશ થઈ ગયા. એમને ખૂણામાં લઈ જઈને વાત કરી. આર્મી ઑફિસરને ડર હતો કે કામ સાંભળીને ક્યાંક આ જુવાન ડરી ગયો તો? હા, વાત એવી હતી કે કોઈ પણ ડરી જાય. લશ્કરનો દારૂગોળો ટ્રકમાં પાકિસ્તાન લઈ જવાનો હતો. સાથે થોડા સૈનિકો પણ. આ જાણીને ભલભલાના હાંજા ગગડી જાય, પણ આ ભાયડો કંઈક અલગ જ માટીનો ઘડાયેલો હતો. 'ચલો, મૈં આતા હૂં. કબ જાના હૈ?'

હવે લશ્કરી અફસરો વિચારમાં પડી ગયા. કમલ નયન સામે જોઈ રહ્યા પછી ધીરેથી પૂછ્યું, 'ટ્રકમાં ભરેલી ઘઉંની બોરીનું શું કરીશું?' કમલ નયન કંઈ બોલ્યા વગર ત્યાં ને ત્યાં ઘઉંની ગૂણો ઉતારવા માંડ્યા. આ માણસે દેશ માટે પોતાના નફા-નુકસાનનો જરાય વિચાર ન કર્યો. ત્યાં ને ત્યાં એક પછી એક ગૂણ ઉતારીને રસ્તા પર મૂકવા માંડ્યા. પછી લશ્કરવાળાને હાકલ કરી. ચાલો, હવે ટ્રકમાં દારૂગોળો ક્યાંથી ભરવાનો છે. લશ્કર માટે આ ઑફર ખૂબ મોટી રાહત હતી. પાકિસ્તાને આપણા કેટલાંક વાહનો ફૂંકી માર્યાં હતાં એટલે તરત જ ભારતીય જવાનો ટ્રકમાં ગોઠવાઈ ગયા અને દારૂગોળો પણ મૂકી દીધો.

જાણે પોતે સૈનિક હોય અને બહુ મોટા મિશન પર જતા હોય એવા

ઉત્સાહ સાથે કમલ નયને તો પી.એન.આર. 5317ને મારી મૂકી. આના પછી બરાબર 36 વરસે સની દેઓલ 'ગદર'માં ગાતો દેખાયો –

મૈં નિકલા ગડ્ડી લે કે
ઓહો...
મૈં નિકલા ગડ્ડી લે કે
ઓ રસ્તે પર
ઓ સડક મેં એક મોડ આયા
મૈં ઉત્થે દિલ છોડ આયા
રબ જાને કબ ગુજરા અમૃતસર
ઓ કબ જાને લાહૌર આયા
મૈં ઉત્થે દિલ છોડ આયા
એક મોડ આયા, મૈં ઉત્થે દિલ છોડ આયા...

2001 અને 2023ના સની પાજી એટલે કે તારાસિંહ જેમ આ જાટ કોમના કમલ નયનની પ્રેમકથા હતી, પણ આમાં અમીષા પટેલ કે બીજી કોઈ છોકરી નહોતી. માત્ર દેશપ્રેમ હતો. સની દેઓલ સાંસદ અને એ પણ શાસક પક્ષને પાટલે બેઠો, છતાં હજુ પોતાના આ જાતભાઈને ન્યાય અપાવ્યો નથી.

કમલ નયનજી 'મર મિટેંગે દેશ કી ખાતીર'ના જોશ સાથે ટ્રકને દોડાવતા જ રહ્યા. સૈનિકોય એમને જોતા રહ્યા કે આ માણસના ચહેરા પર જરાય ડર કે ફફડાટ નથી. ભારતના હાઈવે પર માલસામાન લઈને જતા હોય એટલી સરળતાથી યુદ્ધગ્રસ્ત સીમા વિસ્તારમાં ટ્રકને ડ્રાઇવ કરતા હતા અને એ જોખમી કામગીરી માણતા હતા.

ટ્રક ભારતની સરહદે પહોંચી. પાકિસ્તાની સૈનિકો સામેની લડાઈ વચ્ચે ટ્રક આગળ દોડતી રહી. તોપગોળા અને ગોળીઓ વચ્ચેથીય ટ્રક તીરની જેમ નીકળી જતી હતી. ક્યારેક મુશ્કેલી આવે તો કમલ નયન પાકિસ્તાની સૈનિકો પર ટ્રક ચડાવી દે. ઓચિંતી આફત ઊભી થતાં કમલ નયન ગ્રેનેડ અને બૉમ્બ પણ દુશ્મનો પર ફેંકવા માંડે. ભલે સૈનિક નહોતો, પણ આ સવાયો ભારતીય દુશ્મનથી જરાય ડરતો નહોતો. આમ ભારતીય દેશ માટે અનન્ય જોશથી શત્રુની ભૂમિ પર લડે તો પછી આપણા સૈનિકો કંઈ

પાછા પડે ખરા? એટલે જ લાલ બહાદુર શાસ્ત્રીની સૌથી મોટી કસોટી સમા 1965ના યુદ્ધમાં ભારતની ફતેહ થઈ.

આ યુદ્ધમાં સૈનિકોની સાથે એક સિવિલિયને બતાવેલા અદ્‌ભુત પરાક્રમની સરકારે નોંધ લીધી. યુદ્ધ સિવાયના સમયમાં વીરતા માટે જવાનોને અને સામાન્ય નાગરિકોને અપાતા અશોકચક્ર માટે કમલ નયન મલેરકોટલાની પસંદગી થઈ. 1966ની પહેલી નવેમ્બરે રાષ્ટ્રપતિ ભવનમાં ડૉ. સર્વપલ્લી રાધાકૃષ્ણનને હસ્તે અશોકચક્ર એનાયત કરીને કમલ નયનનું સન્માન કરાયું. ખૂબ સરસ કદર થઈ.

પરંતુ પછી સરકાર ભૂલી ગઈ આ વીરને. અશોકચક્ર સાથે રૂ. 15 લાખ રોકડ અને 70 હજારનું વાર્ષિક ભથ્થું આપવાની જાહેરાત થઈ હતી, પરંતુ રોકડ ઇનામ કે વાર્ષિક સાલિયાણું કમલ નયનને ન મળ્યું.

પાકિસ્તાની ધરતી પર બતાવેલા જોશ બાદ જીવનમાં સંઘર્ષ શરૂ થઈ ગયો. ત્યાં ટ્રકને નુકસાન થયું હતું, પણ સમારકામની સગવડ નહોતી. કુટુંબીજનો પાસેથી ઉધારી કરીને ટ્રક બરાબર કરાવી, પરંતુ કામધંધામાં ઉતાર-ચડાવથી દેવું વધતું ગયું. આ બોજ વચ્ચે ટ્રક માટે લીધેલી લોન ન ભરી શક્યા અને ઐતિહાસિક ટ્રક જપ્ત થઈ ગઈ, જે આજ સુધી પાછી મળી નથી. પછી બૅન્ક પાસેથી લોન લઈને ટ્રક ખરીદી તો માત્ર નંબર મેળવવાની પ્રક્રિયામાં આર.ટી.ઓ.એ છ મહિના લગાડી દીધા. આ છ મહિનામાં કામધંધો સાવ ઠપ થઈ ગયો. એમાંય હપ્તો ન ચુકવાતા 2004માં બીજી ટ્રક પણ જપ્ત થઈ ગઈ.

હકીકતમાં તો અશોકચક્ર વિજેતા સન્માનપૂર્વક જીવી શકે એ માટે સુવિધા અપાય છે, પણ કમલ નયનને મહિને ત્રણ હજારના માનધન સિવાય કંઈ મળતું નથી. જીવનની 80 વસંત પાર કરી ચૂક્યા બાદ પોતાને થયેલું નુકસાન ભરપાઈ કરી અપાય અને અશોકચક્ર વિજેતા તરીકે મળવી જોઈતી ઈનામની રકમ માટે તેમણે પાંચ-પાંચ દાયકાથી વધુ સમય પ્રતીક્ષા કરવી પડી હતી. પોતાના હક માટે સરકારી કચેરીઓના દાદરા ઘસી નાખ્યા.

2014માં ભાજપના નેતા અને કેન્દ્રીય પ્રધાન નીતિન ગડકરીને મળવા

નાગપુર પહોંચી ગયા, પરંતુ ગડકરી શહેરમાં નહોતા. એમની ઑફિસમાં પોતાની વીરતાના પુરાવા સમા દસ્તાવેજ છોડીને આવ્યા.

મૂળ હરિયાણાના સોનીપતમાં આવેલા ગઢી ઘસીટા ગામના કમલજી પછીથી જયપુરમાં સ્થાયી થયા. વયોવૃદ્ધ કમલ નયન મલેરકોટલાને હકની રકમ મળશે ખરી? આજે 'ગૂગલ' સર્ચ પર 'મલેરકોટલા' મૂકો તો ખબર પડે કે પંજાબના સંગરુર જિલ્લાનું આ શહેર છે. અને એના જાણીતા રહેવાસીઓમાં અફલાતૂન અભિનેતા સઇદ જાફરી, ટીવી એક્ટ્રેસ મોહમ્મદ નઝિમ, ટીવી એક્ટર અનાસ રશીદ અને ફિલ્મ ગીતકાર ઇર્શાદ કામિલનાં નામ છે, પણ કમલ નયન મલેરકોટલાનો ઉલ્લેખ સુધ્ધાં નથી. આ છે આપણી ઇતિહાસને સંભારવાની અને વીરોને માન આપવાની રીત? એટલે જ કમલ નયનજીની એક વાત કાળજા પર ડામ આપે છે : 'પાકિસ્તાનમાં દુશ્મનો સામે લડવામાં ડર ન લાગ્યો, પણ આપણી અમલદારશાહી સામે પાંચ-પાંચ દાયકાથી લડીને થાકી ગયો છું.'

●

33

કોલકાતામાં ય બ્લેકહોલ છે

બ્લેકહોલ. એક, સ્ટીફન હોકિન્સ આણિ મંડળની થિયરી. બે, કોલકાતાનો બ્લેકહોલ ઉર્ફે કાલ કોઠરી. કાળસંદૂકમાં ધરબાઈ ગયેલી આ ઘટના આપણે ભૂલી રહ્યા છીએ, પણ દરેક બ્રિટિશ બાળકો જૂના ભારત વિશે ત્રણ બાબત જાણે છે : 1857નો બળવો, પ્લાસીની લડાઈ અને બ્લેકહોલ ઉર્ફે કાલ કોઠરી. અને ભારતીય બાળકો શું નિશ્ચિતપણે જાણે છે? 1857ની ક્રાંતિ, જલિયાંવાલાં બાગ, 15મી ઑગસ્ટ અને ગાંધીજીની હત્યા.

હવે બ્લેકહોલને બદલે શબ્દ વાપરીશું કાલ કોઠરી. આ સ્થળ હાલ કોલકાતામાં છે, પણ એ અસ્તિત્વમાં આવ્યું ત્યારે કોલકાતા શહેરનું અસ્તિત્વ સુધ્ધાં નહોતું. ત્યારે બંગાળના સુતાનુટી પાસે બે ગામ હતાં ગોવિંદપુર અને કોલકાતા. સમયાંતરે આના એકીકરણથી કલકત્તા ઉર્ફે આજના કોલકાતાનું સર્જન થયું.

ઔરંગઝેબ બાદ મોગલ સામ્રાજ્ય નબળું પડવા માંડ્યું હતું. આ મોગલ બાદશાહ સાથે અંગ્રેજોએ કરાર કર્યો હતો, જે મુજબ જોબ ચાર્નક નામના શખસને સુતાનુટી અને આસપાસ વેપારધંધા કરવાની મંજૂરી મળી હતી.

કોણ હતો આ જોબ ચાર્નક? સત્તરમી સદીના આરંભે ઈસ્ટ ઇન્ડિયા નામની પનોતી ભારતમાં પ્રવેશી. અમુક શહેરોમાં વેપારની શરૂઆત કરી. આ આરંભિક તબક્કામાં જોબ ચાર્નક ઈસ્ટ ઇન્ડિયામાં જોડાયો. કામકાજમાં ખૂબ પાવરધો એટલે બઢતી પર બઢતી મળતી ગઈ અને ઈ.સ. 1685માં તો એ બંગાળમાં કંપનીનો મુખ્ય એજન્ટ બની ગયો.

ઔરંગઝેબ સાથે થયેલા કરાર છતાં મોગલોથી સ્વતંત્ર એવા નવાબ સિરાજ-ઉદ્-દુલ્લા અને કંપની વચ્ચે કસ્ટમ્સ ડ્યૂટી સહિતના મામલે ચકમક ઝરતી રહેતી હતી. મૂળમાં તો નવાબને અંગ્રેજોની દાનત પર શંકા હતી. એ જ સમયે પોર્ટુગલ અને ડચને ભારતમાં રસ પડવા માંડ્યો હતો, એમાં નવાબને મોટી તક દેખાઈ હોય.

લગભગ 1685થી 1687 વચ્ચે ચાર્નકને ઈસ્ટ ઇન્ડિયાનો માલસામાન બંગાળમાં ઉતારવાનો હતો. આ માહિતી મળતાં સિરાજ-ઉદ્-દુલ્લા સક્રિય થઈ ગયા. ચાર્નકને ડર લાગ્યો કે નવાબ નવાજૂની કર્યા વગર નહીં રહે. સલામતી માટે તેણે કંપનીના અમુક વેપારીઓને સુતાનુટી મોકલી દીધા.

એ સમયે સુતાનુટીની શિકલ બદલાઈ રહી હતી. હુગલી નદીના કિનારાનો લાભ લેવાના ઇરાદાથી ઈસ્ટ ઇન્ડિયા કંપની સુતાનુટી સહિતના ત્રણેય ગામ ખરીદીને વેપાર જમાવવા માંડી હતી. વેપારધંધાની જમાવટ સાથે કારખાનાં બનવા માંડ્યાં. અહીં રોકાણ અને ધંધા વધવાથી સ્વાભાવિક રીતે સલામતીની ફિકર થાય. એટલે કંપનીએ લગભગ સત્તરમી સદીના અંત ભાગમાં ફોર્ટ વિલિયમનું બાંધકામ શરૂ કરાવ્યું, જે દસ વરસ સુધી ચાલ્યું. કહેવાની જરૂર ખરી કે બ્રિટનના કિંગ વિલિયમ ત્રીજા-પરથી આ ફોર્ટ નામ રખાયું હતું?

આ ફોર્ટમાં એક ખાસ રૂમ બનાવાયો જેને નામ અપાયું 'બ્લેકહોલ'. નામ ભયંકર લાગે પણ એની સાઇઝ 18 ફૂટ બાય 14 ફૂટની હતી. એમાં બે નાનકડી બારી રખાઈ. આનો મુખ્ય ઉપયોગ નાના-નાના ગુનેગારો-ચોરોને સજા આપવા માટે કરવાનો હતો, પરંતુ આ નાનકડો રૂમ એક ભયંકર, સાચો કે ખોટો ઇતિહાસ રચવાનો હતો એ કોઈ જાણતું નહોતું.

ઈસ્ટ ઇન્ડિયા કંપનીને ગળા સુધી સંતોષ હતો કે ફોર્ટ વિલિયમને લીધે હવે કાયમની શાંતિ. પરંતુ આ ફોર્ટને પ્રતાપે જ ઘણા સમીકરણ મંડાવા લાગ્યાં હતાં. નવાબ સિરાજ-ઉદ્-દુલ્લાને ખાતરી થઈ ગઈ કે આ ફોર્ટથી પોતાના પર આક્રમણ કરવા તૈયારી થઈ રહી છે. એકવાર વિચાર આવે એટલે કંઈ નવાબ શાંત બેસે? અંગ્રેજો ત્રાટકે એ અગાઉ સબક શીખવવાનું નક્કી કરી લીધું. હકીકતમાં નવાબ સાવ ખોટા નહોતા. ઈસ્ટ ઇન્ડિયા

કંપનીની મુરાદ પણ લશ્કરી તાકાત વધારવાની હતી. એમને જાણકારી પણ મળી ચૂકી હતી કે ફ્રાન્સને ભારતમાં વેપાર વધારવો હતો ને કલકત્તા એમની નજરમાં વસી ગયું હતું.

પરંતુ સિરાજ-ઉદ્-દુલ્લાને પોતાની સત્તાની અને રાજ્યની સલામતીની ફિકર હતી એટલે તેણે તાત્કાલિક ઈસ્ટ ઇન્ડિયા કંપનીને સંદેશો મોકલાવ્યો કે આ પ્રવૃત્તિ રોકો. એમની વાતને જરાયે ગંભીરતાથી ન લેવાઈ. અંતે નવાબ હજારો સૈનિકો ઉપરાંત તોપ, હાથી, ઊંટ અને ઘોડાના કાફલા લઈને મુર્શિદાબાદથી લડવા નીકળી પડ્યા.

1756ની પાંચમી જૂને શરૂ થયેલી કૂચ બે અઠવાડિયાં બાદ ૧૯મી જૂને ફોર્ટ વિલિયમ પાસે પહોંચી ગઈ. અંગ્રેજોને અણસાર મળી ચૂક્યા હતા. નવાબ 50 હજાર સૈનિક, 50 તોપ અને 500 હાથી લઈને આવતા હોવાનું જાણીને અંગ્રેજો સમજી ગયા કે આમાં કોઈ કાળે આપણો ગજ ન વાગે. અત્યારે જીવ બચાવીને પીછેહઠ કરીને યોગ્ય સમયે જોઈ લેવાના ઇરાદા સાથે મોટા ભાગના અંગ્રેજો જળમાર્ગે પોબારા ભણી ગયા. ફોર્ટની રક્ષા માટે બસો જેટલા અંગ્રેજ સૈનિકો રોકાયા. એમનું નેતૃત્વ કમાન્ડર જ્હોન ઝેડ. હોલવેલને સોંપાયું. હોલવેલ ફોર્ટનું રક્ષણ ન કરી શક્યા, પણ ભવિષ્યમાં ઘણી ધમાલ મચાવવાના હતા. એ પણ થેંક્સ ટુ કાલ કોઠારી.

ફોર્ટ વિલિયમ પહોંચીને નવાબના લશ્કરે ભારે ઉપાડો લીધો. નહીંવત્ પ્રતિકારને લીધે વધુ જોશમાં આવી ગયા નવાબી સૈનિકો. ફોર્ટમાં જોરદાર તોડફોડ કરાઈ. જે હાથ લાગ્યા એ બધા અંગ્રેજ સૈનિકોને પકડી લેવાયા. બધાને કાલ કોઠરીમાં ધકેલી દીધા.

એ રાતના અંધકારમાં ઇતિહાસનું કાળુંમસ પ્રકરણ લખાવાનું શરૂ થઈ ચૂક્યું હતું. ફોર્ટ વિલિયમની કાળ કોઠરીમાં અંગ્રેજ સૈનિકોને (કેટલા? સંખ્યા વિશે ઘણા મતમતાંતર અને વિવાદ છે જે આગળ જોઈશું) પૂરી દેવાયા. ઈ.સ. 1756ની 20મી જૂને બંગાળના નવાબ સિરાજ-ઉદ્-દુલ્લાના લશ્કરે ફોર્ટ વિલિયમ સહિતના નગર પર કબજો જમાવી લીધો. એ જ દિવસે કાળ કોટડીમાં અંગ્રેજ કેદીઓને પૂરી દેવાયા.

એક તો 18 ફૂટ લાંબી, 14 ફૂટ બાય 10 ફૂટ પહોળી નાનકડી રૂમ.

એમાં હવા-ઉજાસ ઉપરાંત પાણીનાય ફાંફાં. આવી હાલતમાં 146 (આ આંકડો પણ વિવાદાસ્પદ) અંગ્રેજોને કેદ કરાયા. આમાં બાળકો અને સ્ત્રીઓ પણ ખરાં.

23મી જૂનની સવારે કાળ કોઠરીનો દરવાજો ખૂલ્યો, ત્યારે માત્ર 23 કેદી જીવંત હતા. જૂનની ગરમી, તરસ, ભૂખ, પ્રાણવાયુનો અભાવ, ટેન્શન અને ભીડ ઉપરાંતના કોઈ પણ કારણે ઘણા માણસોના જીવ લીધા જે 23 નસીબદાર જીવતા બચી ગયા એમાં એક ખુદ હોલવેલ હતો.

આ ઘટનાને ઇતિહાસકારો બે દૃષ્ટિકોણથી જુએ છે. એક, આને પગલે બ્રિટનને સંપૂર્ણ ભારત પર કબજો જમાવવાનો જોશ અને કારણો મળ્યાં. બે, આ ઘટનાથી બ્રિટિશરોના અંતનો આરંભ થયો.

સિક્કાની બે બાજુ સાચી હોય કે કોઈ ત્રીજો કોણ હોય, પણ બ્રિટિશરોએ આ ઘટનાને વધુ પડતી ચગાવી, નાટ્યાત્મક બનાવી અને ભારતને સબક ભણાવવા માટે બ્રિટિશ સ્વાભિમાનનું હથિયાર બનાવી દીધું.

આ તથાકથિત બર્બરતામાં ભારતને બદનામ કરવાનું કોઈ રીતે વાજબી ન ગણાય, પણ નવાબ સિરાજ-ઉદ્-દુલ્લાને દોષિત ગણવાનું કેટલું ઉચિત? પહેલી વાત એ કે કાળ કોઠરી તરીકે બારી-હવા વગરની નાનકડી રૂમ બ્રિટિશરોએ બનાવી હતી. સિરાજ-ઉદ્-દુલ્લા તો નવાબ, તેણે માત્ર આદેશ આપવાનો કે સૈનિકોને કેદ કરો. ક્યાં રાખવા એ નીચેના અમલદાર-સેનાપતિ નક્કી કરે. રૂમમાં કોઈ અગવડ નવાબે વધારાવી કે ઘટાડાવી પણ નહોતી. હા, એમના હાથની નીચેના સેનાપતિ કે સૈનિકોએ રૂમમાં વધુ પડતા માણસો પૂરી દીધા. રાજકીય કેદીઓ પર અત્યાચાર કરવાની અમાનવીય-નિંદનીય પરંપરા મુજબ કેદીઓને ખોરાક-પાણી અપાયાં નહોતાં.

જો કે ભવિષ્યમાં હોલવેલે 'ઇન્ટરેસ્ટિંગ હિસ્ટોરિકલ ઇવેન્ટ્સ રિલેટેડ ટુ પ્રોવિન્સ ઑફ બંગાલ' નામના લેખમાં શું લખ્યું? 'મારા હાથ બાંધીને મને નવાબ સમક્ષ હાજર કરાયો. નવાબના આદેશ પર મારા હાથ ખોલી નખાયા. મને વચન અપાયું કે તમારી સાથે જરાય ખરાબ વર્તન નહીં થાય.'

અન્ય એક ઇતિહાસકાર મુજબ સાંજ સુધીમાં નવાબના સૈનિકોનું વર્તન એકદમ બદલાઈ ગયું. આના માટે પણ જવાબદાર અંગ્રેજો જ હતા. હા,

એક અંગ્રેજ સૈનિકે રિવૉલ્વરથી નવાબના સૈનિકને ઠાર કરી દીધો હતો. આથી વિજેતા સૈનિકોએ બધા અંગ્રેજોને કાળ કોઠરીમાં ઠુસી દીધા.

આ ઘટના જાણ્યા બાદ નવાબે સવાલ કર્યો કે, આજ્ઞા ન માનનારા કે કાયદો તોડનારને ક્યાં રખાય છે? જવાબ મળ્યો કે, કાળ કોઠરીમાં. એના અમલદારે ભીતિ વ્યક્ત કરી કે આટલા બધા કેદીઓને રાતે ખુલ્લામાં રાખવાનું જોખમી છે.

સવાલ એ પણ છે કે માંડ ચાર-છ સૈનિકોને પૂરવા માટેના રૂમમાં ગમે તેટલા ઠાંસીઠાંસીને ભરીએ તોપણ 146 જણને રાખી શકાય? પ્રેક્ટિકલી ઇમ્પૉસિબલ નથી લાગતું આ?

જ્હોન ઝેડ. હોલવેલે આ ઘટનાને બરાબરની ચગાવી. જોકે એની સાથે જીવતા રહી ગયેલા ઘણાએ અલગ, કંઈક અંશે વિરોધાભાસી પાસાં રજૂ કર્યાં હતાં. મુખ્ય મતભેદ પણ રૂમની સાઇઝ અને બારીના હોવા-ન હોવા અંગે હતો.

કાળ કોઠરીમાં હકીકતમાં કેટલા જણા માર્યા ગયા હતા? દાવો એક, 146 કેદીમાંથી 123નાં મોત થયાં. લંડનમાં તો આ ઘટનાની વાત મોડે મોડે દાવાનળની જેમ ફરી વળી. ચોરે ને ચૌટે એક જ દલીલ કે બ્રિટને વેર વાળવું જોઈએ, આત્મસન્માન પાછું મેળવવું જોઈએ.

અને ખરેખર કાળ કોઠરીની ઘટનાને એક વર્ષ વીતી ગયા બાદ પણ એનું વેર વળાયું. 1757ની 23મી જૂને રોબર્ટ ક્લાઇવે મુર્શિદાબાદ પર હુમલો કર્યો. મીર જાફરની દગાખોરીએ સિરાજ-ઉદ્-દુલ્લાની જીતની શક્યતા પર પાણી ફેરવી દીધું. ગંગા નદીના તટ પર પ્લાસીના મેદાનમાં માત્ર નવાબની હાર નહોતી થઈ, પણ ભારત પર બ્રિટિશ હકૂમતનાં બીજ વવાયાં હતાં. આના માટે જવાબદાર ગણાવાયેલી કાળ કોઠરીની ઘટનામાં સચ્ચાઈ હતી? કેટલી?

આજેય કોલકાતામાં ફૉર્ટ વિલિયમ જાણીતી જગ્યા છે. એમાં લશ્કરના પૂર્વ કમાન્ડના વડાનું મુખ્યાલય છે. આ ભવ્ય ઇમારત સામે ચમકતા વિશાળ રસ્તાઓ અને રેસકોર્સ, વિક્ટોરિયા મેદાન પણ ખરાં. આ ફૉર્ટની ભીંતોમાં એક ઘટનાનું સત્ય ધરબાયેલું પડ્યું છે. એમાં કેટલું સત્ય, અર્ધ-સત્ય,

અર્ધ-અસત્ય કે કલ્પના એની ચર્ચા પર આજેય પૂર્ણવિરામ મુકાયું નથી.

કાળ કોઠરીની ઘટનામાં નવાબ સિરાજ-ઉદ્-દુલ્લાને બ્રિટિશરોએ ખલનાયક ચીતર્યા એ કેટલું સાચું? ને જ્હોન ઝેડ. હોલવેલ હીરો બની ગયો એમાં કેટલું તથ્ય?

ઇતિહાસકાર જે. એચ. લિટલના મત મુજબ હોલવેલ અને તેના સાથીઓએ આ ખોટી ઘટનાને ઊછળી ઊછળીને સમર્થન આપ્યું હતું અને મનવાંછિત ષડયંત્ર રચ્યું હતું.

હકીકતમાં તો બંગાળનો તત્કાલીન ગવર્નર ડેક નવાબ સિરાજ-ઉદ્-દુલ્લાના સંભવિત આક્રમણથી ડરીને પલાયન થઈ ગયો હતો. તેણે જતી વખતે ફૉર્ટ વિલિયમની જવાબદારી લશ્કરી અધિકારી હોલવેલ પર ઢોળી નાખી દીધી હતી અને હોલવેલે હીરો બની જવા માટે કાળ કોઠરીની ઘટનામાં મીઠું-મરચું ભભરાવીને વધુ ભયાનક સ્વરૂપ આપ્યાની શક્યતા છે.

આ લિટલે 1915માં 'ધ બ્લેકહોલ – ધ ક્વેશ્ચન્સ ઑફ હોલવેલ વેરાસિટી' નામના લેખમાં હોલવેલના દાવામાં છીંડા શોધી બતાવ્યાં હતાં. હોલવેલને અવિશ્વાસપાત્ર સાક્ષી બતાવતા તેમણે દાવો કર્યો હતો કે જો આ ઘટના બની હોય તોપણ એના વર્ણનમાં-પરિણામમાં અતિશયોક્તિ થઈ છે. હોલવેલને હીરો, સફળ હીરો બનવાના પ્રયાસમાં આ કર્યું હોઈ શકે. અંતે હોલવેલ બંગાળનો ગવર્નર બન્યો પણ ખરો.

હકીકતમાં એ સમયના અમુક ઇતિહાસકારોએ તો કાલ કોઠરીની ઘટનાની નહીંવત્ નોંધ લીધી છે, પણ હોલવેલે એના ખૂબ નગારાં વગાડ્યાં હતાં. હોલવેલ સહિતના ઈસ્ટ ઇન્ડિયન કંપનીના અમલદારોએ મરણાંક અને ભારતની તથાકથિત બર્બરતાને વધુ પડતી ચગાવી હતી.

આ વ્યક્તિગત ચાલ હતી કે બ્રિટનનો સામૂહિક વ્યૂહ? રોબર્ટ ક્લાઇવે મદ્રાસમાંથી લશ્કરી મદદ મેળવીને નવાબને હરાવીને પદભ્રષ્ટ કર્યો. સત્તા નવાબના ગદ્દાર કાકા મિર જાફરને સોંપી. આના બદલામાં જાફરે ક્લાઇવને 2,35,000 પાઉન્ડ ચૂકવ્યા. એટલું જ નહીં, ક્લાઇવને વરસે દાડે એ 30,000 પાઉન્ડનો પગાર ચૂકવવા તૈયાર થયો. આ વાત આટલેથી જ ન અટકી. ઈસ્ટ ઇન્ડિયા કંપનીને મોગલ શાસન હેઠળના પ્રાંતોમાં કરવેરા વસૂલવાની

સત્તા મળી. એકાએક ઈસ્ટ ઇન્ડિયા કંપની વેપારીને બદલે શાસક બની બેઠી.

આ માત્ર યોગાનુયોગ કે ઊંડું વિચારાયેલું કાવતરું? જોઈએ અન્ય અભિપ્રાયો.

હકીકતમાં ગુલામ હુસૈન ખાન સહિતના એ સમયના ઇતિહાસકારોએ કાલ કોઠરીની ઘટના વિશે સમ ખાવા પૂરતો એક શબ્દ પણ લખ્યો નથી.

ઇતિહાસકાર એ. સી. હિલ પોતાના પુસ્તકમાં વર્ણન કરે છે : 'રાતે અમુક સૈનિકો કેદીઓ પર નજર રાખવા માટે હતા. પરંતુ કેદીઓની સ્થિતિ વિશે રાતે નવાબને ઊંઘમાંથી જગાડીને માહિતગાર કરવાની હિંમત નહોતી તેમનામાં. સવારે નવાબ જાગ્યા અને વાત કરાઈ, ત્યારે તેમણે જ કોઠરી ખોલવાનો આદેશ આપ્યો હતો...' પછી મોટો ખાડો ખોદીને મૃતકોને દફનાવી દેવાયા હતા.

હોલવેલે ખુદે શું લખ્યું છે? 'એક વૃદ્ધ ચોકીદારે થોડી ઘણી દયા બતાવી હતી. મેં એને વિનંતી કરી કે અડધા કેદીઓને બીજા રૂમમાં ખસેડીને અમારી મુસીબત ઘટાડે તો તને એક હજાર રૂપિયા આપીશ. ચોકીદારે પ્રયાસ કરવાનું વચન આપ્યું. પરંતુ થોડીવાર બાદ પાછા આવીને તેણે જવાબ આપ્યો કે, આમ કરવાનું શક્ય નથી. મેં તેને બે હજાર રૂપિયા ઑફર કર્યા. ફરી ગાયબ થઈને આવ્યો, પણ નવાબના આદેશ વગર કંઈ ન થઈ શકે અને નવાબને જગાડવાની કોઈમાં હિંમત નથી.'

સમય વીતવા માંડ્યો. અંધારું ગાઢ થવા માંડ્યું. રાતે નવ વાગ્યે ગળું સુકાતાં સૌ પાણી-પાણી કરવા માંડ્યા. એક દયાળુ વૃદ્ધ સૈનિક મશકમાં પાણી લઈને આવ્યા અને સળિયા વચ્ચેથી અંદર પાણી આપવાનો પ્રયાસ કરવા માંડ્યો.

આગળની વાત ફરી હોલવેલના શબ્દોમાં. 'અમુક લોકો બીજી બારી પાસે ઊભા હતા. તેમણે પાણી માટે બારી છોડી દીધી. એ લોકો પાણી મેળવવા એટલા જોશભેર દોડ્યા કે અનેકને કચડી નાખ્યા. પાણીએ તો શાંતિ આપવાને બદલે તરસ વધારી દીધી. દરેક બાજુથી 'હવા હવા'ની ચીખ ગુંજવા માંડી. કેટલાક લોકોએ તો સૈનિકોને ભાંડવાનું શરૂ કરી દીધું કે જેથી એ લોકો ગોળીઓ છોડે અને પોતાને કાયમ માટે યાતનામાંથી મુક્તિ

મળે. પરંતુ સાડા અગિયાર વાગ્યા સુધીમાં તેમની તાકાતે સાથ છોડી દીધો. ગરમીને પ્રતાપે તેઓ એકમેક પર પડવા માંડ્યા અને દમ તોડવા લાગ્યા.'

'કાસ્ટ્સ ઑફ માઇન્ડ કોલોનિયલિઝમ ઍન્ડ મેકિંગ ઑફ મૉડર્ન ઇન્ડિયા'માં નિકોલસ ડકર્સે સ્પષ્ટ શબ્દોમાં લખ્યું છે : 'બ્લેકહોલ એટલે કાલ કોઠરી એક કિવદંતી બની ગઈ. અને ઈસ્ટ ઇન્ડિયાના બહાદુર વેપારીઓ પર ભારતવાસીઓના અત્યાચાર તરીકે ચીતરવામાં આવી.'

જાણીતા ભારતીય ઇતિહાસકાર જદુનાથ સરકારે 'ધ હિસ્ટ્રી ઑફ બેંગાલ'માં સ્પષ્ટ અભિપ્રાય વ્યક્ત કર્યો હતો કે હોલવેલે મૃતકોની સંખ્યા ચડાવી-વધારી દીધી હતી. 'આ (આંકડા) જોતાં તો બહુ અંગ્રેજો આ લડાઈમાં માર્યા ગયા હતા, (પણ) સિરાજ-ઉદ્-દુલ્લાને હાથે આટલા બધા અંગ્રેજો પકડાવાની શક્યતા નથી... હોલવેલના વર્ણનમાં યુદ્ધમાં માર્યા ગયેલા કે જીવતા ભાગી ગયેલાઓને પણ કાલ કોઠરીમાં માર્યા ગયેલા ગણાવાયા હતા. હકીકતમાં તો જીવતા ભાગી ગયેલાઓના કોઈ રેકોર્ડ્સ ઉપલબ્ધ નથી.'

વિશ્વવિખ્યાત ઇતિહાસકાર વિલિયમ ડેલરિમ્પલ સુધ્ધાં 'ધ અનાર્કી'માં દાવો કરે છે કે કાલ કોઠરીમાં ૬૪ લોકો જ પુરાયા હતા, જેમાંથી ૨૧ જણ બચી ગયા હતા, પરંતુ આજેય બ્રિટિશ સ્કૂલમાં આ ઘટનાને ભારતીય લોકોની પાશવતા તરીકે ભણાવાય છે.'

આનાં મૂળ તપાસવા જેવાં છે. હકીકતમાં ઘટનાના એકાદ વર્ષ બાદ હોલવેલ વતન પહોંચ્યો ત્યારે બ્રિટનને આ ઘટનાની જાણ થઈ. ઇરાદાપૂર્વક હોય કે અજાણતા પણ બ્રિટિશ રાષ્ટ્ર-પ્રેમ અને રાષ્ટ્રવાદને સબળ બનાવવા આ બનાવનો ખૂબ ઉપયોગ - ના, દુરુપયોગ - કરાયો હતો.

બંગાળ પ્રેસિડેન્સીના પહેલા બ્રિટિશ ગવર્નર રોબર્ટ ક્લાઇવે ૧૭૫૬ની સાતમી ઑક્ટોબરે એક સાંસદને પત્રમાં લખ્યું : 'આ ઘટનાથી સૌમાં દુઃખ, દહેશત અને નારાજગી વ્યાપી ગયા છે. આ નારાજગી ખાસ તો સિરાજ-ઉદ્-દુલ્લા પ્રત્યે છે. તેણે આપણી પાસેથી કલકત્તા આંચકી લીધું છે અને એ આપણા દેશવાસીઓનો હત્યારો છે. જે સરળતાથી તેણે કલકત્તા પર કબજો જમાવી લીધો એ આપણા ઘોર અપમાન બરાબર છે.'

હકીકતમાં કલકત્તાને અંગ્રેજો થોડા બ્રિટનથી સાથે લાવ્યા હતા? પરંતુ

આ મામલાને ખૂબ ચગાવાયો. એક-એક અંગ્રેજ પ્રજાજનના દિલમાં લાગણી બળવત્તર બની ગઈ કે હિન્દુસ્તાનમાં બ્રિટિશ સન્માનની પુનઃસ્થાપના થવી જ જોઈએ. ગમે તે ભોગે અને ગમે તે કિંમતે. આનો અર્થ સાફ હતો કે સિરાજ-ઉદ્-દુલ્લાને આકરી નસિહત પહોંચાડવી જોઈએ. પરંતુ કાલ કોઠરીમાંથી બચી ગયેલા હોલવેલ અને કુક જેવાએ આ ઘટનાનું વર્ણન કર્યું એ વર્ણન એકદમ જ મનઘડંત હોવાનો દાવો એચ. એચ. ડૉડવેલે 'ક્લાઇવ ઇન બંગાલ 1756-1760'માં કર્યો છે. 'બ્લેકહોલ ઘટનાના 14 વર્ણન-લખાણમાંથી એક સિવાયના બધાના સ્રોત હોલવેલનો જ લેખ છે. અને એક વર્ણન તો છેક ઘટનાના 14 વર્ષ પછી લખાયેલું છે.'

સચ્ચાઈ સાબિત કરવાનું ભલે હવે શક્ય ન હોય, પણ ઘણાં ઇતિહાસકારોને તો કાલ કોઠરીની ઘટના બની હોવા અંગે જ શંકા છે. હકીકતમાં મૃતકો કાલ કોઠરીમાં નહીં, પણ લડાઈમાં માર્યા ગયાનું માનનારા પણ છે.

ઇતિહાસકાર વિન્સેન્ટ એ. સ્મિથે પણ કંઈક આ મતલબનું લખ્યું છે : 'કાલ કોઠરીની ઘટના જરૂર બની છે, પણ એના વર્ણનમાં ખૂબ અસંગતિઓ વર્તાય છે. આ ક્રૂરતા માટે નવાબ સિરાજ-ઉદ્-દુલ્લા અંગત કે વ્યક્તિગત રીતે જવાબદાર નહોતા, કેદીઓ સાથે કેવો વર્તાવ કરવો એવો નિર્દેશ નવાબે નહોતો આપ્યો તો આ અત્યાચાર બદલ નહોતી વેદના વ્યક્ત કરી કે નહોતી કોઈને સજા આપી.'

એ રાતે કાલ કોઠરીમાં ખરેખર શું થયું અને કેટલા લોકો માર્યા ગયા એ ક્યારેય બહાર નહીં આવે. પરંતુ એ બનાવના એક વર્ષની અંદર રોબર્ટ ક્લાઇવે પ્લાસીના યુદ્ધમાં સિરાજ-ઉદ્-દુલ્લાને પરાસ્ત કરીને કલકત્તા પાછું મેળવી લીધું હતું.

આ યુદ્ધ બાદ અંગ્રેજોની ભારત પર નાગપાશ વધુ મજબૂત થઈ એમાં બેમત નથી. કાલ કોઠરીની ઘટનાને બ્રિટિશનું અપમાન સમજનારાઓએ ભારત પર જલિયાંવાલા બાગ તથા દડવાવ હત્યાકાંડ સહિતના અનેક અત્યાચાર કર્યા અને મબલખ લૂંટ ચલાવી એ બદલ ન પસ્તાવો થયો કે ન ખેદ વ્યક્ત કર્યો.

•

34

ચીન, ચકલી અને 4.5 કરોડનાં મોત

આખી દુનિયા જલદી કોરોનાને ભૂલી શકવાની નથી. આ વાઇરસ અજાણતાં ફેલાયો કે જાણીબૂઝીને એ જીવલેણ સવાલનો જવાબ જ્યારે મળે ત્યારે ખરો, પણ એના મૂળમાં ચીન હોવા વિશે જરાય શંકા નથી. આ વાઇરસ જૈવિક યુદ્ધ માટે વિકસાવાતા હતા કે નહીં એ શંકા જેટલી મહત્ત્વની છે એટલું જ અગત્યનું છે તેણે ભરખી લીધેલા નિર્દોષ માનવીઓ. જગતદાદા અમેરિકાથી લઈને કોઈ પાસે ચીની અજગરને દંડવાની તાકાત છે ખરી?

કોરોના વાઇરસના આતંકના ઉપાડા વચ્ચે 1958માં ચીને હાથ ધરેલી 'ધ ફોર પેસ્ટસ' (The four pests) ઝુંબેશમાંની 'ચકલી મારો' (Smash sparrows campaign)ની હકીકતો તો રિપ્લેની 'બિલીવ ઈટ ઓર નોટ'ની કાલ્પનિક આવૃત્તિ લાગે. સામ્યવાદી નેતાગીરીની એક મહાભૂલથી ચીનની આમપ્રજાએ ભયંકર આકરી કિંમત ચૂકવવી પડી હતી. બાકીની દુનિયાના સદ્‌ભાગ્યે આની અસર માત્ર ને માત્ર ચીનની દીવાલોની અંદર જ મર્યાદિત રહી હતી.

હવે થોડી માંડીને વાત. એ સમયે સામ્યવાદી સુપ્રીમો માઓ જેદોંગે દેશની પ્રગતિ અને વિકાસ તથા પ્રજાના કલ્યાણ માટે વિચિત્ર ફતવો બહાર પાડ્યો હતો. મચ્છર, માખી, ઉંદર અને ચકલીઓને મારી નાખો. મચ્છરથી મલેરિયા, માખીથી કૉલેરા અને ઉંદરથી પ્લેગ જેવા રોગ ફેલાય એ સમજ્યા, પણ ચકલીને શા માટે?

કોમરેડ માઓનું માનવું હતું કે ચકલીઓ તો મૂડીવાદીઓની દૂત છે!

સામ્યવાદની શત્રુ છે. આમ માનવાનું કારણ શું? એ સમયે ચીનમાં Eurasion free sparrow તરીકે ઓળખાતી માસૂમ-નાજુક-નાનકડી ચકલીઓ આ ક્રૂર ઝુંબેશનો શિકાર બની, કારણ કે તે અનાજ અને ફળ ખાઈ જતી હતી. એ સમયે ચીની સરકારના સત્તાવાર આંકડા અને જાહેરાત મુજબ દર વર્ષે એક ચકલી ચાર પાઉન્ડ (લગભગ પોણા બે-બે કિલોગ્રામ) અનાજ ખાઈ જતી એટલે માનવીઓએ ભૂખે મરવાનો વારો આવતો હતો.

ત્યારે શું કે આજેય શું, ચીનમાં સરકાર કહે એ આખરી અને અફર શબ્દ. માત્ર જાહેરાત ન થઈ, પણ આ ચકલીમાળો ઝુંબેશને સફળ બનાવવા માટે ખૂબ પ્રચાર થયો, પ્રોત્સાહન જાહેર થયાં. આમાં માખી, મચ્છર ઊડીને બચી જાય અને ઉંદર દરમાં ઘૂસી જાય, પણ ચકલીઓ તો દેખાયા વગર કેવી રીતે રહે? ચીનાઓને થતું કે આપણા ભૂખમરા માટે ચકલીઓ જ દોષિત છે, પાપી છે એટલે મારો એને.

ખુદ માઓના મુખે કહેવાયેલી વાત અને સરકારી પ્રચાર-પડઘમને લીધે આ મિશને એક ક્રૂર જનઆંદોલનનું સ્વરૂપ ધારણ કરી લીધું. લોકો શેરી-શેરી, ગલી-ગલી અને મકાન-મકાન ફરી વળે તથા ડ્રમ-ઢોલ, વાસણો વગાડીને ઘોંઘાટ કરે. આના લીધે ચકલીઓ ગભરાઈને ઊડી જાય. ચકલી ન નિરાંતે બેસી શકે કે ન કંઈ ખાવા-પીવાનું મેળવી શકે. નાનકડો જીવ ખાધા-પીધા કે આરામ વગર ઊડીઊડીનેય કેટલું ટકી શકે? થાકીને કે અશક્તિથી જમીન પર પટકાઈને મરી જાય, ને જીવતી હોય તો માણસો મારી નાખે.

ચકલી મોટી હોય કે બચ્ચાં હોય, સૌનો એક જ ન્યાય તોળવાનો : મોત, ક્રૂરતમ મોત. એટલું જ નહીં, ચકલીઓ ઉપરાંત શોધીશોધીને એમના ઈંડાનો નાશ કરી દેવાય. બિચારીના માળા વીંખી-પીંખી નખાવા માંડ્યા. આ નિર્દોષ અને માસૂમ પંખીઓને મારી નાખવામાં ચીની જનતા સંતોષ જ નહીં, આનંદ અને ગર્વ અનુભવતી હતી. જે વધુ ચકલી મારે એનું સન્માન થાય, ઇનામ મળે. સ્કૂલ-કૉલેજના મેળાવડામાં પ્રશસ્તિથી નવાજવામાં આવે. જેણે જેટલી ચકલી વધુ મારી હોય એના માટે એટલી વધુ તાળીઓ પડે.

આ નિર્દોષ પંખીય બિચારાં સમજી ગયાં કે પોતાની સાથે શું થઈ

રહ્યું છે. જે જગ્યા દેખાય કે જીવવાની આશા વર્તાય ત્યાં છુપાવા પહોંચી જાય. ચકલીઓનું એક મોટું જૂથ ચીનના પાટનગર બીજિંગમાં આવેલા પોલૅન્ડના દૂતાવાસમાં ઘૂસી ગયું. મારાઓ (ચકલીના હત્યારાઓ) એમની પાછળ પાછળ પહોંચી ગયા, પણ એમને દૂતાવાસમાં પ્રવેશ ન મળ્યો. આ 'નો-એન્ટ્રીથી' પાછા ફરી જવાને બદલે તેમણે પોલૅન્ડના દૂતાલયને ઘેરી લીધું. જોરશોરથી ડ્રમ વગાડવા માંડ્યા. આના અવાજથી ગભરાઈને દૂતાલયની અંદર ઊડાઊડ કરીને થાકેલી બધી ચકલીઓ પડીને મરી ગઈ.

એક-એક ચકલીના મોત સાથે નાદાન પ્રજાજનો કૂદીકૂદીને ખુશ થતા હતા, જાણે પોતાના ભવિષ્યના ખોરાકનો એક-એક કોળિયો વધતો જતો હોય. ચકલી જેવા ટચૂકડા શૈતાનના મોતથી અનાજ, પોતાના સંતાન માટેનું ભોજન સલામત થઈ રહ્યાનો પિશાચી આનંદ સૌના ચહેરા પર હતો. દરેક ચકલીને મારીને આનંદની કિકિયારી થતી. આકાશમાં ઊડતા આ ટચૂકડા જીવને વીંધી નાખવાને મોટું પરાક્રમ ગણાતું. માનવીય નિર્મમતા ચરમસીમાએ પહોંચી રહી હતી.

આ ચકલીની પ્રજાતિ લગભગ નિકંદનને આરે પહોંચી ગઈ, કારણ કે આખા ચીનમાં મહિનાઓ સુધી 'ચકલી મારો અભિયાન' પૂરજોશમાં ચાલ્યું હતું. એ સમયે ખુદ બીજિંગ (ત્યારના પેકિંગ) રેડિયોના અહેવાલ મુજબ દેશભરમાં આ કિલિંગ મિશનમાં 30 લાખ સૈનિક, સરકારી કર્મચારીઓ અને વિદ્યાર્થીઓ સામેલ થયા હતા.

ચકલીઓ તો મરી ગઈ, પણ ખેતરમાં અનાજ વધુ ન બચ્યું, ઊલટાનું ઓછું પાક્યું. ઘણું ઓછું અનાજ પાકવાને લીધે દુકાળ જેવી સ્થિતિ આવી ગઈ. 1959 અને 1960માં ચીનના જ નહીં, માનવ ઇતિહાસનો સૌથી ભયંકર દુકાળ સામ્યવાદી સામ્રાજ્ય પર ત્રાટક્યો. આ 'ગ્રેટ ચાઈનીઝ ફૅમિન'માં દોઢથી સાડાચાર કરોડ માણસો ભૂખમરાનો શિકાર બન્યા.

ચીનના પક્ષી-વિજ્ઞાની ત્સો-સીન ચેંગે દુકાળના કારણ સમજાવતાં ફોડ પાડ્યો કે ચકલીઓ અનાજ સાથે પાકને નુકસાન કરતાં, જંતુ-ઇયળ પણ ખાઈ જતી હતી. ચકલીઓની ગેરહાજરીમાં જંતુ-ઇયળે પહોંચાડેલા ભારે નુકસાનને લીધે પાક ખૂબ ઓછો થયો અને દુકાળ પડ્યો.

કરોડો ચકલીઓની નિર્મમ કત્લેઆમ પર ફૂલીને ફાળકો ખાતા ચીનાઓ 4.5 કરોડ માનવીના મોતથી હેબતાઈ ગયા. ખુદ માઓએ ચકલી મારો ઝુંબેશ પડતી મૂકવાની જાહેરાત કરવી પડી. હવે મારવાની યાદીમાં મચ્છર, માખી અને ઉંદર સાથે મુકાયું માંકડનું નામ.

લાખો-કરોડોની સંખ્યામાં ચકલી મારીને પર્યાવરણ અને જૈવિક ચક્રની સમતુલા ભયંકર હદે ખોરવી નખાઈ હતી. આને લીધે પડેલો દુષ્કાળ કરોડોને ભરખી ગયો. ચીન હોય કે અમેરિકા, કુદરત સાથે ચેડાં કરવાથી ઊંધા માથે પછડાવું જ પડે. કાશ, અતિજ્ઞાની માનવી આ સમજી શકતા હોત.

ખેર, ચીને જે કર્યું એ ભોગવ્યું. આપણે તો ગરમી વધવાથી ઘરની બહાર ચકલીના દાણા-પાણીની વ્યવસ્થા કરીને હરખાવાનું.

●

35

ડૉ. ધનીરામ બરૂઆ : જશને બદલે જૂતાં

ડૉ. બાર્ટલી ગ્રિફિથ કે ડેવિડ બેનેટના નામ સાથે થોડા તબીબ, મેડિકલ સ્ટુડન્ટ્સ કે જનરલ નૉલેજમાં અવ્વલ રહેનારાઓના કાનમાં ઘંટડીનો અવાજ સંભળાય. અન્ય કુતૂહલપ્રેમી તરત ગૂગલવીર બનીને શોધી કાઢે કે આ બે ભઈ સે કુણ? પણ ડૉ. ધનીરામ બરૂઆ ભાગ્યે જ કોઈને યાદ આવે.

આ ત્રણેય નામો વચ્ચે કડી જોડવાની શરૂઆત કરીએ ડૉ. બાર્ટલી ગ્રિફિથથી. 2022ની 12મી જાન્યુઆરીના દુનિયાભરનાં અખબારોએ ડૉ. ગ્રિફિથની વ્યવસ્થિત નોંધ લીધી. ક્યાંક તંત્રીલેખમાં વધામણાં અપાયાં. હકદાર છે તેઓ આ માન-અકરામના. તબીબી વિજ્ઞાન થકી માનવજીવનને બહેતર બનાવવા, લંબાવવાની દિશામાં તેમણે ખૂબ નોંધપાત્ર નહીં, સીમાચિહ્ન કહી શકાય એવી સિદ્ધિ મેળવી હતી.

હા, ડૉ. બાર્ટલી ગ્રિફિથની આગેવાનીમાં તબીબી જગતના ઇતિહાસમાં પહેલી વાર(?) માનવશરીરમાં ડુક્કરના હૃદયનું પ્રત્યારોપણ કરવાની ઘટના બની. અમેરિકાના બાલ્ટિમોર શહેર સ્થિત મેરીલૅન્ડ હૉસ્પિટલમાં ડૉક્ટરોએ દર્દીનો જીવ બચાવવાની આખરી કોશિશ તરીકે ડુક્કરના હૃદયનું રોપણ કર્યું, સફળ રીતે.

જો આ પહેલને સંપૂર્ણ સફળતા મળી તો અંગ પ્રત્યારોપણના ક્ષેત્રે નવી દિશા ખૂલી જશે. માનવઅંગ મળવાની પ્રતીક્ષામાં મોતને જોનારા દર્દીઓ અને એમના સ્વજનો માટે આ ઘણા મોટા બ્રેકિંગ ન્યૂઝ હતા.

મેરીલૅન્ડના 57 વર્ષના દર્દી ડેવિડ બેનેટ એકદમ સ્પષ્ટ હતા કે

‘મરવા કરતાં આ પ્રકારના પ્રયોગનો ભાગ બનવાનું મેં પસંદ કર્યું. આમેય માનવઅંગના પ્રત્યારોપણની નહીંવત્ શક્યતાને પ્રતાપે આવા પ્રયોગમાં જોડાવા સિવાય છૂટકો નહોતો. હું જીવવા માગું છું એટલે અંધારામાં તીર છોડવાની હિંમત કરી લીધી.’

માત્ર અમેરિકામાં જ નહીં, સમગ્ર વિશ્વમાં પ્રત્યારોપણ માનવઅંગની ડૉ. બાર્ટલી ગ્રિફિથ અને ડેવિડ બેનેટના પ્રયોગની સફળતા ખૂબ ઉત્સાહવર્ધક અને આશાસ્પદ જગાડનારી બની રહી એ કહેવાની જરૂર નથી. યુનિવર્સિટી ઑફ મેરીલૅન્ડની સ્કૂલ ઑફ મેડિસિનના નેજા હેઠળ આ પ્રયોગના પહેલા ચરણમાં સફળતા મળી એ અગાઉ ગયા વર્ષે એકલા અમેરિકામાં 3800 હાર્ટ ટ્રાન્સપ્લાન્ટ થયાં હતાં.

પછી ડૉ. બાર્ટલી ગ્રિફિથનાં અછોવાનાં થતાં રહ્યાં. એકાએક મેડિકલ સાયન્સના સુપરસ્ટાર બની ગયેલા આ તબીબને ન જાણે કેટકેટલી ઑફર મળતી હશે અને કેવા ઍવૉર્ડ્ઝ મળશે એ તો સમય વીતવા સાથે ખબર પડતી જશે.

પરંતુ આપણામાંથી મોટા ભાગના જાણતા નથી કે એક ભારતીય આ સિદ્ધિ મેળવી ચૂક્યો છે, ભારતીય જમીન પર જ અને એ પણ 25 વર્ષ અગાઉ. હા, પૂરાં પચ્ચીસ વર્ષ અગાઉ આ વિશે વિચારીને એને સફળતાપૂર્વક પાર પાડવાની હિંમત કરી હતી ડૉ. ધનીરામ બરૂઆએ.

બ્રિટનની રૉયલ કૉલેજ ઑફ સર્જ્યન્સની ઉજ્જ્વળ કારકિર્દી અને ધીખતી આવકની શક્યતા છોડીને ડૉ. બરૂઆ ભારત પાછા ફર્યા હતા. તેમને માત્ર પૈસા કમાવા નહોતા, પણ એનાથીય મોટાં સપનાં જોવાં હતાં. તેમને નોબેલ પ્રાઇઝ મેળવનારા પહેલા આસામી બનવું હતું, ને મેડિક્લ સાયન્સમાં નોબેલ પ્રાઇઝ જીતનારા સર્વપ્રથમ ભારતીય બનવું હતું. ઘરઆંગણે પાંખી સગવડો અને પ્રોત્સાહન વગરના માહોલ વચ્ચે આવાં સપનાં કોઈ ભેજાગૅપ જ જોઈ શકે.

ખરેખર, ડૉ. ધનીરામ બરૂઆને ઘણા ભેજાગૅપ જ માનતા હતા. આ હકીકતમાં એ ખૂબ જિનિયસ વ્યક્તિ હતા. ભારોભાર મૌલિકતા સાથે ઉગ્ર સ્વભાવ અને એકદમ આખાબોલા. એકવાર કંઈ નક્કી કરી લે પછી એ

કોઈની તો ઠીક, ખુદ પોતાની વાતેય ન સાંભળે.

1948માં જન્મેલા ડૉ. બરૂઆએ તબીબી ક્ષેત્રે ઘણી નોંધપાત્ર કામગીરી બજાવી. એમાંની એક એટલે 1997ની પહેલી જાન્યુઆરીએ કરેલું અનોખું ઑપરેશન. પૂર્ણો સાઇકિયા નામના 32 વર્ષના દર્દીની હાલત ખૂબ ગંભીર. કહી શકાય કે બચવાની શક્યતા કે આશા દેશમાંથી ભ્રષ્ટાચારની સંપૂર્ણ નાબૂદી જેટલી. હૃદયમાં કાણું પડી જવા ઉપરાંતની તકલીફને લીધે પૂર્ણોના કેસમાં ઘણા તબીબોએ હાથ ઊંચા કરી દીધા હતા.

જોખમ છતાં ડૉ. ધનીરામ બરૂઆએ ગજબનાક હિંમત બતાવી. પોતાના હૉંગકૉંગના સાથી ડૉ. જોનાથન હોની મદદથી તેમણે પૂર્ણો સાઇકિયાનો જીવ બચાવવાની તનતોડ તૈયારીઓ શરૂ કરી દીધી. 1997ના પહેલા જ દિવસે પંદર-પંદર કલાકની સર્જરી કરીને તેમણે દર્દીનું હાર્ટ ટ્રાન્સપ્લાન્ટ કર્યું. માનવના શરીરમાં ડુક્કરનું હૃદય બેસાડી દીધું.

આ વિચારવાનું કે કરવાનું જરાય આસાન નહોતું. પોતાની રીતે આ ગજબનાક મોટી સિદ્ધિ હતી. ડૉ. ધનીરામ બરૂઆને એ જ વરસે રાષ્ટ્રીય સન્માન મળવા જોઈતાં હતાં, આંતરરાષ્ટ્રીય સન્માન માટે એમનું નામ આગળ કરાવું જોઈતું હતું, પરંતુ આ અભૂતપૂર્વ ઑપરેશનનું અણધાર્યું પરિણામ આવ્યું અને આજે કોઈ કલ્પના સુધ્ધાં ન કરી શકે એવો શિરપાવ ડૉ. ધનીરામ બરૂઆને મળ્યો. એવું તે શું થયું એમની સાથે? દેશ, સમાજ, કાયદા અને માનવજાતની એ ભૂલ ક્યારેય માફ કરી શકાય એવી નહોતી.

ક્લિનિક પર બેસીને રૂપિયા છાપ્યા કરવાને બદલે આઉટ ઑફ ધ બૉક્સ વિચારતા ડૉ. ધનીરામ બરૂઆએ પૂર્ણો સાઇકિયાનો જીવ બચાવવા માટે એનામાં ડુક્કરના હૃદયનું પ્રત્યારોપણ કર્યું. 1997ની પહેલી જાન્યુઆરીનો દિવસ ભારતના અને તબીબી ઇતિહાસમાં સુવર્ણ અક્ષરે અંકિત થવો જોઈતો હતો, પણ થયું એકદમ અણધાર્યું અને સાવ જ ઊલટું.

કમનસીબે પૂર્ણોના શરીરનો પ્રતિભાવ હાઈપર-એક્યુટ રિજેક્શનનો રહ્યો. સામાન્ય-સરળ ભાષામાં કહી શકાય કે શરીરે બહારના અંગને ન સ્વીકાર્યું. આનાથી પૂર્ણો સાઇકિયાનું અવસાન થયું, પરંતુ પૂર્ણો ઑપરેશન બાદ એક અઠવાડિયું જીવ્યો. એના પરથી માની શકાય કે ડૉ. બરૂઆ

સાચા માર્ગ પર હતા. હકીકતમાં તો તેમણે એક કલ્પના કે વિચારમાત્રને માનવ-ઉપયોગી વાસ્તવિકતાને જાતે ચકાસવાની-વિકસાવવાની પહેલ કરી હતી, સફળ પ્રયોગ કર્યો હતો, પરંતુ પૂર્ણોના અવસાન બાદ ભયંકર હોબાળો મચી ગયો. એના પરિવારે સ્વજનના મોતના દોષનો ટોપલો ડૉ. બરૂઆ પર ઢોળી દીધો.

એ સમયે સરકાર, વહીવટીતંત્ર, વિદ્વાનો અને મીડિયા તો ઠીક, પણ તબીબી જગતેય ડૉ. બરૂઆને સાથ ન આપ્યો. અંતે 10મી જાન્યુઆરીએ ડૉ. બરૂઆ અને ડૉ. જોનાથનની ટ્રાન્સપ્લાન્ટેશન ઑફ હ્યુમન ઓર્ગન્સ એક્ટ, 1994 હેઠળ ધરપકડ થઈ. આ કાયદા હેઠળ બન્ને પર સદોષ મનુષ્યવધનો આરોપ મુકાયો હતો. બેઉએ પૂરા 40 દિવસ જેલમાં વિતાવવા પડ્યા હતા.

રાબેતા મુજબ રાજ્ય સરકાર જૂનું અને જાણીતું અને હવે બદનામ થઈ ગયેલું પત્તું ઊતરી, તપાસ સમિતિ રચવાનું. આ સુજ્ઞજનોએ ચુકાદો આપ્યો કે આ હૃદય પ્રત્યારોપણ ગેરકાયદે અને અનૈતિક હતું. એટલું જ નહીં, ડૉ. ધનીરામ હાર્ટ રિચર્સ ઇન્સ્ટિટ્યૂટ સેન્ટરે ટ્રાન્સપ્લાન્ટ લૉ હેઠળ રજિસ્ટ્રેશન મેળવ્યું નહોતું કે એના માટે અરજી સુધ્ધાં નહોતી કરી.

પણ 40 દિવસ બાદ ડૉ. બરૂઆ જેલમાંથી બહાર આવ્યા ત્યારે વધુ આઘાત અનુભવવા પડ્યા. એમનું દવાખાનું બાળી નખાયું હતું. આનો સગવડિયો જવાબ એ મળ્યો કે તોફાની ટોળાએ આ કૃત્ય કર્યું હતું, પણ કોના ઇશારે થયું એ ક્યારેય બહાર ન આવ્યું. ડૉ. બરૂઆને શંકા હતી કે પોતાના સોનાપુરના સેન્ટરની જમીન પર રિયલ એસ્ટેટ માફિયાનો ડોળો હતો અને એને ટૂરિસ્ટ સ્પોટમાં ફેરવી દેવા માગતા હતા.

આ ડૉ. બરૂઆના 'માન-અકરામ'નો અંત નહોતો. જે આસામ માટે પહેલું નોબેલ જીતીને રાજ્યની શાન વધારવા માગતા હતા એ જ આસામમાં તેમનો સામાજિક બહિષ્કાર થયો. 'પિગ ડૉક્ટર' અને 'મેડ ડૉક્ટર' કહીને તિરસ્કૃત કરાયા. બહુ ઓછા અને સાચા મિત્રો સાથે રહ્યા. આમાં આસામ અને પશ્ચિમ બંગાળના થોડા પત્રકારોય ખરા. એ સમયે ડૉ. બરૂઆનો કેસ લડનારા નીલમણિસેન ડેકા, જે આગળ જતાં તરુણ ગોગોઈની કૉંગ્રેસી

સરકારમાં પ્રધાન બન્યા હતા તેઓ પણ ડૉક્ટરસાહેબની પડખે રહ્યા હતા.

ડૉ. બરૂઆના પ્રશંસકો, ચાહકો અને સમર્થકો દૃઢપણે માને છે કે આ આસામી ડૉક્ટરનું કામ મેડિકલના નોબેલ પ્રાઇઝને લાયક છે, છે અને છે જ. અમેરિકામાં ડૉ. બાર્ટલી ગ્રિફિથની સફળતા આપણા ડૉ. બરૂઆ સાચા હોવાનો બુલંદ અને નકારી ન શકાય એવો પુરાવો છે, સાબિતી છે.

અલબત્ત, ડૉ. ગ્રિફિથે ક્યાંય ડૉ. બરૂઆ કે એમના પ્રયોગનો ઉલ્લેખ કર્યો નથી, પણ તેમણે ડૉ. બરૂઆની નિષ્ફળતામાંથી બોધપાઠ શીખ્યો હોવાની શક્યતા જરાય નકારી ન શકાય. પૂર્ણો સાઇકિયાનું અવસાન 'એક્યુટ ટાઇપર રિજેક્શન'થી થયાનું જાણીતું છે. ડૉ. ગ્રિફિથની ટીમે દાતા ડુક્કરને પસંદ કરીને એમાં 'જિનેટિક એડિટિંગ' કર્યું હતું. આ રીતે ડુક્કરમાંથી 'હાઈપર-એક્યુટ રિજેક્શન' સર્જનારા ત્રણ જીન (ડી.એન.એ.ના અંશ) દૂર કરી નાખ્યા હતા અને માનવજીનમાં બાહ્ય અંગ સ્વીકારનારા ત્રણ માનવજીન ઉમેરી દીધા હતા. આ જિનેટિક એડિટિંગ ભવિષ્યમાં ઘણા રોગને શરીરમાં ઊઠતા જ ડામી દેવાનું સામર્થ્ય ધરાવે છે.

બદનામી, બહિષ્કાર અને તિરસ્કાર છતાં ડૉ. બરૂઆ જરાય ચલિત ન થયા. તેઓ ભારતમાં ક્યાંક ચૂપચાપ જનરલ પ્રેક્ટિસનર બનીને ધૂમ કમાણી કરી શક્યા હોત, પરંતુ એમણે તો નવી જ દિશામાં પહેલ કરી. તેમને કાર્ડિયાક સર્જરી વિશ્વભરમાં મલ્ટિ-બિલિયન ડૉલરનો ઉદ્યોગ લાગતો હતો. હૃદયમાં બ્લોકેજ ધરાવનારા દર્દીઓ માટે સર્જરી વગરનો ઇલાજ કરવાના તેઓ ભારે આગ્રહી હતા. સાત વર્ષની જહેમતથી તેમણે 'મેજિક મોલેક્યુલ' વિકસાવ્યા, જે ખાઈ શકાય એવા છોડવામાંથી બનાવ્યા હતા.

આસામ સરકાર કે કેન્દ્રના આરોગ્ય વિભાગે ન ડૉ. બરૂઆને સાથ આપ્યો કે ન એમની નોંધ લીધી. ડૉક્ટરસાહેબે પણ પેટન્ટ લેવાનો પ્રયાસ ન કર્યો, કારણ કે ફાર્માસ્યુટિક અને મેડિકલ લૉબી પોતાનો અબજો ડૉલરનો ધંધો બચાવવા માટે કઈ હદે જઈ શકે એ તેઓ જાણતા હતા. તેમણે એચઆઈવી/એઇડ્સની દવા શોધ્યાનો અને ૮૬ દર્દીને સાજા કર્યાનો દાવો કર્યો હતો.

અમેરિકામાં ડૉ. ગ્રિફિથની સફળતા વિશે જાણીને ૭૨ વર્ષના બરૂઆ

ચહેરા પર વિજયી સ્મિતને આવતા રોકી ન શક્યા. નાદુરસ્ત તબિયતને લીધે ડૉ. બરૂઆ માંડ માંડ બોલી શક્યા અને તેઓ જે કંઈ બોલ્યા એ ભાગ્યે જ કોઈ સમજી શક્યા.

પરંતુ ડૉ. ધનીરામ બરૂઆના હૃદયને ખૂણે ભંડારાયેલી વેદનાને સાંભળીને તેમને ભારત કે આસામ સરકાર ઉચિત સન્માન આપી જ શકે, પણ કોઈકને એવી ઇચ્છા તો થવી જોઈએ ને?

●

36

ઑલટાઇમ ધનવાન નંબર વન

હાલના જીવિત કે ભૂતકાળના કોઈ પણ ધનવાનોથી વધુ સંપત્તિ હતી મનસા મૂસા પાસે.

જેફ બેઝોસ, એલન મસ્ક, બિલ ગેટ્સ, માર્ક ઝુકરબર્ગ, વૉરન બફેટ, લેરી પેગ, બેરી એલન, મુકેશ ધીરૂભાઈ અંબાણી, ગૌતમ અદાણી, મુઅમ્મર ગદ્દાફી, વિલિયમ ધ કોન્કરર, મિર ઓસ્માન અલી ખાન, નિકોલાઈ એલેકઝાંડર રોમાનોવ, જ્હોન ડી રોકફેલર, એન્ડ્રુ કોર્નેગી, અકબર પહેલો, ઝાઓ સુ, ઑગસ્ટસ સિઝર... આ લાંબી-લચક યાદીમાં કૉમન બાબત છે ધન-સંપત્તિ. પોતાના સમયમાં ક્યારેક સૌથી ધનવાન વ્યક્તિઓની યાદીમાં સૌ માનભેર સ્થાન શોભાવતા હતા. છતાં કોઈ હયાત કે મૃત ધનવાનો કરતાં સૌથી વધુ સંપત્તિના સ્વામીનું નામ લગભગ ભુલાઈ ગયું છે. એ હતા મનસા મૂસા, ટિમ્બકટુ (હાલના માલી દેશના એક શહેર)ના સુલતાન.

જેમની કુલ સંપત્તિ ક્યારેય ગણી કે અંદાજી ન શકાય, પણ એ 4,00,00 મિલિયન અમેરિકન ડૉલર જેટલી હોવાનો અડસટ્ટો મુકાય છે. આ સુલતાનનું મૂળ નામ મુસા કીટા પહેલા હતું, પરંતુ ગાદી સંભાળ્યા બાદ મનસા એટલે બાદશાહ કહેવાયા. મનસા મૂસાએ ઈ.સ. 1312થી 1337 સુધી શાસન કર્યું અને અધધ સંપત્તિના માલિક બન્યા. 1280માં જન્મેલા મૂસાને અસાધારણ સંજોગોમાં રાજ મળ્યું હતું.

1280માં મૂસાનો જન્મ તો રાજવી પરિવારમાં થયો હતો. મોટાભાઈ મનસા અબુ-બકરેને 1312 સુધી રાજ કર્યું. અબુ-બકરેને બહુ કુતૂહલ કે

એટલાન્ટિક સમુદ્ર અને એની પાર શું હશે? એટલે બે હજાર જહાજ અને હજારો પુરુષો-સ્ત્રીઓ અને ગુલામોનો કાફલો લઈને સાહસ-અભિયાન પર નીકળી પડ્યા અને ક્યારેય પાછા ન ફર્યા.

પછી સત્તા સંભાળનારા મનસા મૂસાના શાસનમાં રાજ્યનો ખૂબ વિસ્તાર થયો. બે હજાર કિલોમીટરમાં પ્રસરેલાં સામ્રાજ્યમાં એટલાન્ટિક સમુદ્રથી લઈને આજના સેનેગલ, માલી, મોરિટાનિયા, બુરકીના ફાસો, નાઇઝર, ગોબયા, ગીનીઆ-ખિબિઉ અને આઇવરી કોસ્ટ સહિતના વિસ્તારોનો સમાવેશ થતો હતો. એ સમયે મનસા પાસે બે કુદરતી સંપત્તિ અત્યંત વિપુલ પ્રમાણમાં હતી. સોનું અને મીઠું. વિશ્વના અડધોઅડધ સોના પર આ એકલા સુલતાનનો કબજો હતો. એક બાજુ સોનાની ભારે માંગ અને સોનાના વેપારના મહત્ત્વનાં કેન્દ્રો પાછા મનસા મૂસાના રાજમાં. આના ધંધામાંથી થતી આવક અને કરવેરા પાછા બોનસમાં.

મનસા મૂસા માત્ર ધનવાન જ નહીં, ઉદાર શાસક હતા. તેમણે ઘણી મસ્જિદોનું નિર્માણ કરાવ્યું હતું. એમાંથી કેટલીક આજેય અડીખમ છે, જેમાં ટિમ્બકટુના ઝિંગારેબેરની મસ્જિદનો સમાવેશ થાય છે. આટલી બેફામ સંપત્તિના માલિક ખુદ આફ્રિકાના જંગલમાં રહેતા હતા. સમૃદ્ધિમાં આળોટવા છતાં ક્યારેક ધર્મ, કલ્યાણ અને આત્માનો વિચાર આવ્યા વગર ન રહે. લગભગ ઈ.સ. 1324માં મનસા મૂસા પણ મક્કાની યાત્રાએ નીકળ્યા.

પણ યાત્રામાં કાફલો કેવડો? અને સાથે શું શું લીધું? સહરાના રણ અને ઇજિપ્તમાં સાડા છ હજાર કિલોમીટરનું અંતર કાપવા નીકળનારા સુલતાને સાથે જે જે રાખ્યું એ જોઈને આખી દુનિયા અચંબો પામી ગઈ. કાફલામાં કુલ 60 હજાર માણસો સામેલ. આમાંથી બાર હજાર માત્ર સુલતાનના અંગત અનુયાયી અને અનુચર. એમાંથી 500 જણા સુલતાનના આગમનની છડી પોકારતા આગળ ચાલે. એ બધાના હાથમાં સોનાની છડી, દંડો અને શરીર પણ મોંઘાદાટ રેશમી વસ્ત્રો. સાથે એકસો જેટલા ઊંટની વણઝાર જેના ઉપર 136 કિલોગ્રામ સોનું લદાયેલું હતું.

સામાન્ય સ્ત્રી, પુરુષો અને બાર હજાર ગુલામ તો ખરા જ. ઉપરાંત રસ્તામાં ખોરાક તરીકે ઉપયોગમાં લેવા સેંકડો ઘેટાં-બકરાં. રસ્તામાં

આવતા ઇજિપ્તના પાટનગર કહીરામાં ચૌદમી સદીના આ વેસ્ટ આફ્રિકને એટલું જોરદાર દાન કર્યું કે ત્યાં મોંઘવારી વધી ગઈ. ત્રણેક મહિના મનસા કાહીરામાં રહ્યા એથી સોનાનો ભાવ એટલો તળિયે પહોંચી ગયો કે તેણે ઇજિપ્તના અર્થતંત્રને હચમચાવી મૂક્યું. આ આંચકામાંથી ઇજિપ્ત એક દાયકા સુધી બહાર આવી શક્યું નહોતું. મુસાની યાત્રાને પ્રતાપે સોનાના ભાવમાં થયેલા ઘસારાને લીધે મધ્યપૂર્વના અર્થતંત્રને દોઢ અબજ ડૉલરનું નુકસાન થયાનો અંદાજ અમેરિકા સ્થિત એક આર્થિક કંપનીએ મૂક્યો હતો.

જો કે પાછા ફરતી વખતે મનસા મુસાએ ઇજિપ્તના અર્થતંત્રને ઉગારવા માટે અકલ્પ્ય વ્યાજે નાણાં ઉછીના લઈને સોનું પાછું ખરીદી લીધું. એમના આ બેફામ ખર્ચાથી સાથેના ઘણા શાયર-ગાયકો એટલા નારાજ થઈ ગયા કે તેમણે સુલતાનનાં પ્રશસ્તિ-ગાન ગાવાનો નનૈયો ભણી દીધો. પરંતુ એમના કાફલાની ભવ્યતા અને દાનની મહિમા દૂર દૂર સુધી પહોંચી. ઘણા આ માણસને જોવા માટે લાંબી મુસાફરી કરીને ખાસ આવતા હતા.

પોતાના સામ્રાજ્યની બહાર આવો લખલૂંટ ખર્ચ કે વેડફાટથી ભલે ભયંકર નારાજગી વ્યાપી ગઈ હોય, પણ મનસા મૂસાએ આના થકી અત્યાર સુધી અજાણ્યા રહેલા ટીમ્બકટુના સામ્રાજ્યની વિશ્વને ઓળખાણ કરાવી એ ન ભૂલી શકાય. તેઓ મક્કાથી પાછા ફર્યા ત્યારે મોહમ્મદ પયગંબરના સીધા વંશજ સહિતના ઇસ્લામિક વિદ્વાનો, શાયર અને આર્કિટેક્ટને સાથે લાવ્યા હતા અને આ બધાને કેવા માનપાન સાથે લાવ્યા હતા એ જુઓ. કવિને 200 કિલોગ્રામ સોનું અપાયું હતું. આની સાથે કળા, સાહિત્ય અને સ્થાપત્યને પ્રોત્સાહન આપવા માટે તેમણે શાળા, પુસ્તકાલયો અને મસ્જિદો બાંધવામાં પાછું વળીને જોયું નહોતું. આથી ટીમ્બકટુ મોટું શિક્ષણકેન્દ્ર બની ગયું કે જ્યાંની સિનકોર યુનિવર્સિટીમાં ભણવા માટે જ્ઞાન-પિપાસુ વિદ્યાર્થીઓ દૂરદૂરથી આવતા હતા.

ઈ.સ. 1337માં 57 વરસની ઉંમરે મનસા મૂસાના અવસાન બાદ દીકરા એમનું સામ્રાજ્ય સાચવી ન શક્યા. રાજ્યનું વિઘટન થયું. એમાંય યુરોપિયનોના આગમનથી ટિમ્બકટુની ભવ્યતાનું ભયંકર પતન શરૂ થયું.

હા, લાંબા આંતરવિગ્રહ અને વિદેશી લશ્કરી આક્રમણે એક ભવ્ય-સમૃદ્ધ વારસાનો કચ્ચરઘાણ કાઢી નાખ્યો.

અલબત્ત, આજના પશ્ચિમી નિષ્ણાતો કબૂલ કરે છે કે મનસા મૂસા પાસે કેટલી ધનસંપત્તિ હતી એનો અંદાજ મૂકવો આસાન નથી. હા, તેઓ ઑલ ટાઇમ રિચેસ્ટ પર્સન હતા એમાં બેમત નથી.

●

37

એવરેસ્ટ જેટલી સિદ્ધિ, એવરેસ્ટ જેટલો અન્યાય

રાધાનાથ સિકદર. આ નામ 99 ટકા વાચકોએ નહીં સાંભળ્યું હોય. સામો સવાલ થશે કે એમની સિદ્ધિ કઈ? સિદ્ધિની વાત કરીએ તો ઍવરેસ્ટ જેટલી. હકીકતમાં માઉન્ટ ઍવરેસ્ટનું નામ કેમ માઉન્ટ રાધાનાથ સિકદર નથી એવો સવાલ વધુ ગાજવો, ગુંજવો અને આપણને પજવવો જોઈએ.

હજી માનવામાં નથી આવતું? ઠીક છે, તો કરીએ માંડીને વાત. એમનો જન્મ 1813ની 5મી ઑક્ટોબરે સંયુક્ત બંગાળ (આજના પશ્ચિમ બંગાળના પૂર્વાવતાર)ના કલકત્તામાં થયો હતો. બાળપણમાં વાંચવા અને લખવાનો ખૂબ શોખ. કુટુંબની આર્થિક સ્થિતિ બહુ સારી નહીં. આગળ ભણવા માટે કરવું શું? એકમાત્ર વિકલ્પ હતો સારું પરિણામ લાવો અને સ્કૉલરશિપ મેળવો. હકીકતમાં શિષ્યવૃત્તિના સહારે જ તેઓ શૈક્ષણિક રીતે ઝળકતા-ચમકતા રહ્યા.

હાલ પ્રેસિડન્સી કૉલેજ તરીકે ઓળખાતી અને એક સમયની હિન્દુ સ્કૂલ ઑફ કલકત્તામાં 1924માં પ્રવેશ મેળવ્યો. એમનો પ્રિય વિષય ગણિત. આ વિષયને પ્રાધાન્ય આપીને જ આગળ ભણ્યા. અચૂક અને ઝડપી ગણતરીને પ્રતાપે પોતાના વર્તુળમાં માનવ કમ્પ્યૂટર તરીકે ઓળખાવા માંડ્યા.

રાધાનાથે ભણતરને માત્ર પાસ થવા, માર્ક્સ મેળવવા, ટૉપ કરવા અને નોકરી મેળવવા જેવા મર્યાદિત ધ્યેયના પરીઘમાં કેદ ન કર્યું. 1854માં આઇઝેક ન્યૂટનનું પુસ્તક 'પ્રિન્સિપિયા' વાંચનારા સર્વપ્રથમ બે વિદ્યાર્થીમાં

એક હતા રાધાનાથ. 1932 સુધીમાં તેમણે યુકલીડનું 'એલિમેન્ટ્સ' અને થોમસ જેફસન્સનું 'ફ્લુક્સીઑન' અને 'એનાલિટિકલ જ્યોમેટ્રી' ઉપરાંત વિન્ડ હાઉસનું 'ઍસ્ટ્રોનોમી' વાંચી લીધા હતા. એ સમય ઇન્ટરનેટનો નહોતો. પુસ્તકો મોંઘા અને મેળવવા દુર્લભ પણ ખરા. એમાંય સામાન્ય ઘરના વિદ્યાર્થી માટે વધુ દુષ્કર. છતાં રસના વિષયમાં સિકદર પાછા ન પડે.

ગણિતમાં નિપુણતાએ જ તેમને મનગમતી નોકરી સુધ્ધાં અપાવી. એ પણ જી.ટી.એસ. અર્થાત્ ગ્રેટ ટ્રીગોનોમેટ્રિક સર્વેમાં. માસિક પગાર રૂપિયા ત્રીસ. 1831માં આ નોકરી મળવા પાછળનાં કારણ પણ પાછા રસપ્રદ. એ સમયે સર્વેયર જનરલ ઑફ ઇન્ડિયાનો હોદ્દો ધરાવતા જ્યૉર્જ ઍવરેસ્ટ સ્ફેરીકલ ટ્રીગોનોમેટ્રિકમાં માસ્ટરી ધરાવતા ગણિતજ્ઞને શોધતા હતા. એમને ગ્રેટ ટ્રીગોનોમેટ્રિક સર્વે માટે તાકીદે જરૂર હતી. ત્યારે જ હિન્દુ કૉલેજના પ્રોફેસર જોહન ટેલરે 19 વર્ષના વિદ્યાર્થી રાધાનાથ સિકદરના નામનું સૂચન કર્યું અને એમને નોકરી મળી ગઈ.

જ્યૉર્જ ઍવરેસ્ટની આગેવાનીમાં 1832માં મધ્ય પ્રદેશના સિરોંજથી લઈને પશ્ચિમ બંગાળના કલકત્તા વચ્ચે ટ્રાયંગલ સર્વેની લોંગીપ્યુડીનલ (રેખાંશ) સિરીઝ પૂરી થઈ.

આ નોકરી મળતા રાધાનાથ અન્ય સાત બંગાળી કમ્પ્યૂટર નિષ્ણાત સાથે દેહરાદૂન પહોંચી ગયા. અહીંની કામગીરીમાં બહુ ઝડપભેર સૂરજની જેમ રાધાનાથ સૌથી વધુ ઝળકી ઊઠ્યા અને ઍવરેસ્ટના પ્રીતિપાત્ર બની ગયા. અત્યંત વિશ્વાસુ એવા સિકદરની અન્ય વિભાગમાં થતી ટ્રાન્સફર પણ તેમણે રોકાવી હતી.

એ સમયમાં આધુનિક સાધનો નહોતા. જાણકારી પણ આજની સરખામણીમાં ઓછી. કામ એવું કે અગાઉના કોઈ ધારાધોરણ, પગદંડી કે પ્રેરણા ન મળે. આમ છતાં રાધાનાથ આજેય સમજવામાં આસાન ન થાય એવા મિશન પર મચી પડ્યા હતા. ગુરુત્વાકર્ષણ ક્ષેત્ર અને અવકાશમાં પૃથ્વીના જીઓમેટ્રિક શેપ ઓરીએન્ટેશન (શું કહીશું આ ત્રણ શબ્દોને ગુજરાતીમાં?)નો અભ્યાસ કરતા હતા. આ માટે એ સમયની હાથવગી સ્થાપિત પદ્ધતિઓનો ઉપયોગ તો કર્યો જ, પણ સાથોસાથ ગણતરી વધુ

સચોટ અને ચોક્કસ મળે એ માટે પોતાની પદ્ધતિ પણ વિકસાવી હતી.

આ કામ નાનું-સૂનું નહોતું. 1843ની સાલ આવી અને જ્યૉર્જ ઍવરેસ્ટ થઈ ગયા નિવૃત્ત. એમના અનુગામી તરીકે આવ્યા કર્નલ એન્ડ્રુ સ્કૉટ વોઘ (કે વૉ). પરંતુ રાધાનાથની લગન કે ધગશમાં તસુભાર ફરક ન પડ્યો. તેઓ પોતાની કામગીરીને પૂરેપૂરી નિષ્ઠાથી વળગી રહ્યા.

આની વચ્ચે છેક આઠ વરસ બાદ એટલે કે 1851માં રાધાનાથ સિકદરને બઢતી અને બદલી બન્ને મળ્યા. ચીફ કમ્પ્યૂટરનો હોદ્દો અને પહોંચી ગયા કલકત્તા. અહીં તેમણે હવામાન ખાતાના સુપરિન્ટેન્ડેન્ટ તરીકેની કામગીરી પણ બજાવી.

આમ છતાં તેમણે પોતાની મૂળ કામગીરી તરફથી મોઢું ન ફેરવી લીધું. કર્નલ વોઘના આદેશને શિરોમાન્ય ગણીને તેમણે પર્વતોની ઊંચાઈ માપવાની કામગીરી શરૂ કરી. એ સમયે સર્વત્ર એવી માન્યતા પ્રવર્તતી હતી કે વિશ્વભરમાં કાંચનજંઘા સૌથી ઊંચો પર્વત છે. પરંતુ ક્યારેય માઉન્ટ ઍવરેસ્ટ ન ગયેલા આ અદ્ભુત દિમાગવાળા માણસે જાહેર કર્યું કે કાંચનજંઘા સૌથી ઊંચો પર્વત નથી. રાધાનાથે છ અલગ-અલગ નિરીક્ષણ પરથી પુરાવા સાથે દાવો કર્યો કે કાંચનજંઘા નહીં, પણ એ સમયે પીક (ટોચ) 15 (પંદર) તરીકે ઓળખાતો પર્વત જ દુનિયામાં સૌથી વધુ ઊંચો છે. તેમણે સ્પષ્ટ આંકડો સુધ્ધાં આપ્યો કે એની ઊંચાઈ 8839 મીટર એટલે કે 29 હજાર ફૂટ છે. પરંતુ વોઘને ડર લાગ્યો કે સિકદરનો આંકડો એકદમ પૂર્ણ અને સચોટ લાગે છે પણ કદાચ ખરેખર સચોટ ન પણ હોય. તેમણે કોઈ પણ તર્ક વગર પહાડની ઊંચાઈનાં આંકડામાં બે ફૂટ ઉમેરી દીધા!

1856નાં માર્ચમાં વોઘે આ 29,002 ફૂટનો આંકડો સત્તાવાર રીતે જાહેર કર્યો. એના છેક 99 વરસ કે 1955માં ઇન્ડિયન સર્વેમાં પુનઃગણતરી થઈ અને નવો આંકડો આવ્યો 29,029 ફૂટ એટલે કે 8848 મીટર. પરંતુ ત્યાં સુધીમાં બ્રિટિશરોએ વિશ્વના સૌથી ઊંચા પર્વતને નામ આપી દીધું હતું માઉન્ટ ઍવરેસ્ટ!

રાધાનાથ સિકદરની ભગીરથ કામગીરીની ગુનાહિત અવગણના તો

થઈ જ પણ એમને જશથી વંચિત રાખવા માટે ખૂબ કાવાદાવા ખેલાયા.

જે માણસે ક્યારેય વિશ્વના સૌથી ઊંચા પર્વત પર પગ સુધ્ધાં નહોતો મૂક્યો કે એ વિષયમાં સૂક્ષ્માતિસૂક્ષ્મ પ્રદાન નહોતું એ અમર થઈ ગયો. જ્યૉર્જ ઍવરેસ્ટને લીધે ઉત્તુંગ પર્વત બની ગયો માઉન્ટ ઍવરેસ્ટ. બ્રિટિશરોનું રાજ હતું એટલે બોલે કોણ?

પરંતુ સત્ય ક્યારેક ને ક્યારેક કોઈક સ્વરૂપે બહાર આવ્યા વગર રહેતું નથી. એવું જ રાધાનાથ સિકદરના કિસ્સામાં થયું.

આજે માઉન્ટ ઍવરેસ્ટ વિશે આપણી પાસે માહિતીનો ભંડાર છે. આ પર્વતરાજની દર વરસે ચાર મી.મી. ઊંચાઈ વધે છે અને ખૂબ ધીમેથી એ ઈશાન તરફ ઢળે છે. આ બધું શક્ય બન્યું હજારો પર્વતારોહકો પાસે મળેલી માહિતી-આંકડા, ટેક્નોલૉજીના આધુનિકીકરણ અને નવા-નવા રૂટની શોધને પ્રતાપે.

પરંતુ આ બધાના શ્રીગણેશ કરવામાં પાયાનું કામકાજ કરનારા રાધાનાથ સિકદરની આવડતનો બ્રિટિશરો (ગેર)લાભ લીધો, પણ એમના પર જરાય વિશ્વાસ ન મૂક્યો. હકીકતમાં આ સામ્રાજ્યવાદી માલિક સાથે સિકદરના સંબંધ બહુ સુંવાળા ન રહ્યાનો ઇતિહાસ સાક્ષી છે. 1851માં સર્વે ડિપાર્ટમેન્ટે સર્વે મેન્યુઅલ પ્રગટ કર્યું હતું. આની પ્રસ્તાવનામાં સ્પષ્ટ નોંધ હતી કે મેન્યુઅલનાં વધુ ટેક્નિકલ અને મેથેમેટિકલ પ્રકરણો બાબુ રાધાનાથ સિકદરે લખ્યા હતા. ભાવિ સર્વેયર માટે આ મેન્યુઅલ આશીર્વાદ સમાન હતું, પરંતુ સિકદરજીના અવસાન બાદ એટલે કે 1875માં મેન્યુઅલની ત્રીજી આવૃત્તિ પ્રગટ થઈ. એમાં પ્રસ્તાવના જ ઉડાવી દેવાઈ. એટલે સિકદરજીના અનન્ય પ્રદાનનું ક્રૂરતાથી અસ્વીકૃતિકરણ કરી નખાયું. સદ્‌ભાગ્યે આ છાનું ન રહ્યું. 1876માં 'ફ્રેન્ડ ઑફ ઇન્ડિયા' નામક અભ્યાસપત્રના બ્રિટિશ સર્વેયરોએ આકરી ટીકા કરીને આ કૃત્યને 'મૃતક સાથે લૂંટફાટ' ગણાવ્યું.

વધુ એક અન્યાય જુઓ. 1843માં રાધાનાથ સિકદરને રૂા. 200/-નો દંડ ફટકારાયો હતો. એ સમયમાં આ રકમ અધધ ગણાય. સર્વે ડિપાર્ટમેન્ટના કામદારોના ગેરકાયદે શોષણ સામે તેમણે ઉગ્ર વિરોધ વ્યક્ત કર્યો હતો. રામગોપાલ ઘોષ સંપાદિત 'ધ બેંગાલ સ્પેક્ટેટર'માં મેજિસ્ટ્રેટ વાન્સીટાર્ટે

કરેલા દંડની વિગતવાર નોંધ લેવાઈ હતી.

પરંતુ રાધાનાથ મનગમતું કાર્ય કરવામાં ક્યારેય પાછા નહોતા પડતા. મહિલા શિક્ષણ અને સશક્તીકરણના પ્રચાર-પ્રસાર માટે તેમણે એક મિત્ર પેરી ચાંદ મિત્રા સાથે 'માસિક પત્રિકા' નામક બંગાળી સામયિકનું પ્રકાશન શરૂ કર્યું હતું. આમાં તેઓ ખુદ એકદમ સરળ ભાષામાં લેખ લખતા હતા, જે શૈલી એ સમયે પ્રચલિત નહોતી.

છેક 1862માં, નોકરીમાંથી નિવૃત્ત થયેલા સિકદરની દુનિયાએ કદર કરી, કારણ કે એમની આવડત અને કૌશલ બહુ દુર્લભ જણસ હતી. આ ગણિતના ખાંને જર્મન ફિલૉસૉફિકલ સોસાયટીએ 1864માં કોરસપોન્ડિંગ મેમ્બર બનાવીને દુર્લભ ગણાતું સન્માન આપ્યું હતું. નિવૃત્તિ બાદ તરત તેમને જનરલ ઍસેમ્બલી ઇન્સ્ટિટ્યૂશન (પ્રવર્તમાન સ્કૉટિશ ચર્ચ કૉલેજ)માં મેથેમેટિક્સના શિક્ષક તરીકે નિયુક્ત કરાયા હતા.

ગંગાતટ સ્થિત ચંદાનગરમાં આવેલા વતન ગોંદાલપટામાં 1870ની 17મી મેએ રાધાનાથ સિકદરે અનંતની યાત્રા માટે વિહાર શરૂ કર્યો. છેક 2004ની 27મી જૂને ભારત સરકારે ભારતમાં ગ્રેટ ટ્રિગોનોમેટ્રિકની સ્થાપનાની સ્મૃતિમાં ટપાલટિકિટ બહાર પાડી હતી. આ ટપાલટિકિટ પર એ સોસાયટીમાં યાદગાર પ્રદાન આપનારા રાધાનાથ સિકદર સાથે નૈનસિંહના ફોટા મુકાયા હતા.

અન્યાયની ચરમસીમા જુઓ. 1852ની એક સવારે રાધાનાથ સિકદર ઉત્સાહ અને ઉત્તેજના સાથે પોતાના વિભાગીય વડા એન્ડ્રુ વોઘના પાસે દોડી ગયા. 'સર, સર... મેં વિશ્વનો સૌથી ઊંચો પર્વત શોધી કાઢ્યો છે,' અને આ વોઘે જ એ પર્વતને પોતાના પુરોગામી ઍવરેસ્ટનું નામ આપી દીધું. તેણે સિકદર ઉપરાંત કોઈ તિબેટિયન કે નેપાળી નામ આપવાનો વિચાર સુધ્ધાં ન કરાયો.

બ્રિટિશ ઇતિહાસકાર જોન કીએ રાધાનાથે આધુનિક ગણિતમાં આપેલા પ્રદાનને ખુલ્લા દિલથી બિરદાવ્યું છે. એમની કાબેલિયતનો વધુ એક પુરાવો. અમેરિકન ટીમે સેટલાઇટ ટેક્નોલૉજીના ઉપયોગથી ગણતરી કરી કે ઍવરેસ્ટની ઊંચાઈ 8950 મીટર છે. ત્યારબાદ ચીનની એક પર્વતારોહક

ટુકડીએ એનું માપ 8844.4. મીટર હોવાનું માપ્યું હતું, પણ આ માપ બરફના થર વગર હતું. એમાં 3.5 મીટર બરફ ઉમેરો તો સરવાળો 8848 મીટરનો થાય. આ આંકડા દાયકાઓ અગાઉ રાધાનાથજીએ આપ્યા હતા, ને કોઈ આધુનિક ટેક્નોલૉજીની ગેરહાજરીમાં!

બ્રિટિશરોએ કરેલા અન્યાય સામે ધીરે ધીરે અવાજ ઊઠવા માંડ્યો છે. માઉન્ટ ઍવરેસ્ટને રાધાનાથ સિકદરનું નામ આપવાની માગણી ક્યારની ઊઠી રહી છે. 29મી મેએ 'ઍવરેસ્ટ ડે' મનાવાય છે. 2021માં ઍવરેસ્ટ-ડેની ઉજવણી વખતે હિમાલયન માઉન્ટેનિયરિંગ ઇન્સ્ટિટ્યૂટના ગ્રૂપ કૅપ્ટન જયકિશને સ્પષ્ટ શબ્દોમાં પૂછ્યું હતું, 'શા માટે આપણે પર્વતારોહકો માઉન્ટ ઍવરેસ્ટને સિકદરના નામથી ન ઓળખી શકીએ? બ્રિટિશરોને જતા રહ્યાના દાયકાઓ વીતી ગયા છતાં આ અન્યાય શોષણનો અંત કેમ લવાતો નથી.'

જોકે જૂના પ્રચલિત નામને ન બદલવાનું એક અલગ જ રાજકારણ છે. એના મૂળમાં ઘણીવાર ન્યાય કેન્દ્રસ્થાને નથી હોતો. 'લીટલ ઇન્ડિયા' નામના મૅગેઝિનમાં ક્રિયેરાન જેમ્સ કનિંગહામે ભૂતકાળમાં પર્વતનાં નામ બદલાયાનાં ઉદાહરણ ટાંક્યાં છે. અમેરિકાના પ્રમુખ બરાક ઓબામાએ નૉર્થ અમેરિકાના સૌથી ઊંચા પર્વત માઉન્ટ મેકીનેલનું નામ બદલીને મૂળ નામ માઉન્ટ કે દેનાલી કરી નાખ્યું હતું. આગળ જતાં અમેરિકન પ્રમુખપદના ઉમેદવાર બનેલા આ જ કનિંગહામે આ નામકરણને સ્થાનિક પ્રજાની મોટી જીત ગણાવી હતી.

જો કે ભારત માટે માઉન્ટ ઍવરેસ્ટનું નામ બદલવાનું શક્ય નથી, કારણ કે આ પહાડ આપણી ભૌગોલિક સીમાની બહાર છે. જો ચીન અને નેપાળ સદ્ભાવ દેખાડે કે ન્યાયને મહત્ત્વ આપે તો જ આ શક્ય છે. આંતરરાષ્ટ્રીય રાજકારણના દાવપેચ વચ્ચે હાલ આ શક્ય નથી. ભારતની વધુ ને વધુ જમીન હડપવા તત્પર ચીની અજગર આવું ઔચિત્ય બતાવવા તૈયાર થાય તો જ નવાઈ. હમણાં હમણાં ચીનને ઇશારે નાચવા માંડેલા નેપાળમાં તો આ સત્તાવાર રીતે રજૂ ન થયેલા પ્રસ્તાવનો જાહેર વિરોધ સુધ્ધાં થવા માંડ્યો છે.

અલબત્ત, આ બધાથી રાધાનાથ સિકદરના પ્રદાન, મહત્ત્વ અને ગરિમા ઓછાં થવાનાં નથી, પરંતુ ભારતે પોતાના દસ્તાવેજમાં ઍવરેસ્ટને માઉન્ટ સિકદર તરીકે સ્વીકારવાનો વિચાર કરવો જોઈએ. આપણા પાઠ્યપુસ્તક અને સરકારી પ્રચાર-પ્રસાર યંત્રણા થકી રાધાનાથ સિકદરના નામ અને કામને એક-એક ભારતીય સુધી પહોંચાડવા જોઈએ. અલબત્ત, આ માથાકૂટ કરવાથી મત મળવાની શક્યતા કેટલી એ રાજકારણીઓ ન વિચારે તો જ નવાઈ.

પશ્ચિમ બંગાળ માટે કંઈક કરી છૂટવા તત્પર મોદી સરકાર અને બંગાળના ગૌરવ માટે બૂમાબૂમ કરતી મમતા બેનર્જી સરકાર અચૂક કંઈક કરી જ શકે. ભલે ભૂંડા રાજકારણની પડછે આ સારું કામ થઈ જાય.

•

38

એક હજાર વર્ષ જીવનારો આસપાસ છે ક્યાંક

અજર અમર એટલે અનશ્વર, શાશ્વત, અક્ષય, અનંત, અમર, અવિનાશી, ચિરંતન... ન વૃદ્ધ થાય, ન ક્ષય થાય કે નાશ થાય. હા, દુનિયાના મુઠ્ઠીભર માનવીઓ આ દિશામાં વિચારે છે. સક્રિય થયા છે. એ કંઈ આધ્યાત્મિક કે ધાર્મિક માર્ગ નથી, પણ વૈજ્ઞાનિક પદ્ધતિથી અમરત્વ કે લાંબું-સુખી-સ્વસ્થ આયખું મેળવવાના અબળખા છે.

આપણે બૅન્કમાંથી રકમ ઉપાડી જવા સહિતના કરતૂત કરતાં હેકર્સ વિશે થોડુંઘણું (કે થોડુંક જ?) જાણીએ, પરંતુ પોતાના શરીર, મગજ અને માનવ પ્રકૃતિને જે સુધારવા-મઠારવા મથતા બાયોહેકર્સ વિશે બહુ ઓછું જાણીએ છીએ.

હજી આ બાયોહેકિંગ અને બાયોહેકર્સ આપણી સમજથી પર છે, પરંતુ કેટલાક વીરલા (બીજા માટે ધૂની, ભેજાગેપ, ઘનચક્કર) તન-મગજને સાચવવા-સુધારવા ઘણા સમય સાથે લાખો-કરોડો ડૉલર ખર્ચી રહ્યા છે. બાયોહેકિંગ કે ડી.આઈ.વાય. (ડુ ઈટ યૉરસેલ્ફ) બાયોલૉજી ખૂબ વ્યાપક અને અત્યારે તો આકૃતિ-આકાર વગરનું અનંત વિશ્વ છે. આના પરિઘમાં માનવીય શરીરના બધા અંગ અને તમામ પ્રવૃત્તિનો સમાવેશ થઈ જાય. થોડા ઉદાહરણ: ઊંઘને, ઓર્ગેનિઝમને ટ્રેક-કંટ્રોલ-ઓર્ગેનાઇઝ કરો. વધતી ઉંમરને રોકો, અંગોને ક્ષીણ થતા અટકાવીને નવપલ્લવિત કરો અને... શરીર અંગેની જે કોઈ કલ્પના-ફેન્ટસી જાગે તેને સાકાર કરવાના પ્રયાસમાં મચી પડો.

આ બધા પ્રયાસ કોણ કરે? કઈ પ્રયોગશાળામાં? એની સ્વીકૃતિ કે અધિકૃતતાનું શું? આવા અનેક પ્રશ્નો ફેણ ઊંચકે, પણ બાયોહેકર્સ નામના નરબંકા અત્યારે તો એની જરાય પરવા કરતા નથી.

સજીવથી લઈને અન્ય પર પ્રયોગ શા માટે કરવાનો? પોતાના શરીરની રચના જાળવવા, સુધારવા કે ઘસારો અટકાવવા, મોટા ભાગના પ્રયોગો પોતાની જાત પર થાય. પરિણામની કોઈ ગૅરન્ટી નહીં, પ્રતિકૂળ અસર ન થવાની આશા અને વિધેયાત્મક પ્રભાવનો વિશ્વાસ. આ અકલ્પ્ય કામગીરીમાં કેટલાક તબીબથી લઈને સાવ નવશિખાઉ પણ ઝંપલાવી દે. 'તુંડે તુંડે મતિર્ભિન્ના'ની જેમ મોટા ભાગનાના ધ્યેય અને સાધન અલગ હોય. પરંપરાગત દવાથી એકદમ અલગ, પછી એ કાનૂની કે સલામત હોય કે ન હોય. ટૂંકમાં, આ પ્રજા એવું માને છે મક્કમપણે કે વિજ્ઞાન અને ટેક્નોલૉજીની મદદથી માનવજાત પોતાની પ્રવર્તમાન શારીરિક કે માનસિક મર્યાદાને ઓળંગીને બહેતર બની શકે. આ મૂવમેન્ટને કહેવાય છે ટ્રાન્સહ્યુમેનિઝમ. એમની સાથે વાતચીત કરો તો 'અપગ્રેડિંગ', 'કંટ્રોલ' અને 'ઓપ્ટિમાઇઝિંગ' જેવા શબ્દો વારંવાર સાંભળવા મળે.

હવે અલગ-અલગ બાયોહેકર અને એની શરીર-મગજને સુધારવા, બચાવવા અને જાળવવા માટેની વિચિત્ર પદ્ધતિ પર અલ્પ નજર નાખીએ.

એક છે ડેવ એસ્પ્રે. અમેરિકાના ઉદ્યોગપતિ કે બેસ્ટ સેલિંગ લેખક કરતાં એ બાયોહેકિંગ માટે વધુ જાણીતા છે ડેવભાઈ. એમનું ધ્યેય છે ૧૮૦ વર્ષ જીવવાનું. ડેવની ફિલૉસૉફી જુઓ : 'બાયોહેકિંગ એટલે તમારી આસપાસ અને અંદરનું પર્યાવરણ બદલવાની કળા અને વિજ્ઞાન. આનાથી તમે પોતાના શરીર અને એના જીવશાસ્ત્ર પર સંપૂર્ણ નિયંત્રણ મેળવી શકો.' આ મંઝિલ સુધી પહોંચવા માટે એસ્પ્રે પોતાના શરીર પર ગમે તેવા પ્રયોગ કરતા અચકાતા નથી. આમાં શરીરના સાંધામાં પોતાના જ સ્ટીમસેલ ઇનજેક્ટ કરવા, રોજ ડઝનબંધ સપ્લિમેન્ટસ લેવા, ઇન્ફ્રારેડ લાઇટમાં સ્નાન કરવું અને ઘણુંબધું. આ બધું જ 180 વર્ષ જીવવા માટે.

આમાં પોતાના શરીરના બોનમેરોમાંથી સ્ટેમસેલ કાઢીને તેનું ખુદના શરીરમાં જ પ્રત્યારોપણ કરવાથી ડેવે આશ્ચર્ય સર્જ્યું છે. આમ કરીને તેઓ

શરીરની બાયોલૉજિકલ ક્લોકને ઊંધી ફેરવવા માગે છે. 1973ની 30મી ઑક્ટોબરે જન્મેલા ડેવનો દાવો છે કે ભવિષ્યમાં આ સ્ટેમસેલ થેરપીની ડિમાન્ડ મોબાઇલ ફોનની જેમ વધશે.

2153ની સાલ સુધી જીવવા માગતા ડેવ એસ્પ્રે અઢારેક વર્ષ અગાઉ તિબેટમાં ટ્રેકિંગ પર ગયા હતા. ત્યારે તબિયત કથળતાં તેમને યાકના દૂધની ચા પીવડાવાઈ હતી. પછી ખૂબ સ્ફૂર્તિ-નવચેતનાનો અનુભવ થયો. આમાંથી પ્રેરણા લઈને તેમણે અમેરિકામાં બુલેટપ્રૂફ કૉફી માર્કેટમાં મૂકી. સવારમાં આ કૉફીનું સેવન કરવાથી વજન ઘટે છે. સામાન્ય કૉફીના એક કપમાં 500 જેટલી કેલેરી હોય, પણ બુલેટપ્રુફ કૉફીમાં કાર્બોહાઇડ્રેટ ન હોય. તે પાચન વધારે છે અને ચરબી ઘટાડે છે. એમ.સી.ટી. (મીડિયમ ચેઇન ટ્રિગ્લીસિરાઇડ) અને માખણમાંથી બનતી કૉફીએ ઘણાં આરોગ્યપ્રેમીને ઘેલું લગાડ્યું છે.

એક સમયે મેદસ્વિતાથી પીડાતા અને હૃદયરોગના હુમલાનું જોખમ ધરાવતા ડેવ એસ્પ્રેના પ્રયોગો સસ્તા નથી. 180 વર્ષ જીવવાના સપનામાં તેમણે અત્યાર સુધી 7.4 કરોડ રૂપિયાનું મૂડીરોકાણ કર્યું છે. સાથે એકદમ શિસ્તમય નિયમિત જીવન, ભોજન પર નિયંત્રણ, ઊંઘવાની રીતમાં ફેરફાર અને ડાયેટનું આકરું પાલન. એમાં કોલ્ડ ક્રાયો થેરપી ચેમ્બર અને અમુક ચોક્કસ વ્રત આવે. ડેવ પોતાની થિયરી સમજાવવાનો પ્રયાસ કરતા કહે છે, 'યુવાન માણસના શરીરમાં કરોડો સ્ટેમસેલ હોય. ઉંમર વધવા સાથે સ્ટેમસેલ ખતમ થતા જાય. હું ભોજનમાં અંતર અને ઉપવાસ (ઇન્ટરમિટેન્ટ ફાસ્ટ) રાખું છું. આને લીધે શરીર ભોજન પચાવવાની પ્રક્રિયામાં ઓછું વ્યસ્ત રહે અને એ સમયે ખુદ સ્ટેમસેલનું સમારકામ કરી શકે છે.'

કોલ્ડ ક્રાયો થેરપી ચેમ્બર વિશે તેઓ કહે છે કે, આમાં ઓછા તાપમાને શરીરના નુકસાન પામેલા કોષની સારવાર થાય છે. ચાલીસીએ પહોંચેલા કે એનાથી નાની ઉંમરના માણસો મારી પદ્ધતિને અનુસરે તો 100 વરસની ઉંમરેય વધુ સક્રિય અને ખુશ રહી શકે એવો ડેવનો દાવો છે.

આમ જોઈએ તો ડેવ એસ્પ્રે ઇચ્છે છે એમાં કંઈ નવું નથી. સદીઓથી માનવી વિપસ્યના અને ઇન્ટરમિટેન્ટ ફાસ્ટ કરતો આવ્યો છે. ટ્વિટરના

સ્થાપક જેક પેટ્રિક ડોરસે રોજ બે કલાક વિપસ્યના કરે, રોજ માત્ર ડિનર જ ખાય, શનિ-રવિએ કંઈ ન ખાય, સવારે આઇસ-બાથ લે અને પછી ટ્વિટરની ઑફિસે જવા પાંચ માઈલ ચાલે. હા, ઔરા રિંગ પણ પહેરે.

આવા બાયોહેકર્સની દુનિયાનો અભ્યાસ કરતા ક્રાયો થેરપી ઉપરાંત ન્યૂરોફિડબેક (બ્રેઇન વેવ્ઝના નિયમન માટે સ્વ-તાલીમ), નિઅર-ઇન્ફ્રારેડ સાઉના (ઇલેક્ટ્રોમેગ્નેટિકમાંથી તાણમુક્ત થવામાં મદદરૂપ), વર્ચ્યુઅલ ફ્લોટ ટેન્ક (મનને ધ્યનામય અવસ્થા ભણી દોરી જવામાં મદદરૂપ) વગેરે, જેમાં સેંકડો ડૉલરનો ખર્ચ કરનારા પડ્યા છે.

આ સિવાય શરીરમાં કમ્પ્યૂટર ચિપ્સ બેસાડનારાય છે. આનાથી બેઠા-બેઠા કે સૂતાં-સૂતાં ગ્લુકોઝ લેવલની જાણકારી મેળવવાથી લઈને પથારીમાં ઊભા થયા વગર દરવાજો સુધ્ધાં ખોલી શકાય. આપણને આમ શરીરમાં ચિપ્સ બેસાડવાનું વિચિત્ર લાગે, પણ અમેરિકાના પ્રમુખપદ માટે 2020ની ચૂંટણીમાં ઝંપલાવનારા ટ્રાન્સહ્યુમાનિસ્ટ પાર્ટીના અધ્યક્ષ ઝોલ્ટન ઇસ્તવાન તો આવા ઇમ્પ્લાન્ટથી ખુશ છે અને એને આરામદાયક સમજે છે. ઘરના દરવાજાની બહાર ઇલેક્ટ્રિક લોકને ચિપ સ્કેનર સાથે જોડીને ચાવી લેવાની દરકાર વગર જોગિંગ પર નીકળી જવામાં તેમને જલસો પડી જાય છે.

હકીકતમાં મજામાં રહેવા, માંદા ન પડવા, વધુ અને બહેતર જીવવા માટે કેટલાક બાયોહેકર કંઈ પણ કરી છૂટવા તત્પર રહે છે. અમુક બાયોહેકરને માત્ર સ્વસ્થ નથી રહેવું, એને તો 'એવરેજ' બાબત ગણે. એમને સરેરાશથી બહેતર દેખાવ-જીવનમાં રસ છે.

બાયોકેમિસ્ટ્રી અને બાયોફિઝિક્સમાં પીએચ.ડી. કરનારા જોસિયા ઝાયનેરને તબીબી સમસ્યા હતી, પણ પછી બાયોહેકિંગ થકી તેમણે પોતાનું જ ડીએનએ હેક કર્યું હતું. જો કે એમનો આ પ્રયોગ અત્યંત જોખમી હતો. વધુ મસલ બનાવવા માટે તેમણે જાહેરમાં જીન-એડિટિંગ સાધન પોતાના હાથ પર ઇન્જેક્ટ કર્યું હતું.

બ્રિટિશ વિદ્વાન આંબ્રે ડે ગ્રે ગણાય છે એન્ટી-એજિંગ અભ્યાસના પ્રણેતા અને નિષ્ણાત. આ વિદ્વાન માને છે કે અમરત્વ શક્ય છે. તેમનો દાવો છે કે મેડિકલ ટેક્નોલૉજી મારફત ઉંમર વધવાની પ્રક્રિયાને રોકી

શકાશે અને માનવી સેંકડો કે હજાર વરસ સ્વસ્થપણે જીવી શકશે. એક હજાર વરસ જીવનારો પહેલો માનવી જન્મી ચૂક્યો છે એવું ગ્રે વિશ્વાસપૂર્વક જણાવે છે.

આ બધામાં રશિયાના મિલ્યોનર સર્જ ફાગીટ તો અમરત્વ પામવા વધુ પડતા ઉત્સુક છે. પોતાના પર હસનારાઓની પરવા કર્યા વગર સર્જ સમજાવે છે કે બધા જ મરવાના એ માઇન્ડસેટ એકદમ પ્રાચીન છે. બાયોહેકિંગના પરિણામો આવવા સાથે જાગૃતિ વધતી જશે. આ મહાશય ઇન્ટરમિટેન્ટ ફાસ્ટિંગ અને જોરદાર વર્કઆઉટને મહત્ત્વ આપે છે. તેઓ નકારાત્મક લાગણીથી બચવા માટે નિયમિતપણે એન્ટિડિપ્રેસન્ટ્સ લે છે. શારીરિક સજ્જતા-સ્વસ્થતા સાથે મન પણ પૉઝિટિવ રહે એને આ અમરત્વ-પ્રેમી અનિવાર્ય ગણે છે.

આ કલ્પન જેટલું નવું છે એટલું જ વ્યાપક અને મુશ્કેલ છે. આ પ્રયાસોને કાનૂની અધિકૃતતા નથી, ઘણા એને અનૈતિક માને છે, પણ આ સાહસ, ફેન્ટસી કે સપનાં સાકાર થાય તો આવા સંવાદ સાંભળવા મળશે — 'મને 156મું બેઠું. તમને?'

લંબા જીને કે લિએ કુછ ભી કરેગા : માની ન શકાયથી લઈને ચીતરી ચડે એવો પ્રયોગ :

બાયોહેકર વધુ બહેતર તન-મન મેળવવા-જાળવવા, લાંબું સ્વસ્થ જીવવા અને ક્યારેય ન મરવા માટે ઘણા વિચિત્ર નુસખા અજમાવે છે. આને પાગલપણાના તરંગ-તુક્કા ગણાવાયા છે, તો આને સ્વીકારનારા-અનુસરનારા પણ છે. કેટલાંક ઉપાય - ફૉર્મ્યુલાના સંશોધન પાછળ કરોડોનાં આંધણ થઈ ચૂક્યાં છે. કેટલાકને તો આમાં આવતીકાલનો ધીકતો ધંધોય દેખાય છે. આયખું લંબાવવા અને કાયમ જીવતા રહેવા માટેના કેટલાક પ્રયોગો આવા છે :

* **યંગ બ્લડ ટ્રાન્સફ્યુઝન :** વધતી ઉંમર સામે લડવા શરીરમાં પોતાનાથી વધુ યુવાનનું લોહી ઇનફ્યુઝ કરવું, પૈસા ચૂકવીને જુવાન લોહી ખરીદવું અને શરીરમાં ઇનજેક્ટ કરવું એ ડ્રેક્યુલા ટાઇપ લાગે, પણ

એ થોડુંઘણું લોકપ્રિય થયું છે. આના પ્રયોગમાં મોટી રકમનું રોકાણ થયું છે. આનાથી અલ્ઝાઇમર, પાર્કિન્સન, હાર્ટઍટેક અને સોરાઇસિસથી બચવાની ઉમ્મીદ છે, રિપિટ માત્ર ઉમ્મીદ છે.

* **ફેકલ ટ્રાન્સપ્લાન્ટ :** આ ઉબકા આવે એવી પદ્ધતિમાં સ્વસ્થ દાતાનું મળ બીમાર વ્યક્તિના ગેસ્ટ્રોઇન્ટેનિયલ ટ્રેકમાં ટ્રાન્સફર કે ટ્રાન્સપ્લાન્ટ કરાય છે. આવું કરવામાં એક વ્યક્તિને ગંભીર ચેપ લાગ્યો હતો ને એકનું મોત થયું હતું.
* **એડિટ ડીએનએ :** સી.આર.આઈ. એસ.પી.આર. એટલે કલ્સ્ટર્ડ રેગ્યુલરલી ઇન્ટરસ્પેશેડ્ શોર્ટ પેલેન્ડ્રોપિક રિપિટ્સ થકી પોતાના ડી.એન.એ.માં સુધારા-વધારા કરવાના પ્રયાસ થયા છે. જોસિઆ ઝાયનરે જાહેરમાં આ પ્રયોગ કર્યો, પણ એ પીડાદાયક છે. સાથોસાથ એને ફેન્ટસી ગણાવનારાય છે.

●

39

શહીદોના સ્વજન સાથે સંવેદના-સેતુ

જમ્મુ-કાશ્મીરના 45 વર્ષના રહેવાસી વિકાસ મન્હાસ બારમાંથી અગિયાર મહિના દેશભરમાં ફરતા રહે. આ દોડધામમાંથી એક નવા ફદિયાની આવક નહીં ઉપરથી ખર્ચો થાય. છતાં ન એમના પરિવારવાળા નારાજ થાય કે ન સમાજ ટીકા કરે. બલ્કી સૌ ખુશ થાય અને આશીર્વાદ આપે. ઘણાને મીઠી ઈર્ષ્યા ઊપજે. તો તેઓ શેની દોડાદોડી કરે છે, એક શહેરથી બીજા શહેર ને એક ગામથી બીજા ગામ?

વિકાસભાઈ પોતાના સગા નથી, ઓળખતા નથી કે અગાઉ ક્યારેય મળ્યા નથી એવા લોકોને મળવા જાય છે. તેઓ દેશ માટે શહીદ થયેલા જવાનોના પરિવાર અને ખાસ તો માતા-પિતાને મળવા જાય છે. તેઓ આજ સુધી આવા 500થી વધુ પરિવારને દેશભરમાં મળી ચૂક્યા છે. આમાં મુંબઈના યુવાન શહીદ વિનાયક ગોરેનાં માતા અનુરાધાતાઈ ગોરે, શહીદ લેફ્ટનન્ટ નવાંગ કાપડિયાનાં માતા ગીતાબહેન અને શહીદ કેપ્ટન સી. સુબ્રમણ્યમનાં માતા-પિતા તથા અમદાવાદના મેજર ઋષિકેશ રામાણીનાં માતા-પિતા, શહીદ નીલેશ સોનીના પરિવાર અને શહીદ સિગ્નલમૅન પ્રદીપ કુશવાહાનાં માતા-પિતા સહિતના અનેકોનો સમાવેશ થાય છે.

વિકાસ મન્હાસ મળ્યા એ 500 ઉપરાંતના દેશના સર્વ શહીદોને આપણી માનવંદના. માત્ર 15મી ઑગસ્ટ અને 26મી જાન્યુઆરીના સિઝનલ અને દેખાડાના દેશપ્રેમમાં ન માનનારા વિકાસ મન્હાસનું અભિયાન આપણા હૃદયને સ્પર્શી જાય છે. સાથોસાથ આત્માને ઝકઝોરીને પૂછે કે આપણે શું કર્યું? હવે શું કરવા માગીએ છીએ?

દેખાવમાં એક સૈનિક જેવા લાગતા વિકાસ મન્હાસે જમ્મુ યુનિવર્સિટીમાંથી બી.એસસી. કર્યું. પછી મુંબઈ જઈને એમ.એમએસ. (માર્કેટિંગ). બેંગલુરુમાં ચાર વર્ષ નોકરી કરી ત્યારે કામની સાથોસાથ શહીદોના પરિવારને મળવા જવાનું પ્લાનિંગ કરે. દેશના વિવિધ ભાગમાં પહોંચી જાય, પરંતુ 2011માં જમ્મુ પાછા ફરીને એવો વેપાર-ધંધો પસંદ કર્યો કે જેમાં પોતાની હાજરીની ઓછી જરૂર પડે અને મોબાઇલ ફોનથી ઉપલબ્ધ રહે તોપણ ચાલે.

મામાના ઘરે લગ્નમાં હાજરી આપવા પોતાના વતન ભદેરવાહ ગયા ત્યારે વિકાસને આતંકવાદના ખોફની સાથોસાથ સૈનિક પરના જોખમ અને એમની વીરતાનો અનુભવ થયો. એક રાતે ડિનર અગાઉ ટહેલવા નીકળી પડ્યા. રાત ઝાઝી વીતી નહોતી છતાં એકદમ સૂમસામ રોડ. માંડ 30-40 ડગલાં આગળ વધ્યા હશે ત્યાં અંધારાને ચીરતી રોશનીએ આંખો આંજી નાખી. રોબદાર અવાજ સંભળાયો : 'રુક જાઓ.' ગભરાટ વધ્યો અને ગાત્રો ઠંડા પડવા માંડ્યાં. પછી પગે ઊંધી દિશામાં, ઘર ભણી દોટ મૂકી. ઘર પહોંચીને ચૂપચાપ બધાની સાથે બેસી ગયા. થોડીવારમાં જ દરવાજો ખટખટાવાનો અવાજ સંભળાયો. મામાએ દરવાજો ખોલ્યો, તો થોડા સૈનિકો ઊભા હતા. એક સૈનિકે માહિતી આપી કે આ દિશામાં, કદાચ તમારા ઘરમાં એક આતંકવાદીને આવતા જોયો અમે. મામાએ ના પાડી, પણ વિકાસે હિંમત કરીને મોઢું ખોલ્યું. હકીકત જાણ્યા બાદ સૈનિકોએ સમજાવ્યો, 'સહેજ ખાતર મોતથી બચી ગયા તમે. રાત્રિ કર્ફ્યૂમાં બહાર ન નીકળાય. અમને ખાતરી હતી કે તમને પકડી પાડીશું એટલે ગોળી ન છોડી, નહીંતર ક્યાંક...'

મોત સાથે થતાં થતાં રહી ગયેલા સાક્ષાત્કારનો થડકો મનમાં શમે એ અગાઉ બીજો અનુભવ થયો એ જ રાતે. સતત ગોળીઓનો અવાજ સંભળાય. ધાણી ફૂટતી હોય એમ બુલેટ્સ છૂટતી હતી. સવારે પાંચ વાગ્યા સુધી આ ઘમસાણ ચાલ્યું. પછી ખબર પડી કે આતંકવાદીઓએ આપણી સૈનિક ટુકડી પર ઓચિંતો હુમલો કર્યો હતો. સાત જવાનો શહીદ થઈ ગયા. એક વીરલો એકલેપંડે આખી રાત લડતો રહ્યો કે જેથી ત્રાસવાદીઓ

લૂંટફાટ કે કત્લેઆમ ન કરી શકે.

આ ઘટનાએ વિકાસને એકદમ વિહ્વળ કરી મૂક્યા, પણ હજી વધુ આઘાત તો બાકી હતો. એ સમયે લશ્કરના નિયમ મુજબ શહીદનો પાર્થિવદેહ પરિવારજન સુધી પહોંચાડવાને બદલે પોસ્ટિંગને સ્થળે અંતિમવિધિ થતી હતી. કુટુંબીજનોને માત્ર રૂમાલમાં બાંધેલી અસ્થિની પોટલી અને એમના બિસ્તરા (ફોલ્ડિંગ બેડિંગ) મોકલાવાતા હતા. એટલે સાતેય શહીદને ભદેરવાહમાં જ અગ્નિદાહ અપાયા. એ સાતેયના પાર્થિવદેહને સ્મશાન સુધી કાંધ આપનારાઓમાં વિકાસ પણ હતા. પંદરેક મિનિટ ચાલ્યા બાદ ઘણા મૃતદેહમાંથી હજી લોહી નીકળતું હતું. હિન્દુ વિધિ મુજબ આ સાતેય શહીદને એક જ ચિતા પર અગ્નિદાહ અપાયા હતા. એમને યાદ આવ્યું કે ક્યારેક એકાદ સગા આવવાના બાકી હોય તોપણ આપણે ચિતાને અગ્નિ આપતા નથી, જ્યારે અહીં તો એક પણ પરિવારજન નહોતો! એ એક રાતની ઘટનાએ વિકાસ મન્હાસને હચમચાવી નાખ્યા. આ સૈનિકો આપણી સલામતી અને શાંતિ માટે ઘર-સ્વજનોની દૂર રહે છે, તડકા-છાયડા-વરસાદ અને ગોળીઓ હસતે મોઢે સહન કરી લે છે. આ શહીદો માટે આપણી કંઈ જ ફરજ નથી? આ વિચાર વલોણામાંથી જીવનને મળ્યું એક મિશન, એકદમ અનોખું મિશન. ઘરે પાછા ફરીને એ સાત શહીદો વિશે માહિતી મેળવવા અખબારો ફંફોસ્યા પણ કંઈ હાથ ન લાગ્યું.

મનમાં હજી મિશન કે ધ્યેય એકદમ સ્પષ્ટ નહીં. એટલું નક્કી કરી લીધું કે શહીદોના પરિવારજનોને મળવું, પણ ત્યાં જઈને શું કરવું? શું કહેવું? કંઈ જ ખબર નહોતી. દેશ માટે ઉચ્ચતમ સેવા કરનારા, શહાદત અર્પણ કરનારા શૂરવીરના સ્વજનોને એમના પાર્થિવદેહનાં અંતિમ દર્શન ન થાય? આખરી અલવિદા ન કહી શકાય? પણ કંઈ જ વિગત ન મળે.

વિકાસ મન્હાસ ફોન પર કહે છે, ‘કારગિલના યુદ્ધથી સિનારિયો બદલાવા માંડ્યો. ભારતીય પક્ષે 500 જેટલી શહાદત નોંધાઈ. ટેલિવિઝનને પ્રતાપે ઘણાં હૃદયદ્રાવક દૃશ્યો, સંભારણાં મળ્યાં. એમાંય તત્કાલીન વડા પ્રધાન અટલબિહારી વાજપેયીએ શહીદોના પાર્થિવદેહ કુટુંબીજનોને મોકલવાનો આદેશ આપ્યો ત્યારે મેં રાહતનો શ્વાસ લીધો. આ યુદ્ધના ટીવી-અખબારોના

કવરેજમાં મને શહીદોનાં નામ, યુનિટ, વતન અને અન્ય માહિતી મળવા માંડી.'

સૌ પ્રથમ કયા શહીદના ઘરે ગયા?

જમ્મુના સમાચક ગામના 19 વરસના ઉદ્યમાન સિંહ. ૧૮ ગ્રેનેડિયરના આ જવાન ટાઇગર હિલ્સ પાછા મેળવવાના ભીષણ યુદ્ધમાં શહીદ થયા હતા. એમનું નામ, સરનામું અને બધી વિગતો આપીને મેં દોસ્તોને વિનંતી કરી કે મારી સાથે ચાલો. તેમણે સવાલ પૂછ્યો કે, કેમ? ત્યાં જઈને તું શું કહીશ? મારી પાસે આનો જવાબ નહોતો. છતાં બે મહિના બાદ મેં હિંમત કરી. ગામ નજીકમાં જ હતું. ગ્રામજનોએ એમના ઘર સુધીનો રસ્તો ચીંધ્યો. ઘરનો દરવાજો બહેને ખોલ્યો. હું માંડ બોલી શક્યો કે ઉદ્યમાન સિંહનાં માતાજીને મળવા આવ્યો છું. મને એક રૂમમાં લઈ જવાયો, જ્યાં ઠેર ઠેર શહીદના ફોટા હતા. માતાજી આવ્યાં અને મારી સામે બેસી રહ્યાં માથું નમાવીને. બે કલાક સુધી બેમાંથી કોઈએ એક હરફ ન ઉચ્ચાર્યો. બે કલાક પછી ઊભા થઈને તેમણે પૂછ્યું કે, ચા પીશો? મેં માથું હલાવીને હા પાડી.

હું ચાની ચુસકી ભરું એ પહેલાં માએ ઉદ્યમાન સિંહના ફોટા તરફ આંગળી ચીંધીને બોલ્યાં કે, જુઓ, મારો દીકરો કેવો દેખાવડો છે ને? કારગિલ યુદ્ધ અગાઉ વૅકેશનમાં આવ્યો ત્યારે આ ફોટો પાડ્યો હતો. મા એક કલાક સુધી દીકરા વિશે બોલતાં રહ્યાં, હું માત્ર હા બોલતો કે ના. ક્યારેક તો માથું હલાવીને ચલાવી લેતો. બપોરે બે વાગ્યે તેમણે લંચનું પૂછ્યું. મેં હા પાડી. બધા કુટુંબીજનો સાથે ખૂબ વાતો કરી. હું નીકળવાનો હતો ત્યારે માએ પૂછ્યું કે ફૌજમાંથી કેટલા દિવસની રજા મળી છે તને? મેં જવાબ આપ્યો કે હું આર્મીમૅન નથી. સિવિલિયન છું. જમ્મુનો આમ આદમી છું. તેમણે આશ્ચર્ય સાથે ડોગરી ભાષામાં પૂછ્યું કે, 'ઈત્થે ક્યું આયે ફિર?' મેં વિવેક સાથે જવાબ આપ્યો કે, 'આપને મળવા અને શહીદ પ્રત્યે માન વ્યક્ત કરવા.' એમના માટે આ કલ્પના બહારનું હતું, છતાં ખુશીથી બોલ્યાં કે, દોબારા આયો. અને ખરેખર પછી તો ન જાણે એમના ઘરે હું કેટલીયવાર જઈ આવ્યો છું.

વિકાસભાઈ, આ આવકાર્ય કામગીરીમાં સમય, વ્યવસાયની વ્યસ્તતા અને અર્થતંત્ર અવરોધરૂપ બનતાં નથી?

સાચી વાત છે, પણ આ બધા અવરોધ મને અટકાવી શકતા નથી. ક્યારેક તો હું 12 મહિનામાંથી 11 મહિના શહીદોના પરિવારોને મળવાના પ્રયાસમાં હોઉં છું. હું કાયમ ટ્રેન કે બસ જેવા પબ્લિક ટ્રાન્સપોર્ટનો ઉપયોગ કરું છું. આનાથી વધુ કે ખોટો ખર્ચ થતો બચી જાય. જરૂર પડે તો રહેવા કે ખાવા-પીવાનો શહીદોના પરિવારમાં મેળ ખાઈ જાય. આનાથી તેમની સાથે વધુ રહેવાય, તેમની વેદનામાં સહભાગી થવાય. હું મુલાકાત માટે શહીદના રેન્ક, રેજિમેન્ટ કે રાજ્યને ધ્યાનમાં લેતો નથી.

ક્યારે કોને મળવું એ કઈ રીતે નક્કી કરો છો?

કોઈની શહાદતના વાવડ આવે કે તરત હું તેમના ઘરે દોડી જતો નથી. વિપદાના આરંભમાં તો ઘણા મળવા આવે. હું મોડેથી જાઉં અને પછી એમને નિયમિત મળતો રહું, ફોનથી પણ સંપર્ક રાખું. શહીદના જન્મદિન અને શહાદત દિને સોશિયલ મીડિયા પર એમને અંજલિ આપું. હું માનું છું કે આવા પરિવારોને શરૂઆતના દિવસોમાં જ નહીં, કાયમ માટે ઇમોશનલ સપોર્ટની જરૂર રહેવાની.

આ બધી મુલાકાતો એકદમ ઇમોશનલ હોવાની જ, પરંતુ કંઈ વિશેષ યાદગાર?

મારા માટે બધું યાદગાર છે. મારા મનની મૂડી છે. 2019માં મારા જન્મદિને શહીદ મેજર અક્ષય ગિરીશનાં મમ્મી-પપ્પાએ મને બ્લુ ઝભ્ભો અને સફેદ કુર્તાની ભેટ આપી. હું ખૂબ ગળગળો થઈ ગયો, પણ આજેય એ પહેરતા હું ખચકાટ અનુભવું છું. 2016ના ડિસેમ્બરમાં એક લગ્નમાં મેજરના પહેરવા માટે તેમણે આ કુર્તો-ઝભ્ભો લીધો હતો, પણ નિયતિને એ મંજૂર નહોતું. 20 નવેમ્બરમાં નાગરોટા પર થયેલા આતંકવાદી હુમલામાં સાથી જવાનોને બચાવવામાં તેઓ શહીદ થઈ ગયા. એક શહીદનાં માતા-પિતાની આ લાગણીને વર્ણવવા મારી પાસે શબ્દો નથી.

સવાલ વિચિત્ર છે. આમેય સ્વર્ગવાસીના પરિવારને સાંત્વન માટેના શબ્દો જલદી ન મળે. તો એક અજાણ્યા પરિવાર સાથે સંવાદ કઈ રીતે શરૂ કરો?

મુશ્કેલ, ખૂબ મુશ્કેલ છે આ કામ. હું મળતાંવેંત શહીદ સૈનિક વિશે વાતચીત કરવાનું ટાળું છું. હું અન્ય શહીદોના પરિવાર અને એમના પીડાદાયક જીવનની વાતો શેર કરું છું. આનાથી એમને લાગે કે અન્ય લોકોય દુઃખી છે, પોતાનાથી વધુ દુઃખી છે. આનાથી એમની વેદના થોડીઘણી ઓછી થતી હશે એમ હું માનું છું. મને ખૂબ અનહદ માન-આદર છે આપણા સૈનિકો માટે. કૉર્પોરેટ સેક્ટરની એસી કેબિનમાં બેસીને વધુ પગાર-સગવડ મેળવવાને બદલે તેઓ દેશની, મારી અને તમારી શાંતિ-સલામતી માટે જીવ જોખમમાં મૂકે છે. સાચું કહું તો આવા વીરલાઓના મોટા ભાગના પરિવારને આર્થિક મદદની જરૂર નથી. એ કામ તો સરકાર કરે છે, પણ આપણે તેમની વેદનામાં સહભાગી થવું જોઈએ. લાગણીનો સધિયારો પૂરો પાડવો જોઈએ. દરેક માતાને આદરપૂર્વક પ્રતીતિ કરાવવાની છે કે મા, તારો દીકરો ખોટા દેશ કે માણસો માટે શહીદ થયો નથી.

ખરેખર વિકાસ મન્હાસ જેવી વિચારધારા ધરાવતા વધુ માનવીઓની જરૂર છે આપણને.

●

40

નોબેલના સાચા હકદાર ભારતીય

હમણાં જ આખા વિશ્વે કોવિડ-19 નામના ભયંકર રોગચાળાનો સામનો કર્યો. અનેક વૈજ્ઞાનિક શોધ અને પ્રગતિ વચ્ચેય આ રોગચાળો લાખોને કોળિયા કરી ગયો. માનવીય આદતોનું પરિણામ કહો કે નિયતિ. એક યા બીજો રોગચાળો 50થી 100 વરસે ત્રાટકે જ છે. અહીં વાત કરવી છે 'બ્લુ ડેથ' અને ભારતમાં 'હૈજા' તરીકે ઓળખાતા કૉલેરાના રોગચાળાની. હવે કૉલેરાનો ઇલાજ છે અને એ અગાઉ જેટલો જીવલેણ પણ રહ્યો નથી.

આ કૉલેરા સદીઓ જૂની બલા છે. ઇતિહાસમાં આ રોગચાળાનો વ્યવસ્થિત ઉલ્લેખ ગાસ્પર કોરિઆ નામના પોર્ટુગીઝ ઇતિહાસવિદ્ અને ભારત અંગેના અભ્યાસુના લખાણમાં મળે છે. ઈ.સ. 1543માં ગંગાના ડેલ્ટા પ્રદેશ (હાલના ભારત અને બાંગલાદેશ)માં કૉલેરા જેવાં લક્ષણ ધરાવતો રોગચાળો ફાટી નીકળ્યો હતો. આ રોગ વળગતો એના આઠ કલાકમાં તો દર્દી દમ તોડી દેતાં. મરણાંક એટલો વધુ હતો કે બધાની અંતિમવિધિમાંય સંઘર્ષ કરવો પડતો હતો. પછી તો પોર્ટુગીઝ, વલંદા, ફ્રેન્ચ અને બ્રિટિશ પ્રવાસી લેખકો દ્વારા સદીઓ સુધી કૉલેરાના મોતપાશનાં વર્ણન આવતાં રહ્યાં.

કૉલેરાનો પહેલો રોગચાળો ભારત પર જ ત્રાટક્યો, 1817માં. ગંગાના તટપ્રદેશના વિસ્તારોમાં. પછી ઝડપભેર મ્યાંમાર, શ્રીલંકામાંય પ્રસર્યો. 1820માં કૉલેરા થાઇલૅન્ડ અને ઇન્ડોનેશિયા પહોંચી ગયો. એકલા જાવા ટાપુમાં જ એક લાખ માણસોને ભરખી ગયો. એ જમાનામાં વહાણવટાના

પ્રવાસીઓ મારફતે 1820માં ચીન અને 1822માં જાપાનમાં પ્રવેશ્યો.

પરંતુ એનો પ્રસાર એશિયા ઉપખંડને ઓળંગી ગયો. 1821માં ભારતથી ઓમાન જતા બ્રિટિશ સૈનિક પર્સિયન ગલ્ફમાં કૉલેરાને લઈ ગયા. છેવટે યુરોપમાં અને પછી હાલના તુર્કી, સીરિયા અને દક્ષિણ રશિયામાં પોત પ્રકાશ્યું. પરંતુ છ વર્ષ બાદ આકરા શિયાળાને લીધે પાણી પુરવઠામાં પોષાતા બેક્ટેરિયા ખતમ થઈ જવાથી 1823-24માં આ રોગચાળાએ ખમૈયા કરવા પડ્યા.

1829માં કૉલેરાએ ફરી દેખા દીધી. ભારતમાંથી આરંભ અને વેપાર-ધંધા અને લશ્કરી અવરજવર થકી પૂર્વ એશિયા, મધ્ય એશિયા અને મધ્ય પૂર્વમાં ફેલાઈ ગયો. 1830માં મૉસ્કો, 1831માં પોલૅન્ડ અને ફિનલૅન્ડ, ત્યારબાદ હંગેરી અને જર્મની. પરંતુ અહીં વિરામ નહોતો.

કૉલેરાએ આખા યુરોપને પોતાના બાહુપાશમાં ઝકડી લીધું. 1831ના અંત ભાગમાં બ્રિટન અને 1832માં મુકામ લંડન. આને અંકુશમાં લાવવા માટે બ્રિટને ક્વૉરોન્ટાઇન (આપણે આ શબ્દ કોરોનાકાળમાં વધુ સાંભળતા થયા હતા.) જેવા પગલાં લીધાં હતાં. અસલામતી, ફફડાટ અને અફવાબાજીને લીધે બ્રિટનના લીવરપૂલમાં પ્રજાનો આક્રોશ ફાટી નીકળ્યો, જે 'કૉલેરા રાયોટ્સ' (કૉલેરાલક્ષી રમખાણ) તરીકે ઓળખાયો.

1832માં જૂનમાં કૉલેરા અમેરિકાને આંબી ગયો. ક્યુબેકમાં એકાદ હજારનાં મોત બાદ આગળ ફેલાતો ગયો. પછી ન્યૂ યૉર્ક અને ફિલાડેલ્ફિયા. 1883માં મેક્સિકો અને ક્યુબા સહિતના લૅટિન અમેરિકાને ભરડામાં લીધું. લગભગ બે દાયકાના હાહાકાર બાદ લગભગ 1851માં કૉલેરા નામનો રાક્ષસ શાંત પડ્યો.

રાક્ષસ ખતમ નહોતો થયો, ઊંઘતો હતો. 1852થી 1859માં ફેલાયેલા કૉલેરાનો ત્રીજો રોગચાળો સૌથી જીવલેણ નીવડ્યો. આફ્રિકા, એશિયા, યુરોપ અને નૉર્થ અમેરિકાને ખેદાનમેદાન કરી મૂક્યા. 1859માં માત્ર બ્રિટનમાં 23 હજાર માણસો મરી ગયા.

આની સાથોસાથ કૉલેરા સામે પહેલી મહત્ત્વની જાણકારી બ્રિટનમાં મળી. આધુનિક રોગચાળા વિજ્ઞાનના ભીષ્મ પિતામહ ગણાતા બ્રિટનના

જ્હોન સ્નોએ કૉલેરાના કેસોનો ઊંડાણપૂર્વક અભ્યાસ કર્યા બાદ એને ફેલાવાનું કારણ શોધી કાઢ્યું. જાહેર પુરવઠા વ્યવસ્થામાંનું દૂષિત પાણી. તેમણે મહામહેનતે સ્થાનિક અધિકારીઓને પમ્પ હેન્ડલ હટાવવા સમજાવ્યા આને પ્રતાપે કૉલેરાના કેસમાં ઘટાડો થવા માંડ્યો.

પરંતુ કૉલેરાનો રોગચાળો ચોથી અને પાંચમી ઇનિંગ્સ રમવાય આવ્યો. 1863થી 1875 અને 1881થી 1869ના રોગચાળાનો આતંક અગાઉ કરતા ઓછો પણ મોત નોંધપાત્ર સંખ્યામાં થયા. એકલા હંગેરીમાં જ 1872-73માં 1,90,000ના જીવ ગયા. હેમ્બર્ગની તો દોઢ ટકા વસતિ કૉલેરાનો શિકાર થઈ ગઈ.

કૉલેરા સામેની માનવ લડાઈમાં વધુ એક મહત્ત્વપૂર્ણ અણસાર મળ્યો. 1883માં વિશ્વવિખ્યાત જર્મન માઇક્રોબાયોલૉજિસ્ટ રોબર્ટ કોચે કલકત્તા અને ઇજિપ્તના કૉલેરાનો અભ્યાસ કર્યો. તેમણે એક એવી ટેક્નિક વિકસાવી કે જેથી કૉલેરા ફેલાવતા બેક્ટેરિયાની વૃદ્ધિ થાય. એને નામ આપ્યું 'વી કૉલેરા.' ઇન્ટેસ્ટાઇન એટલે કે આંતરડામાં આ બેક્ટેરિયાની હાજરીથી કૉલેરા થતો હોવાનું શોધી કાઢ્યું.

કૉલેરાના છઠ્ઠા આગમન (1899-1923)માંની સૌથી ભયાનક અસર ભારત, રશિયા, મધ્ય પૂર્વ અને ઉત્તર આફ્રિકામાં થઈ. 1923 સુધીમાં દુનિયાભરમાંથી કૉલેરાની પીછેહઠ દેખાઈ, પણ ભારતમાં તો તેણે હાહાકાર મચાવી દીધો. 1818-19માં પચાસ લાખથી વધુ માણસોને સ્મશાનગ્રસ્ત કરી નાખ્યા.

હવે કૉલેરાને અંકુશમાં રાખી શકાય છે, પણ માનવ બેદરકારીને પાપે હજી એનાથી પૂરેપૂરો છુટકારો મળ્યો નથી. સંશોધકોના અભિપ્રાય મુજબ હજી દર વર્ષે 13થી 14 લાખ લોકોને આ રોગ થાય છે અને એનાથી મરનારાનો આંકડો 1,43,000 (હા, એક લાખ તેંતાલીસ હજાર)થી લઈને 21,000 (એકવીસ હજાર) વચ્ચે રહે છે.

એક અંદાજ મુજબ વિશ્વભરમાં બ્લુડેથ અર્થાત્ કૉલેરા અર્થાત્ કિંગ કૉલેરાને નામે ઓળખાતા રોગચાળાએ બે કરોડથી વધુ માણસોને મારી નાખ્યા હશે. આખી દુનિયાના વિજ્ઞાનીઓને આ કૉલેરા હંફાવતો હતો,

માનવીઓને જીવજંતુની જેમ મારતો હતો. આવા ભયંકર રોગચાળાને નાથવામાં અને એના ઇલાજને શક્ય બનાવીને ન જાણે કેટલા લાખો-કરોડો માનવીઓના જીવ બચાવવામાં એક ભારતીયે અદ્‌ભુત-અમૂલ્ય-અનન્ય પ્રદાન આપ્યું. આખી દુનિયાએ એની કદર કરી, સન્માન આપ્યું, પણ ઘરઆંગણે તો અવગણના અને અવહેલના જ હાથ લાગ્યાં. ભારત માતાના આ સપુતનું નામ ત્રણ-ત્રણ વખત નોબેલ પ્રાઇઝ માટે નોમિનેટ સુધ્ધાં થયું હતું. છતાં આજે એમના માટે ગર્વ અનુભવવાનું તો ઠીક, આપણને એમના નામનીય જાણ નથી. શા માટે આપણા પ્રચાર-પ્રસાર માધ્યમો એમને વરસમાં એક-બે વાર જન્મજયંતી-પુણ્યતિથિએ પણ યાદ કરતા નથી. શા માટે તેમના વિશે બાળકોને નથી ભણવાતું?

કૉલેરા સામેની લડાઈમાં અત્યંત મહત્ત્વપૂર્ણ અને જીવન-રક્ષક શોધ કરનારા મહાનુભવ હતા, શંભુનાથ ડે. એમની જાણકારી મેળવવા સાથે માનવંદના હવે પછી.

રવીન્દ્રનાથ ટાગોરને નોબેલ પ્રાઇઝ મળ્યું. પછી ટેસ્ટ ટ્યૂબ બેબીની શોધ માટે સુભાષ મુખોપાધ્યાય (16 જાન્યુઆરી, 1931-19, જૂન 1981)ને ચોક્કસ મળી શક્યું હોત, પણ એને બદલે તેમણે આપઘાત કરવો પડ્યો. પશ્ચિમ બંગાળના આવા જ રત્ન શંભુનાથ ડે (1 ફેબ્રુઆરી, 1915-15 એપ્રિલ 1985)નું નામ ત્રણ-ત્રણ વાર નોબેલ માટે નોમિનેટ થયું હતું, પણ તેઓ સહેજ માટે રહી ગયા. વિશ્વભરમાં કૉલેરાના ભયંકર રોગચાળા અને અંદાજે બે કરોડના મોત બાદ અનન્ય સિદ્ધિ હાંસલ કરી શંભુનાથ ડેએ.

કૉલેરા, બ્લુ ડેથ, હૈજા અને કૉલેરા કોબ્રા તરીકે ઓળખાતા આ રોગને નાથવા દુનિયાભરના વિજ્ઞાનીઓ, સંશોધકો અને તબીબો માથું કૂટતા હતા. આની વચ્ચે 1915ની પહેલી ફેબ્રુઆરીએ પશ્ચિમ બંગાળના હુગલી જિલ્લામાં એક ગરીબ પરિવારમાં શંભુનાથનો જન્મ. એક તો આર્થિક તંગી પણ બાળક શંભુનાથને ભણવામાં ખૂબ દિલચસ્પી. સંબંધીઓની સખાવતથી આગળ ભણતા ગયા. સૌને સંતોષ અને આનંદ કે આપણા પૈસાનું રોકાણ વ્યર્થ નથી. શંભુનાથ ભણતરમાં લગભગ અવ્વલ જ હોય.

આગળ જતાં કલકત્તા મેડિકલ કૉલેજમા શિષ્યવૃત્તિ મેળવીને ડૉક્ટર

બની ગયા. 1939માં તો પ્રૅક્ટિસ શરૂ કરી દીધી, જેનાથી એમને અને દર્દીઓને બન્નેને સંતોષ. શંભુનાથના માયલાને આવક રળવા કરતાં આગળ ભણતરમાં અને સંશોધનમાં રસ હતો. રાબેતા મુજબની સારવાર-દવા તો ઘણા ડૉક્ટર કરી શકશે. પોતે કંઈક અલગ કરવું એવી ધૂણી મનમાં ધખતી રહે. વતનની યાદ આવી. કદાચ લંડનમાં કે અન્યત્ર ધીખતી આવક અને નામના કમાઈ શક્યા હોત, પણ તેઓ ભારત પાછા ફર્યાં. એ વર્ષ હતું 1949નું.

એમની આંખ સામેથી કમોતે મરતા માણસોના ચહેરા હટતા જ નહોતા. કલકત્તા મેડિકલ કૉલેજના પેથોલૉજિકલ ડિપાર્ટમેન્ટના ડિરેક્ટર તરીકેનો હોદ્દો મળ્યો. એમને નોકરી સાથે રોગચાળાનો સ્વરૂપ લઈ ચૂકેલા કૉલેરાને નાથવા માટે કંઈક કરવું હતું. તેઓ રાત-દિવસ સંશોધનમાં ડૂબી ગયા. આમેય એ સમયે પશ્ચિમ બંગાળમાં કૉલેરાએ હાહાકાર મચાવ્યો હતો. હૉસ્પિટલોમાંથી દર્દી અને માનવીનાં ડૂસકાં ખૂટવાનું નામ લેતાં નહોતાં.

શંભુનાથ ડેના ધ્યાનમાં આવ્યું કે જર્મન રિસર્ચર રોબર્ટ કોચ મુજબ વાઇરસ વ્યક્તિની સર્ક્યુલેટરી સિસ્ટમમાં ભળી જાય છે. ટૂકમાં કહીએ તો વાઇરસ લોહીમાં ભળીને શરીર પર કબજો જમાવે છે. પરંતુ કોચે એ નહોતા શોધી શક્યા કે આ વાઇરસ માનવીના અન્ય કોઈ અંગ થકી પણ શરીરમાં ઝેર પ્રસરાવી શકે છે.

હકીકતમાં ખૂબ કપરા કાળમાં શંભુનાથ ડે મન પરોવીને કામ કરી રહ્યા હતા. દેશના વિભાજનના ઘા હજી તાજા હતા. આપણા દેશે હજી ભાંખોડિયાં ભરવાની શરૂઆત કરી હતી. એવામાં કૉલેરાનો રોગચાળો માનવીઓનો કોળિયા કરી રહ્યો હતો.

સપનું જોયું તો સાકાર પણ થયું. 1947માં યુનિવર્સિટી કૉલેજ લંડનની કેમેરોન લૅબમાં ડૉક્ટરી કરવા માટે પહોંચી ગયા. આ એમના જીવનનો જ નહીં, સમગ્ર માનવજાત માટે અત્યંત મહત્ત્વનો તબક્કો સાબિત થવાનો હતો. પરંતુ એ અગાઉ આફતોની બટાલિયનો સામે ઝઝૂમવું પડ્યું. પરંતુ આનાથી જરાય હતાશ કે ચલિત થવાને બદલે પૂરેપૂરું ધ્યાન ધ્યેયમાં એટલે કે સંશોધનમાં લગાવેલું રાખ્યું.

અહીં વિશ્વવિખ્યાત પેથોલૉજિસ્ટ સર રૉય કેમેરોન તેમના ગુરુપદે અર્થાત્ મેન્ટોર હતા. એમને હૃદયરોગ સંબંધી સંશોધન કરવાનું હતું. આમાં આખા માનવશરીરની રચના પર પણ ધ્યાન આપે, એનો ગહન અભ્યાસ કરે. આ અભ્યાસ દરમ્યાન જ ડે સાહેબનું ધ્યાન કૉલેરા ફેલાવનારા વાઇબ્રિયો કૉલેરા નામના વાઇરસ ભણી ગયું. આ જીવાણુઓની શોધ જર્મન માઇક્રોબાયોલૉજિસ્ટ રોબર્ટ કોચે શોધ્યો હતો. આ જીવાણુની 'વી કૉલેરા' તરીકે પણ નોંધ મળે છે. શંભુનાથ આ વિષયમાં ઊંડા ઊતરતા ગયા.

પરંતુ ભારતમાં કૉલેરાના ઉપદ્રવે ભયંકર ઉપાડો લીધો એટલે આ બધી અરાજકતા વચ્ચે પોતાની રોજિંદી ફરજ બજાવ્યા બાદ શંભુનાથ ડે સાહેબ લૅબોરેટરીમાં રિસર્ચ વર્ક કરે. તેમણે શોધી કાઢ્યું કે વાઇબ્રિયો કૉલેરા કે વી કૉલેરા તરીકે ઓળખાતા વાઇરસ લોહીમાં ભળીને નહીં, પણ નાના આંતરડા થકી ટોક્સિન અર્થાત્ ઝેરને શરીરમાં પ્રસરાવતા હતા. આને લીધે દર્દીનું લોહી ઘટ્ટ થઈ જતું અને શરીરમાં પાણી ઓછું થવા માંડતું હતું. આગળ જતાં આ બન્ને જીવલેણ નીવડતા હતા.

વિજ્ઞાની અને તબીબી જગત સાથે સંકળાયેલાઓને બહેતર સમજ પડે કે આ શોધ કેટલી બધી મહત્ત્વની હતી. 1953માં શંભુનાથ ડેનું રિસર્ચ પેપર પ્રગટ થયું અને એક ઇતિહાસ રચાઈ ગયો. એમની આ શોધથી માનવ ઇતિહાસ પર દૂરગામી અસર થઈ. એમની શોધને પ્રતાપે ઓ.આર.એસ. અર્થાત્ ઓરલ ડિહાઇડ્રેશન સોલ્યુશનની શોધ થઈ.

કૉલેરાને કાબૂમા લેતી આ દવાની સૌથી મોટી વિશિષ્ટતા એ હતી કે તેને સામાન્ય વ્યક્તિ ઘરે પણ બનાવી શકતી હતી. ખરેખર, આના પ્રતાપે ભારત અને આફ્રિકાના લાખો દર્દીઓ કૉલેરાના જડબામાંથી જીવતા પાછા આવી શક્યા હતા.

રામબાણ દવાની શોધ સુધી લઈ જનારા શંભુનાથ ડેના નામનો દુનિયાભરમાં ડંકો વાગી ગયો. વિધિની વક્રતા જુઓ કે ઘરઆંગણે તેમને કોઈ રાષ્ટ્રીય સન્માન ન મળ્યું. સન્માન તો ઠીક, પણ આ વાઇરસ પર અલભ્ય શોધ કરવા માટે સહાય, સાધનો કે વ્યવસ્થાય ઉપલબ્ધ ન થયાં.

આજે કૉલેરાનો નામનો લેશમાત્ર ફફડાટ નથી એ શંભુનાથ ડેની શોધનો

પ્રતાપ છે. 1959માં શંભુનાથજીએ આ દિશામાં વધુ એક સિદ્ધિ મેળવીને જાહેર કર્યું કે આ વાયરસથી ઉત્પન્ન થતું ટોક્સિન તો એક્સોટોક્સિન છે. દેશમાં ગુમનામી અને અવગણના વચ્ચે તેમનું નામ નોબેલ પ્રાઇઝ માટે સૂચવાયું, ત્રણ-ત્રણવાર દુનિયાભરમાં માન-સન્માન મળતાં રહ્યાં. 1973માં નોકરીમાંથી નિવૃત્ત થયેલ આ પ્રતિભાશાળી વિદ્વાનને 1978માં નોબેલ ફાઉન્ડેશને ગેસ્ટ સ્પીકર તરીકે બોલાવ્યા હતા. અહીં પોતાની શોધ અને સંશોધન પ્રક્રિયાની વાતો કહી. આ સાંભળીને દુનિયાભરના વિજ્ઞાનીઓ તેમની પ્રશંસા કરતા થાક્યા નહોતા.

'બ્લુ ડેથ' ગણાતા કૉલેરા આગળથી ડેથ અર્થાત્ મોત પર ચોકડી મૂકનારા મહામાનવ શંભુનાથ ડે 1985ની 15મી એપ્રિલે અનંતની યાત્રાએ નીકળી પડ્યા. આપણો સમાજ અને શાસકો બુદ્ધિના કેટલાં ભયંકર બધિર કે આંતરરાષ્ટ્રીય સ્તરે પ્રીતિને પાત્ર બનેલા ભારતીયને ઘરઆંગણે સાવ વખારે નાખી દીધા. મરણોત્તર ભારત રત્ન આપવાની રમત તો સહજ સંપૂર્ણપણે રાજકીય છે, પણ એમાં આવી એક વિભૂતિનો સમાવેશ થાય તો એને થોડી ઘણી ગરિમા-ગૌરવ જરૂર મળે.

દિલથી સલામ, શંભુનાથ ડે સાહેબ,

•

41

સૌથી મોટી તોપનો ઉપયોગ જ ન થયો

ભારતનો ઇતિહાસ જેટલો સમૃદ્ધ અને ભવ્ય છે એટલો જ ભાતીગળ છે. દેશમાં ઠેર ઠેર એવી વસ્તુ-વાર્તા ધબકે છે કે જેના સુધી પહોંચીને આનંદાશ્ચર્ય અનુભવાય. તાજેતરમાં રાજસ્થાનના જયપુરની મુલાકાત દરમિયાન તોતિંગ ગર્વનો અનુભવ થયો. દુનિયાભરમાં પૈડા પર મુકાયેલી સૌથી મોટી તોપ જોવા મળી. આ જ તોપ એશિયાની સૌથી વધુ વજનદાર તોપ પણ ખરી. જયવાણ નામની તોપ વિશેની વિગતો ખરેખર આશ્ચર્ય ઉપજાવવા સાથે આપણા વડીલોની વિચારસરણી, વ્યૂહરચના અને જહેમત પ્રત્યે માન ઉપજાવનારી છે.

જયપુરના રાજા સવાઈ જયસિંહ દ્વિતીયે મોગલ બાદશાહ મોહમ્મદ શાહની વધતી વગ સામે પોતાના રાજ્ય અને પ્રજાના રક્ષણ માટે જયવાણ તોપ બનાવડાવી હતી. આમેરના કિલ્લાથી બે કિલોમીટરના અંતરે આવેલા જયગઢના કિલ્લામાં જયવાણ તોપ આજેય વટથી મુલાકાતીઓને આકર્ષી રહી છે. રાજાએ શત્રુઓ સામે લડવા રચેલી વ્યૂહરચનામાં પર્વતીય વિસ્તારમાં કિલ્લો અને એના પર શક્તિશાળી તોપ મૂકવાનો સમાવેશ થતો હતો.

અરવલ્લીની પહાડીઓના શણગાર સમાન જયવાણ તોપ એશિયાની સૌથી મોટી, સૌથી વજનદાર તોપ છે. જયગઢ કિલ્લાના ડુંગર દરવાજાની બુર્જ પર સ્થિત જયવાણ તોપનું વજન 50 ટનથી વધુ છે. નળીના છેડાથી લઈને અંત સુધી તોપની લંબાઈ 31 ફૂટ અને ત્રણ ઇંચ જેટલી છે. આ તોપની જાણકારી માત્રથી દુશ્મનોના હાંજા ગગડી જતા હતા.

એને બનાવવા માટે જયગઢમાં જ ખાસ કારખાનું બનાવાયું હતું. આમ તો બધા કિલ્લામાં તોપ બનાવાતી હતી. અત્યારે અન્ય સ્થળે કારખાનાનું અસ્તિત્વ નથી, પણ જયગઢ કિલ્લામાં એક માત્ર કારખાનું આજેય મોજૂદ છે ને તેમાં જૂના લેથ મશીન છે, તોપના સંચા અને ઢાળવાની ભઠ્ઠીય છે. આજે ક્યાંય આટલું પ્રાચીન કારખાનું જળવાયેલું નથી. આ સ્થળને ખૂબ સલામત મનાતું હતું. એટલે જ રાજા માનસિંહ (1589-1614)નો ખજાનો અહીં સંતાડાયાની લોકવાયકા પ્રચલિત છે.

મજાની વાત એ છે કે જયવાણ તોપ બનાવાયા બાદ એક પણ વખત એનો યુદ્ધમાં ઉપયોગ થયો નહીં. વજન ખૂબ હોવાથી એને અન્યત્ર ખસેડવાનું શક્ય નહોતું. માત્ર ચકાસણી માટે એક વખત તોપગોળો છોડાયો હતો. એ તોપગોળો જયપુરથી 35-40 કિલોમીટરના અંતરે આવેલા ચાકસુ નામના ગામમાં પડ્યો હતો. ત્યાં એટલો મોટો ખાડો પડી ગયો કે જ્યાં ક્યારેય ઘાસ પણ ન ઊગ્યું. આજે એ ખાડો તળાવ બની ગયો છે અને એનું પાણી ગ્રામજનો વાપરે છે.

એક વખત ફાયર કરવા માટે જયવાણ તોપમાં 100 કિલો ગન પાઉડર વપરાતો હતો. એ તોપગોળો છોડાતો હશે ત્યારે કેવો ભયંકર અવાજ થતો હશે? કેટલો પ્રચંડ સ્ફોટ થતો હશે? અને છતાં ડુંગર પર તોપ અડીખમ ટકી રહે એ કેટલી મોટી વાત કહેવાય? 35 કિલોમીટર સુધી ઊભેલા દુશ્મન સૈનિકનાં ચીથરેચીંથરા ઉડાડી મૂકવાની ક્ષમતા ધરાવતી આ તોપનો ક્યારેય યુદ્ધમાં ઉપયોગ ન થયો એ જ એની તાકાતનું સાચું પ્રમાણપત્ર છે.

ઐરાવત હાથી જેવી ભવ્ય જયવાણ તોપ બે પૈડાવાળી ગાડી પર બિરાજમાન છે. એના પૈડાનો વ્યાસ 4.5 ફૂટ છે. આ ગાડી ચલાવવા માટે બે મોટા ડિસ્પોઝેબલ પૈડાં છે, જેનો વ્યાસ 9 ફૂટ છે. બેરલની લંબાઈ 20.2 ફૂટ છે. બેરલની અણી પાસે પરિઘ 7.2 ફૂટ છે, તો પાછળ 9.2 ફૂટ. બેરલના બોરનો વ્યાસ 28 સે.મી. અને છેવાડામાં બેરલની પહોળાઈ 21.6 સે.મી. છે. આ બેરલ પર બે લોખંડનાં કડાં લગાવાયેલાં છે, જે એક ક્રેનની મદદથી એને ઊંચકવામાં ઉપયોગમાં આવે. બોલની આગળ

પુષ્પની આકૃતિ છે, વચ્ચે એક મોરની જોડી અને પાછળ બતકની જોડી બનાવાયેલી છે. હજી વિજયાદશમીએ આ તોપની પૂજા કરાય છે. ક્યારેક આ ભવ્ય તોપને હાથીથી ખેંચીને લઈ જવાતી હતી.

જયવાણ તોપ કારખાનામાં બનેલી ત્યાં આજેય બે ડઝન નાની-મોટી તોપ સાચવી રાખીને મ્યુઝિયમ બનાવાયું છે. એ સમયની કારીગરી આજેય મોઢામાં આંગળાં નખાવી દે એટલી બેનમૂન છે.

જયગઢ કિલ્લામાં જયવાણ તોપ ઉપરાંત બીજું ઘણું જોવા જેવું છે. લલિત મંદિર, આરામ મંદિર અને વિલાસ મંદિર ઉપરાંત ટંકશાળ, દારૂગોળાખાનું, શીતળા માતાનું મંદિર, બુલંદ દરવાજા અને દરગાહ ખાસ જોવાલાયક છે. રાજસ્થાનના કિલ્લાઓમાં પાણી સંગ્રહવા માટે ટાંકા હોય, પણ દુર્ગગઢમાં ખૂબ મોટા જળસંગ્રહ ટાંકા છે, એ પણ ત્રણ-ત્રણ. આ ગઢની બહારની ભીંત લાલ (સ્થાનિક ભાષામાં બલુઆ) પથ્થરથી બનેલી છે.

જયવાણ તોપ જેવા અનન્ય શસ્ત્ર અને કલાકૃતિ આપણા અતીતમાં હતા, જેના પરથી સમયની ધૂળ ખંખેરવાની જરૂર છે. એના માટે ઇચ્છા જગાવો, ઘણું-ઘણું નવું-આશ્ચર્યજનક જોવા-જાણવા મળશે.

•

42

શારીરિક મર્યાદા પર મક્કમતાની જીત

બૉડીબિલ્ડર. આ શબ્દ સાથે એક યુવાન પડછંદ, આકર્ષક શરીરસૌષ્ઠવ, સ્નાયુબદ્ધ, સ્ફૂર્તિવાન, સ્વસ્થ અને જાણે આરસમાંથી કંડારાયેલા ગ્રીક ગૉડની મૂર્તિ એટલે ત્રિઋતિક રોશન જેવો યુવાન નજર સામે આવે. પણ આ પરંપરાગત ઇમેજને તોડનારા અમુક, બહુ ઓછા, વીરલાય ખરા. આવું એક નામ છે, સ્ટીવ એલેક્સી.

સ્ટીવને એક બીમારી કે જેમાં બોડી બિલ્ડિંગ તો જવા દો, સ્થિર ઊભા રહેવાનુંય મુશ્કેલ. જન્મ જ સેરેબ્રલ પાલ્સી સાથે થયો. સ્ટીવ એલેક્સી માટે જીવન કેટલું દુષ્કર-દર્દસભર હતું એ સમજવા માટે થોડુંક સેરેબ્રલ પાલ્સી માટે જાણીએ. માતાના ગર્ભમાં કાં જન્મ સમયની કોઈક તકલીફને લીધે શિશુના મગજને કંઈક નુકસાન થાય. આમાં જિનેટિક ખોડખાંપણ, પ્રાણવાયુના અભાવ, ચેપ અને મગજને ઈજા સહિતની બાબતો આવી જાય. બાળકના મગજને લકવો થઈ જાય અને તે શરીરના સ્નાયુઓ પર અંકુશ જાળવી ન શકે. કોઈ કેસમાં સ્નાયુ એકદમ સખત-બરડ થઈ જાય. અન્ય કેસમાં વધુ પડતાં સક્રિય. આને લીધે બાળકમાં માનસિક મંદતા, ખોરાકની સમસ્યા, શીખવાની અક્ષમતા, ઉચ્ચારણમાં મુશ્કેલી, દષ્ટિ-શ્રાવ્યની તકલીફ સહિતની ઊણપ વર્તાય છે. બાળકનો શારીરિક, બૌદ્ધિક વિકાસ સામાન્ય કરતાં ઓછો, મંદ થાય. સ્નાયુ ઇચ્છિત કામગીરી ન બજાવે. હકીકતમાં આ તો સામાન્ય-ઉપરછલ્લી જાણકારી થઈ. સાચી અને પૂરી વાત તો ડૉક્ટર જ કહી શકે.

આપણા સ્ટીવભાઈને જન્મથી જ સેરેબ્રલ પાલ્સી. અમેરિકાના વર્જિનિયા સ્થિત સફોક (skolf, જેમાં એલ સાયલન્ટ)માં રહેતું દંપતી આ કુદરતી આઘાત ભુલાવવાની મથામણ કરતું હતું, કારણ કે વહાલસોયા દીકરા સ્ટીવને જીવાડવા માટે ડૉક્ટર પર મોટો મદાર હતો. આશાની અપેક્ષા વચ્ચેય આંચકો મળ્યો. ડૉક્ટરે શબ્દો ચોર્યા વગર કહી દીધું કે, આ છોકરો ક્યારેય પગ માંડીને ચાલી નહીં શકે. એટલેથી જ અટકવાને બદલે વધુ તેજાબી કાળવાણી ઉચ્ચારી કે એને બાકીની જિંદગી કોઈ હૉસ્પિટલ કે આવા બાળકોની સંસ્થાની દેખરેખમાં રાખવા સિવાયનો કોઈ વિકલ્પ નથી.

કલ્પના ન કરી શકાય કે મા-બાપના કાળજા પર કેવો વજ્ર-પ્રહાર થયો હશે. માસૂમ દીકરા વિશેના ડરામણા ભવિષ્ય કથનથી વ્યથિત થઈને માથે હાથ મૂકીને રડતા બેસવાને બદલે બન્નેએ મનોમન ગાંઠ વાળી લીધી કે અમે આ છોકરો સામાન્ય જીવન જીવી શકે એ માટે તમામ શક્ય જહેમત ઉઠાવીશું.

લાગણીના અવેશમાં આવીને આવા નિર્ણયો લેવાઈ જાય, પણ એનો વ્યવહારમાં અમલ આસાન ન હોય. એમાંય લાંબો સમય કે આજીવન કઈ રીતે થઈ શકે? મા-બાપે પોતાની લાગણી પર પહાડ મૂકીને નાનકડા સ્ટીવને શક્ય એટલી પડકારરૂપ જિંદગી સ્વબળે જીવતો થાય એવી આદત પાડી, પ્રૅક્ટિસ કરાવી. નાનકડું બાળક હોય અને કુદરતી ખોફ ઊતર્યો હોય ત્યારે વધુ પડતાં લાડ લડાવાય, આળપંપાળ થાય. પણ અહીં સુખી-સ્વસ્થ ભવિષ્ય માટે બાળપણથી તાવણી-તાપણી શરૂ થઈ ગઈ.

આમાં સ્ટીવની મમ્મી શર્લી સ્ટોરીએ બાળકને જે કરવું હોય એ કરવા માટે પ્રોત્સાહન આપ્યું. સામાન્ય બાળક કરી શકે એવું બધું કરવા માટે શર્લીએ સ્ટીવને છૂટ જ ન આપી, પ્રોત્સાહન સુધ્ધાં આપ્યું. અન્ય બાળકની જેમ કરવા શીખવામાં ભલે ને વધુ સમય લાગે, પણ જે ઇચ્છીએ એ દૃઢ મનોબળથી કરી શકાય એવી ગળથૂથી માતાએ દીકરાને પીવડાવી. ક્યારેક સામાન્ય બાળક જે કામ એક કલાકમાં પતાવે એ કરતાં અલેક્સીને આખો દિવસ લાગે, પણ એ પતે ત્યારે મમ્મી શાબાશી આપવા સામે હોય એટલે એ વિલંબ ભૂલીને પોરસાય. આમાં માતાએ રાખેલા ધૈર્યનો

વિચાર કરી જુઓ, પણ દીકરાના સુખદ ભવિષ્ય માટે માતૃહૃદયને કોઈ કિંમત ક્યાં મોટી લાગે છે?

આ પરિવારની મક્કમતા, ઘોર તપસ્યા અને સ્ટીવ એલેક્સીના ખંતનું અકલ્પનીય પરિણામ મળ્યું. સેરેબ્રલ પાલ્સી છતાં એક બાળક વિશ્વાસુ કિશોર તરીકે ઊભરીને આવ્યો. તેણે અન્યના પૂર્વગ્રહ તો ઠીક તબીબી અભિપ્રાય-સલાહને પણ જુઠ્ઠા પાડીને પોતાની ક્ષમતા વિકસાવી. ડિસએબિલિટી કે પંગુતા તો વ્યક્તિ સ્વીકારી લે એટલી મર્યાદા ન હોય એવું તેણે સાબિત કરી આપ્યું. આવી વ્યક્તિ માટેની દાયકાઓ જૂની સ્ટિરિયોટાઇપ ઇમેજ-ક્ષમતાને ઓળંગી ગયો સ્ટીવ એલેક્સી.

પોતાના સામર્થ્યને અન્ય કોઈ અને એ પણ પારકા વ્યાખ્યાયિત કરે, મર્યાદિત કરે એ એને મંજૂર નહોતું. પરંતુ એ નામંજૂર કરવા માટે અથાગ શ્રમ, પીડા અને મક્કમ નિર્ધાર થકી ઉંમર વધવા સાથે સ્ટીવ એલેક્સી વટથી જીવતો ગયો. કામકાજ કરતો ગયો, કાર ડ્રાઇવ કરતો થયો. બધેબધું સ્વબળે, કોઈ કાખઘોડી કે સંસ્થાકીય ટેકણ લાકડી વગર.

હવે સ્ટીવે જીવન માટે નવો ગોલ, ધ્યેય નક્કી કર્યો. તેને પોતાની શક્તિ વધારવી હતી, પ્રદર્શિત કરવી હતી, પણ માત્ર રોજિંદી કસરત અને શારીરિક સુમેળથી નહીં, અન્ય માટે પ્રેરણા બનવા માટે તેણે બૉડી-બિલ્ડિંગમાં ઝંપલાવવાનું વિચાર્યું. અન્ય લોકોની જેમ સામાજિક સિદ્ધિ કે સ્વીકૃતિ અથવા મોડલિંગ, ફિટનેસ કોચિંગ, એથ્લેટિક ટ્રેઇનિંગ કે ન્યૂટ્રીશનમાં કારકિર્દી બનાવવા જેવા આમ ધ્યેય નહોતા એના.

એની શારીરિક મર્યાદાને જોતાં આ કામ સૌને અસંભવ લાગતું હતું. પરંતુ સ્ટીવે એકદમ નિયમબદ્ધ અને શિસ્તબદ્ધ રીતે કસરત શરૂ કરી દીધી. ગમે તે હોય કે ગમે તે થાય રોજ બે કલાક કસરત કરવાની એટલે કરવાની. એ પણ અઠવાડિયામાં પાંચ દિવસ. સેરેબ્રલ પાલ્સીને લીધે મળેલી મર્યાદાના વિઘ્નને પાછળ છોડી દેવા માટે તેણે ટ્રેઇનરની મદદ લીધી. વીતતા સમય સાથે એ મોટા મોટા પડકાર ઝીલતો ગયો. પરંતુ હવે એને લાગ્યું કે શારીરિક અક્ષમતાને લીધે મને ઘણી છૂટછાટ-રાહત મળે છે. પોતાને બાળક સમજીને અછોવાનાં કરાવાય એ હવે એને ખૂંચવા માંડ્યું,

પોતાની પ્રગતિ અટકી ગઈ છે. મોટા ભાગના કોચને મારી સાથે કામ કરવા જોખમ લાગશે. પોતાનો સમયનો બગાડ લાગશે. પોતાની અન્યની જેમ આકરી તાવણી કરે કે એના માટે યોગ્ય ગણે એવી વ્યક્તિની તલાશ હતી સ્ટીવ એલેક્સીને.

એ શોધ પૂરી થઈ કોચ ક્રિસ લવલેટમાં. એલેક્સી સ્ટીવની મક્કમતા જોઈને એને નિર્બળ માનવાને બદલે ક્રિસે મજાક કરી કે મારી આકરી ટ્રેઇનિંગથી તું તૂટી પડે તો ફિકર ન કરતો, હૉસ્પિટલ બાજુમાં છે. આ શબ્દોથી સ્ટીવ એલેક્સીની આંખમાં ચમક આવી ગઈ. હવે લવલેટના માર્ગદર્શન હેઠળ જિમ્નેશિયમમાં શરીરની તાવણી કરવા માંડ્યો. બે કલાકની આકરી કસરત, પૂરેપૂરી ગંભીરતાથી. આ સાતત્યભર પ્રૅક્ટિસથી તેના અનુભવ અને તાકતમાં ભારોભાર વૃદ્ધિ થઈ. તેની સ્થિરતા અને શરીરના સ્નાયુ પરના અંકુશ, સંકલનમાં વધારો અનુભવાયો. આ બધાનો આત્મવિશ્વાસ એના વ્યક્તિત્વમાં છલકાવા માંડ્યો. એની જીવનશૈલી વધુ ગુણવત્તાસભર બની. સેરેબ્રલ પાલ્સીનો ઉપહાસ કરતાં હોય એમ બાવડાં અને શરીરના સ્નાયુ ચમકવા માંડ્યા. આટલેથી અટકવાને બદલે સ્ટીવ એલેક્સીએ કોચને એમ કહીને વધુ એક આંચકો આપ્યો : મારે બૉડીબિલ્ડિંગ સ્પર્ધામાં ભાગ લેવો છે.

ક્રિસ લવલેટ પોતાના વિદ્યાર્થીના ચહેરાને જોઈ રહ્યો. પછી હળવા સ્મિત સાથે બોલ્યો કે, તારી ઇચ્છા હોય તો હું જોઈશ કે તું એ કરી શકે. અને 2016ની 28મી જૂને નોર્ફલોકના ક્રોક સેન્ટરમાં બૉડીબિલ્ડિંગ કૉમ્પિટિશન યોજાઈ. એમાં સ્ટીવ એલેક્સીને ભાગ લેતો જોઈને ઘણાંને હસવું આવ્યું, તો કેટલાકને વિશ્વાસ ન બેઠો. સ્ટીવે નવ પોઝ આપવાના હતા. આ પોઝ તેણે એટલા પરફેક્ટ અને અફલાતૂન આપ્યા કે પ્રેક્ષકોએ સ્ટેન્ડિંગ ઓવેશન આપ્યું. હાથ તાળી પાડતાં થાકતા નહોતા. કેટલીક આંખોમાં ખુશીનાં આંસુ ધસી આવ્યાં. સ્ટીવ એલેક્સીને આઉટસ્ટેન્ડિંગ અચિવમેન્ટ ઍવૉર્ડ મળ્યો. આ સ્પર્ધામાં સ્ટીવના પરાક્રમનો કોઈકે ઉતારેલો વીડિયો રાતોરાત સોશિયલ મીડિયામાં વાઇરલ થઈ ગયો. સ્ટીવની નિષ્ઠા અને શારીરિક મર્યાદાને ફગાવી દેવાની હિંમત પર સૌ આફરીન-આફરીન પોકારી ઊઠ્યા.

આ સ્પર્ધા વખતે હાજર રહેલી સ્ટીવની મમ્મી શર્લી સ્ટોરીની ખુશીનો પાર નહોતો: 'એ મારો હીરો છે, જે પોતાના માટે અને અન્યને પ્રેરણા આપવા માટે કટિબદ્ધ છે.' ક્યારેય કોઈનું મૂલ્યાંકન એની શારીરિક અક્ષમતા મર્યાદાને લીધે ન કરવું એવી બુલંદ ઘોષણા એટલે સ્ટીવ એલેક્સીની સિદ્ધિ.

'હીરો', 'રોલમૉડેલ' અને 'ટ્રુ લિજેન્ડ' જેવા ટાઇટલ મેળવનારા સ્ટીવ એલેક્સીના સોશિયલ મીડિયા પર હજારો ફૉલોઅર્સ છે. સ્ટીવ એલેક્સી હજારો-લાખો લોકોની પ્રેરણા છે. કોઈ બાબત માટે ઈશ્વર કે નિયતિને દોષ આપીને બેસી રહેવાને બદલે ગોલ નક્કી કરો, ઊભા થાઓ અને કામે લાગી જાઓ. આજે નહીં તો કાલે ચોક્કસ મન ગાવા માંડશે જ, હમ હોંગે કામિયાબ એક દિન...

●

43

સંતરાં વેચનારાને પદ્મશ્રી કેમ મળ્યું?

ઓસ્કાર હોય કે નેશનલ ઍવૉર્ડ્સ, સાહિત્યના ઍવૉર્ડ હોય કે સ્પોર્ટ્સના; હવે ક્યાંક ને ક્યાંક કોઈ ને કોઈ વિવાદ કે અણગમતી ચર્ચા થાય ને થાય જ. રજનીકાંતને દાદાસાહેબ ફાળકે ઍવૉર્ડ જાહેર કરાયો કે તરત જ એને તમિળનાડુ વિધાનસભાની ચૂંટણી સાથે સાંકળી લેવાયો હતો. ‘છિછોરે’ને બેસ્ટ ફિલ્મથી લઈને કંગના રણૌતને બેસ્ટ એક્ટ્રેસ અને પલ્લવી જોશીને બેસ્ટ સપોર્ટિંગ એક્ટ્રેસના ઍવૉર્ડથી ઘણાનાં નાકનાં ટેરવાં વંકાઈ ગયાં હતાં.

પણ હરેકાલા હજબ્બાને ઍવૉર્ડ મળ્યો, ત્યારે વિવાદને બદલે સૌને આનંદ અને આશ્ચર્ય થયાં. ખુશી થઈ કે વાહ, આવા ઉમદા માનવીની સુવાસ સરકાર સુધી પહોંચી ખરી. એ કઈ રીતે થયું હશે એનું ઘણાંને કુતૂહલ થયું.

આપણામાંથી ઘણાંએ હરેકાલા હજબ્બાનું નામ સાંભળ્યું નહીં હોય. એમને નાનોસૂનો કે ગલી લેવલનો ઍવૉર્ડ નહીં, પણ પદ્મશ્રી ઍવૉર્ડ મળ્યો હતો. એમને 2019નો આ પ્રતિષ્ઠિત ઍવૉર્ડ મળ્યો હતો. આ સજ્જન છે કર્ણાટકના વતની અને એમનું કામકાજ કે વ્યવસાય શું છે એ જાણીને ચોંકી જશો. તેઓ ફળ વેચે છે, એ પણ છૂટક.

69 વર્ષના હરેકાલા હજબ્બા કર્ણાટકના દક્ષિણ કન્નડા જિલ્લામાં મેંગલોર નજીકના ન્યૂપાડાયુ ગામમાં રહે છે. બાળપણ ગરીબીમાં વીત્યું. એટલે સ્કૂલ જવા ન મળ્યું. ભણતરથી વંચિત રહી ગયાના રંજે આ આમઆદમીના જીવનને બે ટંકનો રોટલો રળવા સિવાયનું એક મિશન આપ્યું. એમણે

દઢ નિશ્ચય કરી લીધો કે ભલે હું સ્કૂલમાં ભણવા ન જઈ શક્યો, પણ ભવિષ્યમાં વધુ ને વધુ બાળકો ભણી શકે એ માટે શક્ય બધું કરી છૂટીશ. આ નિર્ણયને જોશ મળ્યો એક વિદેશી થકી. એક પરદેશી ગ્રાહકે ફળનો ભાવ પૂછ્યો અને હરેકાલા અંગ્રેજી જાણતા ન હોવાથી જવાબ ન આપી શક્યા. એ સમયે એમને પોતાની લાચારી માટે ખૂબ વસવસો થયો.

હરેકાલા હજબ્બાએ એ પળ બાદ ગામમાં સ્કૂલ ખોલવાનું નક્કી કરી લીધું કે જેથી બાળકોને ભવિષ્યમાં આવી સ્થિતિનો સામનો ન કરવો પડે. એ ક્યાં ધનવાન, ઉદ્યોગપતિ કે જમીનદાર હતા કે સ્કૂલ બંધાવી શકે, પરંતુ પોતાની આર્થિક સ્થિતિને ધ્યેયની આસપાસની લોખંડી સાંકળ બનવા દેવાને બદલે તેઓ આગળ વધ્યા. હરેકાલાજીએ નજીવી બચતમાંથી ભાંગીતૂટી સ્કૂલ ખોલી. વિદ્યાર્થીઓની સંખ્યા વધી ગઈ પછી તેમણે ઉધારીય કરી.

શરૂઆતમાં ઘણા એમના મિશનની ઠેકડી ઉડાવતા હતા કે રોજ માંડ દોઢસો રૂપરડી કમાનારો શું સ્કૂલ ખોલવાનો? પરંતુ તેમણે મસ્જિદમાં શરૂ કરેલી સ્કૂલ આજે કૉલેજના સ્તર સુધી અપગ્રેડ થઈ ચૂકી છે.

આ સંતરાં-મોસંબી વેચનારા સજ્જન અનાજ લેવા માટે રેશનકાર્ડની દુકાન પર લાઇનમાં ઊભા હતા ત્યારે તેમને માહિતી મળી કે પોતાને પદ્મશ્રી ઍવૉર્ડ મળવાનો છે. મક્કમ ઇરાદાને જોરે નજીવી બચતનો સદ્ઉપયોગ કરનારા હરેકાલા આ ઍવૉર્ડ બાદ સોશિયલ મીડિયા પર સૌના વ્હાલસોયા થઈ ગયા. કોઈ એમની સાદગી પર, કોઈ નિષ્ઠા પર, કોઈ સમાજસેવા પર, કોઈ સાચા ઇરાદા પર અને કોઈ નેકદિલી પર સમરકંદ બુખારા ઓવારી ગયા.

જે વ્યક્તિ પોતે સ્કૂલમાં પગ ન મૂકી શક્યો એના પરનો પાઠ મેંગલોર યુનિવર્સિટીના એમ.એ.ના વિદ્યાર્થીઓ ભણે છે. એટલું જ નહીં, એમનું જીવનચરિત્ર સુધ્ધાં પ્રગટ થયું છે. સરકારી ટેકા અને અન્ય દાતાની મદદથી તેમણે સ્કૂલને હવે નવું નામ અપાયું છે, હજબ્બા સ્કૂલ. પ્રેમપૂર્વક હવે તેમને સૌ 'અક્ષર સંત' તરીકે સંબોધન કરે છે. નામાંકિત બીબીસીએ એમના પર લેખ પ્રગટ કર્યો, તો કોઈકે 'પર્સન ઑફ ધ યર', 'રિયલ હીરો' જેવાં બિરુદ પણ આપ્યાં.

આ જ માણસ સવારે સંતરાંનો ભરેલો ટોપલો લઈને ઘરથી ૨૫ કિલોમીટર દૂર આવેલા મેંગલોર પહોંચી જતો હતો. આ જ દિનચર્યા છેલ્લાં 36 વર્ષની. છેલ્લાં સોળેક વરસથી એક-એક પૈસો બચાવવા માંડ્યા કે જેથી સમાજના સૌથી ગરીબ વર્ગના બાળકોને શિક્ષણ મળી શકે.

પોતાનો નાનકડો ધંધો ચલાવવા અને સ્કૂલ ચલાવવા સાથે એ સરકારી દફ્તરોનાં પગથિયાં ઘસતા રહે. ફળસ્વરૂપે દક્ષિણ કન્નાડા જિલ્લા પંચાયતે જમીનનો નાનકડો ટુકડો સ્કૂલ માટે મંજૂર કર્યો.

2004ની 14મી નવેમ્બરે આ નવી સ્કૂલનું ઉદ્ઘાટન થયું. શરૂઆત 125 વિદ્યાર્થી અને ત્રણ શિક્ષકથી થઈ. આજે સ્કૂલ પાસે હેડ માસ્ટર અને સ્પોર્ટ્સ ટીચર પણ છે. હવે તો સ્કૂલના બાળકો કમ્પ્યૂટર સુધ્ધાં શીખી રહ્યાં છે. આજેય ગામડાની ઘણી વિદ્યાર્થિનીઓ ખૂબ દૂર આવેલી કૉલેજમાં જઈ શકતી નથી એટલે પોતાની સ્કૂલમાં કૉલેજ શરૂ કરાવવાનું સપનું હરેકાલા હજબ્બા જોઈ રહ્યા છે.

સ્થાનિક અંગ્રેજી અખબારે એમના પરના લેખ માટે અફલાતૂન શીર્ષક વાપર્યું હતું : વન મેન્સ ઑરેન્જ રિવૉલ્યુશન.

●

44

બના બિહારી બાબુ અમેરિકન ફિલ્મસ્ટાર

નસીબ આડેનું પાંદડું ક્યારે હટી જાય એ કોઈ જાણતું નથી. એમાંય ફિલ્મલાઇનમાં કારકિર્દી બનાવવાની હોય ત્યારે કાયમ લૉજિક કે ટેલેન્ટ કામ આવતાં નથી. આજે બિહારી બૉય પ્રભાકર શરણ કોસ્ટારિકાનો સૌથી સફળ ફિલ્મ હીરો છે. કાલે કદાચ હોલીવુડમાં પણ ઝળકી જાય તો નવાઈ નહીં. એની કોસ્ટારિકન ફિલ્મ 'એન્ટેન્ગલડ્ : ધ કન્ફ્યુઝન' દેશની 2017ની સૌથી સફળ અને લોકપ્રિય ફિલ્મ હતી.

આ સફળતા ચાખવા અગાઉ પ્રભાકરે કરેલો સંઘર્ષ ખૂબ રસપ્રદ છે. વાતે વાતે હતાશ થઈ જનારાઓએ આમાંથી ઘણું શીખવા જેવું છે. બિહારનું નાનકડું શહેર મોતિહારી મૂળ વતન પણ જન્મ પટણામાં. આજથી અઢી દાયકા અગાઉ એની અસલી સફરની શરૂઆત. ત્યારે એ પટણાથી સોનીપત ગયો. ત્યાં જ બારમું ધોરણ પાસ કર્યું. ગ્રેજ્યુએશન કર્યું. સોનીપતથી ગયો મુંબઈ બોલીવુડમાં નસીબ અજમાવવા માટે. એને વિશ્વાસ હતો પોતાની આવડત પર અને ગજવામાં પડેલા એક પત્ર પર. પ્રભાકર કોઈક રીતે મનોજ વાજપેયીના પપ્પા પાસે પહોંચી ગયો હતો અને મનોજને સંબોધીને ભલામણ ચિઠ્ઠી લઈને એ મુંબઈ પહોંચ્યો હતો.

ભરચક પ્રયાસ છતાં મનોજ વાજપેયીને મળી જ ન શકાયું. ક્યાંય નહોતો મેળ ખાતો કે નહોતું કોઈ આશાનું કિરણ નજરે પડતું. એ સમજી ગયો કે બહુ મોટી લાગવગ કે ગૉડફાધર વગર અહીં પોતાની દાળ ગળવાની નથી. પોતાના માટે ફિલ્મ બનાવવાનું ગજું તો નહોતું જ, પરંતુ મનોમન

નક્કી કર્યું કે એક વાર મુંબઈ આવીશ, પણ બીજી રીતે.

અંતે એ પાછો સોનીપત પહોંચ્યો, પરંતુ બિહારી હોવાથી મિત્રો એના ભાષા, ઉચ્ચારણ અને રહેણીકરણીની મજાક ઉડાડવા માંડ્યા. આ પ્રભાકરને કાંટાની જેમ ખૂંચતું. તેણે મનોમન ગાંઠ વાળી લીધી કે હવે આ નહીં ચલાવી લઉં. તેણે એકદમ ગંભીરતાપૂર્વક કમર કસી. જોતજોતામાં તેણે હરિયાણવી ભાષા, વ્યવહાર, ખાણીપીણી અને પહેલવાની પણ શીખી લીધાં.

એ દિવસોમાં સોનીપતમાં ઘણા અવનવા અનુભવો મળ્યા. શહેરના રાઠી સિનેમાઘરમાં સની દેઉલની ફિલ્મ રિલીઝ થાય એટલે પ્રેક્ષકો જબરદસ્ત જોશ અને ઉત્સાહમાં આવી જાય. એમને સંભાળવા એટલે લોઢાના ચણા ચાવવા. આ કપરી કામગીરી પહેલવાનો જેવા યુવાનોને સોંપાય. આમાં પ્રભાકરનો નંબર લાગી ગયો. આ કામ કરતાં કરતાં એની દોસ્તી આ સિનેમાઘરના માલિક રાકેશ શેઠી સાથે થઈ ગઈ. તેમણે પ્રભાકરને કોસ્ટારિકા વિશે વાત કરી. આ સાથે તેણે કોસ્ટારિકા જવાનું મન બનાવી લીધું.

કોસ્ટારિકા પહોંચીને પ્રભાકર શરણે આગળનું ભણતર પૂરું કર્યું. મહેનતના જોરે પોતાના સ્ટોર ખોલ્યા, પરંતુ બોલીવુડ કનેક્શન ન છોડ્યું. તે હિન્દી ફિલ્મો ખરીદીને કોસ્ટારિકામાં રજૂ કરતો હતો, પણ એમાં બે જ વસ્તુ હાથ લાગતી : સંતોષ અને નુકસાન. આની સાથોસાથ કોસ્ટારિકાનાં મોટાં માથાંઓ સાથે એના સંબંધ બંધાઈ રહ્યા હતા. વચ્ચે વચ્ચે તે બોલીવુડના નિર્માતાઓને સમજાવતો કે કોસ્ટારિકામાં આવીને હિન્દી ફિલ્મનું શૂટિંગ કરો, પણ તેની વાત કોઈને ગળે ન ઊતરી.

આ બધા વચ્ચે તેણે સંઘર્ષના માઠા દિવસોમાં પોતે લખેલી વાર્તા ક્યારેક તેના મનમાં ઝબકી જાય : આના પરથી ફિલ્મ બનાવી હોય તો? આ સપનું પૂરું થશે ખરું? પ્રભાકર શરણે કોસ્ટારિકામાં લગ્ન કરી લીધાં. ઘણા ધંધા કર્યા, પણ ક્યાંયથી અનુભવ સિવાય કંઈ હાથ લાગતું નહોતું. 2010માં તો સ્થિતિ ખૂબ કફોડી થઈ ગઈ. પત્ની પણ દીકરીને લઈને તેનાથી અલગ થઈ ગઈ. હતાશ પ્રભાકર શરણ ભારત પાછો આવતો રહ્યો. જેમતેમ કરીને દિવસો કાઢતો રહ્યો. 2014માં હતાશા-નિરાશાને ઝટકો મારીને ખંખેરી નાખી. હવે બોલીવુડની ફિલ્મ બનાવવાનું સપનું

પૂરું કરવું હતું અને એ પણ કોસ્ટારિકા જઈને! અને આ વખતે ટૅરેસા રોડ્રિગ્ઝ એના જીવનમાં ફિલૉસૉફર અને ગાઇડ બનીને આવી. ટૅરેસાએ પ્રભાકરના સપનાંને પોતીકું બનાવી દીધું અને આ ફિલ્મના નિર્માણ માટે 15 લાખ અમેરિકન ડૉલર ભેગા કરવામાં મદદ કરી.

અને આ વખતે કંઈ ખોટું કે ખરાબ ન થયું. પ્રભાકરે પહેલી જ ફિલ્મમાં એકથી વધુ જોખમ લીધાં. પોતે જ હીરો, લેખક અને દિગ્દર્શક! આટલું ઓછું હોય એમ લૅટિન અમેરિકન ફિલ્મ પણ પૂરેપૂરી બોલીવુડ સ્ટાઇલમાં. કૉમેડી, રોમાન્સ, ફાઇટ, સૉંગ્સ ઍન્ડ ડાન્સ. કોસ્ટારિકાની ફિલ્મમાં અભિનય કરનારો એ પહેલો ભારતીય બન્યો.

અંતે 'એન્ટેન્ગલડ્ : ધ કન્ફ્યુઝન' રિલીઝ થઈ અને એ સાથે જ એકદમ સુપરહિટ. આ ફિલ્મની ખૂબ પ્રશંસા થઈ. કોસ્ટારિકામાં જ નહીં, પણ નિકારાગુઆ, હોંડુરાસ, ગ્વાટેમાલા અને સાન સાલ્વાડોરમાં પણ પ્રભાકર-મૅજિક ખૂબ ચાલ્યો.

હવે પ્રભાકર શરણ આ ફિલ્મને સ્પેનિશ, ઇંગ્લિશ, હિંદી અને ભોજપુરીમાં ડબ કરીને રિલીઝ કરવાનું સપનું જોવા માંડ્યો. હિંદીમાં ફિલ્મનું ટાઇટલ રાખ્યું, 'એક ચોર, દો મસ્તીખોર.'

પ્રભાકર શરણે જે કાંઈ કરી બતાવ્યું એ કલ્પનાતીત છે. તેણે જોયેલાં સપનાંથી એ ઘણું મોટું છે. એ ઇચ્છતો હતો એનાથી અનેકગણું વધુ નિયતિ એને આપવા માગતી હતી. કોઈને સમજાય છે, કંઈ?

•

45

આખા દેશને બનાવી દો ખોનોમા

ગરમી વધતી જાય, ચોમાસું મોડું પડે, પૂરતો વરસાદ ન આવે... આવી બધી ફરિયાદ કરવાનો આપણને હક નથી. જે ડાળ પર બેસવું એને જ કાપવાની બેવકૂફીમાં બુદ્ધિશાળી માનવજાત દિવસે દિવસે મહારત મેળવતી જાય છે. છેલ્લાં 25 વર્ષમાં આપણે દર કલાકે એક હજાર ફૂટબોલ મેદાન જેવડા વનનો કચ્ચરઘાણ કાઢી રહ્યા છીએ. વનના નિકંદનની બાબતમાં અમેરિકા અને કેરેબિયન દેશો હાહાકાર મચાવી રહ્યા છે. 1990થી 2015 વચ્ચે તેઓ 9,70,000 ચોરસ કિલોમીટરમાં પથરાયેલા જંગલને ગળી ગયા છે.

વૃક્ષ અને જંગલના નિકંદનમાં હોન્ડુરાસ (37 ટકા), નાઇજીરિયા (36 ટકા), ફિલિપાઇન્સ (32 ટકા), બેનીન (31 ટકા), ઘાના (25 ટકા), ઇન્ડોનેશિયા (26 ટકા), નેપાળ અને ઉત્તર કોરિયા (25 ટકા) તથા એક્વાડોર અને હૈતી (22 ટકા) વધુ બદનામ છે. આ દેશોએ પોતાના કુલ વનવિસ્તારમાંથી કૌંસમાં લખેલી ટકાવારી જેટલી લીલોતરીનો ખંગ વાળી દીધો છે.

માનવજાત અસ્તિત્વમાં આવી ત્યારથી 46 ટકા વૃક્ષો કપાઈ ચૂક્યાં છે. આમ છતાં અત્યારે પૃથ્વી પર 3.04 પરાર્ધ વૃક્ષ હયાત છે. એ ગણતરીએ એક વ્યક્તિદીઠ 422 ઝાડ છે, પરંતુ આપણે લેશમાત્ર હરખાઈ જવાની જરૂર નથી. ગાર્ડન સિટી તરીકે ઓળખાતા બેંગલુરુમાં વ્યક્તિ અને વૃક્ષની સરેરાશ ખબર છે? માણસદીઠ 0.1 વૃક્ષ! અને બેસ્ટ ગણાતા ગુજરાતના ગાંધીનગરમાં વ્યક્તિદીઠ ચાર વૃક્ષ છે.

ગાંડા શહેરીકરણ અને કોંક્રિટીકરણ વચ્ચે આદર્શ પ્રમાણ શું ગણાય? એક વ્યક્તિ, એક વૃક્ષ, એવો મત ઇન્ડિયન ઇન્સ્ટિટ્યૂટ ઑફ સાયન્સના ટી. વી. રામચંદ્રનો છે, તો ગાંધીનગરમાં વ્યક્તિદીઠ ચાર અને બેંગલુરુમાં 0.1ના રેશિયો વચ્ચે એક માણસે એક વૃક્ષના ધોરણે પહોંચવા કરવું શું?

આખા દેશને ખોનોમા બનાવી દો. યસ, તમતમારે પૂછો કે કે યે ખોનોમા ક્યા હૈ ભાઈ? અંગામી આદિવાસીઓની ભાષામાં ખ્વુનોરિયા નામના સ્થાનિક છોડ પરથી નામ મળ્યું, ખોનોમા.

આ ખોનોમા છે નાગાલૅન્ડનું વિલક્ષણ ગામ. રાજ્યના પાટનગર કોહિમાથી 20 કિમીના અંતરે આવેલી ઝુકોઉ ખીણમાં આવેલા ખોનોમાએ પર્યાવરણ અને વૃક્ષસંવર્ધનની બાબતમાં એવી અદ્‌ભુત સિદ્ધિ મેળવી છે કે ન પૂછો વાત.

સિદ્ધિઓની વિગતો જાણતા પહેલાં ખોનોમાનો અલ્પ પરિચય. એ 700 વર્ષ જૂનું ગામ છે. મુખ્ય અને મૂળ નિવાસી અંગામી આદિવાસી. આ લોકો બહાદુરી અને લડાયક કુશાગ્રતા માટે ખૂબ જાણીતા. કુદરતી સૌંદર્યથી છલોછલ ખોનોમાના રહેવાસીઓએ પોતાની તાકાતથી અંગ્રેજો સુધ્ધાંને હંફાવ્યા હતા. લગભગ 100 વર્ષ અગાઉ બ્રિટિશ દળોની આગેકૂચને નાગાલૅન્ડના પર્વતો પર આ આદિવાસીઓના દૃઢનિર્ધારે અટકાવી હતી. પોતાના વિસ્તારની સ્વતંત્રતાના રક્ષણ માટે તેઓ એટલા બધા ઝનૂન અને જોમપૂર્વક લડ્યા કે બ્રિટિશ આધિપત્યને ઈ.સ. 1830થી 1880 સુધી હંફાવતા રહ્યા. નાછૂટકે બ્રિટિશરોએ વધુ રક્તપાત અટકાવ્યો, પણ ત્યાં સુધીમાં બ્રિટિશ સામ્રાજ્યવાદ સામેની લડાઈના ઇતિહાસમાં ખોનોમા ગામનું નામ નોંધાઈ ગયું હતું, પરંતુ આ યુદ્ધ-તહકુબીની સાથોસાથ ખ્રિસ્તી ધર્મ ખોનોમામાં પ્રવેશ્યો અને આજે મોટા ભાગના અંગામી આદિવાસીઓ ખ્રિસ્તી છે. ઇતિ ઇતિહાસ.

દરિયાની સપાટીથી 5320 ફૂટની ઊંચાઈએ આવેલા ખોનોમામાં છે 600 જેટલાં ઘર, વસતિ ત્રણ હજારની. આદિવાસીઓ બે કામ જાણે. શિકાર કરવો, વૃક્ષો કાપીને ચૂલો પેટાવવો અને એનાથી ઘર બાંધવાં, પરંતુ આમાં ને આમાં વૃક્ષો કપાતાં જ રહ્યાં. આ કાપણી એકદમ સહજપણે થતી હતી,

પરંતુ ગઈ સદીના નેવુંના દાયકામાં અમુક વડીલો અને સમજુઓના ધ્યાનમાં આવ્યું કે આ રીતે આડેધડ વૃક્ષછેદનથી તો આપણે પોતાની ઘોર ખોદી રહ્યાં છીએ. સાથોસાથ એ પણ ધ્યાનમાં આવ્યું કે ગામની ઓળખ સમાન વિશિષ્ટ પંખી અને જાનવરોનું અસ્તિત્વ જોખમાઈ રહ્યું છે.

પર્યાવરણની સાઇકલ માટે આ ખૂબ ગંભીર બાબત હોવાથી મનોમંથન શરૂ થયું કે આનો ઉપાય શો? 1880 સુધી અંગ્રેજો સામેની લડાઈથી ઇતિહાસ રચ્યો અને હવે ભારતના પર્યાવરણલક્ષી આંદોલનમાં નવું પ્રકરણ શરૂ કરવા આગળ વધી રહ્યું હતું ખોનોમા.

ખૂબ મથામણ, માથાકૂટ અને વિરોધ બાદ ખોનોમા વિલેજ કાઉન્સિલે બે દૂરગામી નિર્ણય લીધા. એક વૃક્ષ કાપવાની મનાઈ. બે શિકાર પર પ્રતિબંધ. અહીં બહારના લાકડાના વેપારીઓ જથ્થાબંધ વૃક્ષ કાપવા આવતા અને સ્થાનિકોને મજૂરી મળતી હતી. આ ઉપરાંત ઘર, રાચરચીલા બનાવવા અને ઈંધણ માટે વૃક્ષ સિવાયના વિકલ્પ નહીં. આદિવાસી પ્રજા એટલે શિકાર એના લોહીમાં વહે. પશુપંખીના શિકાર કરીને પેટિયું રળે. છતાં 1998માં આસપાસના 2000 હેક્ટરમાં આ બંને નિયમો લાગુ કરી દેવાયા અને એ વિસ્તારને નામ અપાયું ખોનોમા નેચર કન્ઝર્વેશન ઍન્ડ ટ્રાગોવાન સેંક્ચ્યુરી. આ ટ્રાગોવાન એટલે માત્ર ખોનોમામાં જ જોવા મળતું એક સુંદર પંખી. વૃક્ષો સાથે પંખીને બચાવવા માટેની આ પહેલને સૌએ પૂરેપૂરા દિલથી અને એકદમ ગંભીરતાથી અપનાવી લીધી. પછી તો માત્ર અભયારણ્યમાં જ નહીં, ગામમાં પણ શિકાર અને વૃક્ષછેદન પર પ્રતિબંધ આવી ગયો.

ખોનોમામાં આ કુદરતી સ્રોતોની સાચવણ સામાજિક સશક્તીકરણનું એકમાત્ર અને સબળ પરિબળ બની રહ્યું. આ સિદ્ધિને બિરદાવવા માટે દર વર્ષે પહેલી સપ્ટેમ્બરે ખોનોમાનો જન્મદિવસ ખૂબ રંગેચંગે ઊજવાય છે. આ બર્થડેની ઉજવણી માટે દૂરદૂરથી મૂળ રહેવાસીઓ ગામ આવે છે.

કલ્પના કરો કે આખો દેશ અને આપણે સૌ ખોનોમાવાસીઓ જેવી પ્રતિજ્ઞા લઈએ તો કેવા રૂડા પરિણામ જોવા મળે?

* * *

www.ingramcontent.com/pod-product-compliance
Lightning Source LLC
LaVergne TN
LVHW040427051026
849517LV00002B/495
* 9 7 8 9 3 9 3 2 3 7 2 4 8 *